అసత్యంపై సత్యం, అన్యాయంపై న్యాయం సాధించిన చారిత్రక కథ 'మహాభారత కథ'గా ఇప్పటికీ ప్రాచుర్యం పొందింది. రాజకీయం, శౌర్యం, శౌర్యం, త్యాగం అనే ఈ కథ చిన్నప్పటి నుంచి వింటూనే ఉన్నాం. ఏస్ షూటర్ అర్జున్, పరోపకారి కర్ణుడు, మతానికి పర్యాయపదమైన యుధిష్ఠిరుడు, తాత భీష్ముడు మన జీవితాల్లో ఎప్పటికీ స్ఫూర్తిదాయకంగా ఉంటారు. అంతే కాకుండా యుద్ధరంగంలో అర్జునుడికి శ్రీకృష్ణుడు బోధించిన విద్యకు ప్రాధాన్యత ఉంది. చాలా ఉత్తేజకరమైన సంఘటనల కారణంగా, 'మహాభారతం' ప్రపంచంలో అత్యధికంగా చదివే పుస్తకంలో చేర్చబడింది. ద్వాపర యుగంలో కౌరవులు, పాండవుల మధ్య జరిగిన సంఘర్షణకు సంబంధించిన ఉత్కంఠభరితమైన కథను 'మహాభారతం'లో చాలా సరళమైన భాషలో అందించారు, ఇది ప్రతి వర్గం పాఠకులకు చదవదగినది

మహాభారతం

ప్రియదర్శి ప్రకాష్

డైమండ్ బుక్స్
www.diamondbook.in

© ప్రచురణకర్త

ప్రచురణకర్త : డైమండ్ పాకెట్ బుక్స్ (P) Ltd.
X-30 ఓఖ్లా ఇండస్ట్రియల్ ఏరియా, ఫేజ్-II
న్యూఢిల్లీ -110020
ఫోన్ : 011-40712200
ఈ-మెయిల్ : wecare@dpb.in
వెబ్‌సైట్ : www.diamondbook.in
ప్రింటర్ : రెప్రో (భారతదేశం)

మహాభారతం
రచన ప్రియదర్శి ప్రకాష్

ఆప్టికల్

అసత్యంపై సత్యం మరియు పాపంపై పుణ్యం సాధించిన విజయం ఆధారంగా మహాభారత కథ భారతీయ మతం, నాగరికత మరియు సంస్కృతికి సంబంధించిన ఏకైక కథ. ఈ కథను మహర్షి వేదవ్యాస్ శ్రీ గణేశ భగవానుడికి వివరించాడు. ద్వాపర యుగం చివరిలో ఈ ఆర్యవర్తాన్ని శంతనుడు పరిపాలించాడు. అతను చాలా ప్రకాశవంతమైన మరియు ధైర్యవంతుడు. ఒకసారి వేటకు వెళుతున్నప్పుడు అతనికి చాలా అందమైన అమ్మాయి సత్యవతి పరిచయమైంది. అతను ఆమె పట్ల ఎంతగానో ఆకర్షితుడయ్యాడు, అతను ఆమెను తన రాణిగా చేసుకోవాలని ప్రతిపాదించాడు. సత్యవతి అతని ప్రతిపాదనను షరతులతో అంగీకరించింది. ఈ స్థితి శాపం కారణంగా దేవవ్రత భీష్ముడు జన్మించాడు. భీష్ముడు అన్ని వేదాలు తెలిసినవాడు మరియు ఉత్తమ విలుకాడు. తన తండ్రి కోరికను గౌరవిస్తూ, భీష్ముడు రాజు కాకూడదని ప్రతిజ్ఞ చేసాడు, దాని కారణంగా శంతనుడు పడవవాడి కుమార్తె సత్యవతిని వివాహం చేసుకున్నాడు. సత్యవతి మనుమలు ధృతరాష్ట్రుడు, పాండు మరియు విదురుడు.

పెద్దయ్యాక అంధుడైన ధృతరాష్ట్రుడు తన తమ్ముడు పాండుకు రాజ్యాన్ని అప్పగించాడు. పాండు మాద్రి మరియు కుంతిని వివాహం చేసుకున్నాడు, వీరి నుండి యుధిష్ఠిరుడు, భీముడు, అర్జునుడు, నకుల్ మరియు సహదేవులు జన్మించారు. ధృతరాష్ట్రుడు గాంధారిని వివాహం చేసుకున్నాడు, అతని నుండి కౌరవులు అని పిలువబడే వంద మంది కుమారులు మరియు ఒక కుమార్తె ఉన్నారు. ధృతరాష్ట్ర పాండు మరణానంతరం తన పెద్ద కొడుకు దుర్యోధనుడిని రాజుగా చేసేందుకు అన్ని రకాల కుట్రల్లో చిక్కుకున్నాడు. కౌరవులను ఓడించిన మహాభారత యుద్ధంలో ఈ కుట్రకు పరాకాష్ట కనిపించింది.

ఈ కథలో, శౌర్యం, శౌర్యం, జ్ఞానం మరియు త్యాగం యొక్క అనూహ్యమైన సంఘటనలను మనం చదవగలము. శ్రీ కృష్ణుడు తన స్వంత కుటుంబ సభ్యులతో పోరాడటానికి అర్జునుడు యుద్ధరంగంలో ప్రారంభించాడు. మహాభారతంలోని పాత్రలు మన జీవితంలో చెరగని ముద్ర వేస్తాయి. ఇది మన ప్రేమ; సత్యం, న్యాయం మరియు బాధలను భరిస్తూనే వారు తమ మతం పట్ల స్పృహతో ఉంటారు. భారతీయ ప్రజలపై మహాభారత ప్రభావం వేదాలు మరియు పురాణాల వంటిది. చాలా మంది రచయితలు తమదైన శైలిలో ఈ కథను రాశారు. ఈ విషయంలో సినిమాలు, సీరియల్స్ తీస్తారా, ఇంకా ఎన్ని క్రియేషన్స్ వస్తాయో ఎవరూ చెప్పలేరు. ఎవరైనా మహాభారతం పుస్తకాన్ని ఎత్తుకున్నప్పుడల్లా, అతను దాని స్పెల్ నుండి

తప్పించుకోలేడనేది నిజం. ఇది మన యువ తరానికి అపూర్వమైన అనుభవం మరియు విద్య యొక్క నిధి. ప్రతి తల్లితండ్రులు తమ పిల్లలకు మహాభారతం చదవాలని, దాని నుండి నేర్చుకోవాలని చెప్పడానికి ఇదే కారణం.

- నరేంద్ర కుమార్ వర్మ

మహాభారతం

ఇది పురాతన కాలం నాటి విషయం. ద్వాపర ముగింపులో...

ఈ ఆర్యావర్తాన్ని శంతనుడు పరిపాలించాడు. కానీ అతను ప్రకాశవంతమైన మరియు ధైర్యవంతుడు. అతనికి వేట అంటే చాలా ఇష్టం. అవకాశం దొరికినప్పుడల్లా రాజధాని హస్తిన నుంచి అడవుల వైపు వేటకు బయలుదేరేవాడు.ఒకానొకప్పుడు.

రాజు శంతనుడు వేటాడుతూ గంగా నది ఒడ్డుకు చేరుకున్నాడు. అతనికి గంగా తీరంలో చాలా అందమైన అమ్మాయి కనిపించింది. ఆమెను చూడగానే రాజుకు స్పృహ తప్పింది. అతను అమ్మాయిని ఇష్టపడి, మరుసటి క్షణంలో ఆమెను ప్రేమించడం ప్రారంభించాడు.రాజు శంతనుడు ఆ అమ్మాయి దగ్గరకు వెళ్లి తనను తాను పరిచయం చేసుకుని ఉత్సాహంగా ఇలా అన్నాడు, "ఓ అతి సుందరీ! నువ్వు నా భార్య అవుతావా?"శంతను రాజు యొక్క గొప్ప వ్యక్తిత్వాన్ని ఆ అమ్మాయి స్వయంగా ఆకట్టుకుంది. ఆమె, "రాజన్! నేను అంగీకరిస్తున్నాను, కానీ నా చేయి పట్టుకునే ముందు,మీరు షరతులను అంగీకరించాలి. "

"త్వరగా చెప్పు, నీ షరతులు ఏమిటి?" రాజు శంతనుడు, "నిన్ను పొందేందుకు నీ ప్రతి షరతును నేను అంగీకరిస్తున్నాను.""కాబట్టి రాజన్! నేను చెప్పేది శ్రద్ధగా వినండి" అని ఆ అమ్మాయి చెప్పింది, "పెళ్ళి అయిన తర్వాత, నేను నీకు భార్య అయిన తర్వాత, మీరు నేనెవరో తెలుసుకునే ప్రయత్నం చేయరు, నేను ఏమి చేయడానికి పూర్తిగా స్వేచ్ఛగా ఉంటాను. మీరు దేనిలోనూ జోక్యం చేసుకోరు. ఇవీ నా షరతులు. . ఈ షరతులపై మీరు దృఢంగా ఉన్నంత కాలం, నేను నా భార్యగా నీతో జీవిస్తాను, నా మార్గంలో ఏదైనా అడ్డంకిని సృష్టించిన వెంటనే, నేను నిన్ను విడిచిపెడతాను."రాజు శంతనుడు అతని షరతులన్నింటినీ అంగీకరించాడు. ఇలా ఇద్దరి పెళ్లి కూడా పూర్తయింది.కొంతకాలం తర్వాత, శంతున్ రాజు రాణి గర్భవతి అయింది.

తన ఇంట్లో మొదటి బిడ్డ పుట్టబోతున్నందుకు రాజు సంతోషించాడు. తన భార్య తన మొదటి బిడ్డను పుట్టగానే నదిలో నిమజ్జనం చేయడంతో రాజు ఆశ్చర్యానికి అవధులు లేవు.రాజుగారికి చాలా బాధ కలిగింది. రాణి ఎందుకు ఇలా చేసిందో వారికి అర్థం కాలేదు. వారు అతనికి వాగ్దానం చేసినందున వారు అతనిని ఏమీ అడగలేకపోయారు. అతను గుండె కానీ రాయి ఉంచింది. వచ్చే బిడ్డ పుట్టే వరకు అంతా బాగానే ఉంటుంది అనుకున్నాను.

రెండవ బిడ్డను కలిగి ఉండటంతో, రాణి ఆమెను కూడా నదిలోకి విసిరివేసింది. రాజు నిస్సహాయ స్థితిలో ఉన్నాడు. మరోవైపు, రెండవ బిడ్డ పుట్టిన వెంటనే, రాణి దానిని నదిలో విసిరివేస్తుంది. ఇలా చేస్తున్నప్పుడు, భార్య ముఖంలో విచారం లేదా విచారం ఉండదు, కానీ ప్రతి బిడ్డను నదిలోకి విసిరిన తర్వాత, ఆమె ముఖంలో సంతృప్తి యొక్క సంగ్రహావలోకనం కనిపిస్తుంది మరియు చిరునవ్వు వికసిస్తుంది.

ఆ విధంగా రాణి తన ఏడుగురు నవజాత శిశువులను నదిలో ముంచివేసింది. రాజు శంతనుడి హృదయం ఏడ్చింది, కానీ అతను ఈ క్రూరత్వం గురించి రాణికి ఏదైనా చెబితే, ఆమె తనను విడిచిపెట్టిపోతుందని అతను భయపడ్డాడు. కాలక్రమంలో రాణి మళ్లీ గర్భవతి అయింది.ఎనిమిదో బిడ్డ పుట్టగానే రాణి నదిలో పడేయడానికి సిద్ధపడింది. ఇప్పుడు శంతనుడి సహనం నశించింది. అవస్థలు అన్నీ మర్చిపోయి రాణి దారిని అడ్డం పెట్టుకుని, “అప్పుడే పుట్టిన బిడ్డలను నదిలో పడేసే నువ్వు ఎలాంటి తల్లీ? ఇప్పుడు నేను భరించలేను, మీరు ఈ అలవాటును మార్చుకోవాలి.రాణి కళ్ళు పైకెత్తి శంతనుని చూసి, గంభీరమైన స్వరంతో, "సరే, నీ ఇష్ట ప్రకారమే జరుగుతుంది, నేను ఈ ఎనిమిదవ బిడ్డను నదిలో పడేయను, కానీ ఇప్పుడు నేను మీతో జీవించలేను, ఎందుకంటే మీరు మాట ఇచ్చారు. . ఉల్లంఘించబడింది."

రాజు శంతనుడు రాణిని ఇక ఆపలేనని అర్థం చేసుకున్నాడు, అయితే అతను మొత్తం రహస్యాన్ని తెలుసుకోవాలనుకున్నాడు. అందుకే, "వెళ్ళే ముందు, దయచేసి మీరు ఎవరో చెప్పండి మరియు మీ స్వంత నవజాత శిశువులను ఎందుకు ఇంత క్రూరంగా నదిలోకి విసిరారు?"దానికి రాణి, “ఓ రాజా! నిజం చెప్పాలంటే నేను గంగను. మహర్షి వశిష్ఠుని ఆజ్ఞ ప్రకారం, నేను ఎనిమిది మంది పుత్రులకు జన్మనివ్వవలసి వచ్చినందున నేను ఈ మానవ శరీరాన్ని ధరించాను. నువ్వు నాకు పెళ్లి ప్రపోజ్ చేస్తే వెంటనే ఒప్పుకున్నాను. నా దృష్టిలో ఆ ఎనిమిది మంది పుత్రులకు జన్మనివ్వగలిగింది నీ ఒక్కడే. ఈ ఎనిమిది మంది పిల్లలు మరెవరో కాదు ఎనిమిది మంది వాసులు. అతనికి పూర్వ జన్మ ఉంది

అతడు పాపం చేసినందున, అతను భూమిపై కానీ మానవ రూపంలో జన్మించాలని శపించబడ్డాడు.

“ఒకసారి వారు తమ భార్యలతో సహా మహర్షి వశిష్ఠుని ఆశ్రమం చుట్టూ తిరుగుతుండగా, ఎనిమిదవ వసుని భార్య కళ్ళు వశిష్ఠుని కామధేనువు ఆవు నందిని వైపు వెళ్ళాయి. అంతే, తనకు ఈ ఆవు కావాలని మొండిగా మారింది. చాలా ఒప్పించిన తర్వాత కూడా ఆమె ఒప్పుకోకపోవడంతో ఎనిమిది మంది వాసులు ఆవును దొంగిలించారు. తర్వాత ఈ విషయం తెలుసుకున్న వశిష్ఠ మహర్షికి చాలా కోపం వచ్చింది. అష్ట వసువులు భూమిపై పుట్టమని శపించాడు. ఇప్పుడు వాసు భయపడి తన చర్యలకు క్షమాపణలు చెప్పాడు. మహర్షి వశిష్ఠుడు అతనిపై జాలిపడి, 'ఇప్పుడు నేను శాపం ఇచ్చాను, నేను దానిని తిరిగి తీసుకోలేను.

అవును, నేను ఖచ్చితంగా శాపం యొక్క ప్రభావాన్ని తగ్గించగలను. ఇలా చెప్పి, ఏడుగురు వసువులు భూమిపై జన్మించిన వెంటనే వారి శరీరాన్ని విడిచిపెట్టమని వరం ఇచ్చాడు, అయితే నందిని దొంగిలించిన ఎనిమిదవ వసుకు, అతను చాలా కాలం పాటు భూమిపై ఉండాలనే శాపాన్ని ఉంచాడు, కానీ ఇచ్చాడు. ఆయన పేరు ప్రపంచంలో చిరస్థాయిగా నిలిచిపోయేలా ఈ వరం. నా చేతిలో బ్రతికున్న కొడుకు ఎనిమిదో వాసు. మహర్షి వశిష్ఠ ఈ పని కోసం నన్ను అభ్యర్థించారు మరియు నేను అతని అభ్యర్థనకు అంగీకరించాను.

శంతనుడు ఆశ్చర్యంగా గంగను వింటూనే ఉన్నాడు. వారితో ఏమీ చెప్పలేకపోయారు. గంగ, "సరే! ఇప్పుడు నేను వెళ్లి నా ఎనిమిదవ కొడుకుని నాతో తీసుకువెళుతున్నాను. సమయం వచ్చినప్పుడు నేను మీకు అప్పగిస్తాను.శంతనుడు స్పృహలోకి వచ్చాడు. "అయితే ఎప్పుడు?" అని అడిగాడు. ఎక్కడ?"దీనికి గంగ ఎలాంటి సమాధానం చెప్పలేదు. మరుసటి క్షణంలో ఆమె, ఆమె కొడుకు నదిలో మునిగిపోయారు.రాజు శంతనుడు చేతులు కట్టుకుని అక్కడే ఉండిపోయాడు.మెల్లగా సమయం గడుపుతూ వచ్చింది.

ఒకసారి శంతనుడు వేటాడుతూ, గంగానదిని తన భార్యగా కనుగొన్న నది ఒడ్డున అదే ప్రాంతానికి చేరుకున్నాడు. అప్పుడు ఒక యువకుడు తన విల్లును తంత్రాడు మరియు బాణాలతో గురిపెట్టడం అతను చూశాడు. బాణాలన్నీ గంగా ప్రవాహాన్ని హిస్సింగ్ శబ్దంతో తాకుతున్నాయి, దాని కారణంగా నది అలల మార్గం మూసుకుపోయింది. అంత గొప్ప విలుకాడు చూసి శంతనుడు ఆశ్చర్యపోయాడు. యువకుడు చాలా తేజస్వీగా కనిపించాడు మరియు ఉన్నత కులానికి చెందినవాడు. శంతనుడు "ఈ యువకుడు ఎవరు?" అని ఆశ్చర్యపోయాడు. ఏ రాజ కుటుంబం నుండి కాదు.

అప్పుడు గంగ అతని ముందు ప్రత్యక్షమైంది. ఆమె, "రాజన్! మీరు చూసి ఆశ్చర్యపోయేది మీ స్వంత కొడుకు. ఎంతో కష్టపడి పెంచానుపెద్దది చేసింది. మహర్షి వశిష్ఠుడు అతనికి పూర్తి వేదాలను బోధించాడు, అతను విలువిద్యలో నిపుణుడు కాదు, ఆయుధాలను నిర్వహించడంలో ప్రవీణుడు. ఇది కాకుండా, దాని మేధో మరియు ఆధ్యాత్మిక శక్తి అపరిమితమైనది. దాని పేరు దేవవ్రత్. ఇప్పుడు మీరు దానిని మీతో తీసుకెళ్లవచ్చు."

ఇలా చెప్పి గంగ మళ్లీ అదృశ్యమైంది.రాజు శంతనుడు దేవవ్రతను తనతో తీసుకొని సంతోషంగా రాజభవనానికి తిరిగి వచ్చాడు.తిరిగి వస్తుంది. ఇప్పుడు అతను తన కొడుకు దేవవ్రత్‌ని పొందాడు, అతను రాజవంశాన్ని ముందుకు తీసుకువెళతాడు.దాదాపు నాలుగు సంవత్సరాల తరువాత.రాజు శంతనుడు మరల వేటకు బయలుదేరాడు.అతనికి అడవిలో ఒక జింక కనిపించింది. వారు అతనిని వెంబడిస్తూ చాలా దూరం వెళ్ళారు.

ఎదురుగా యమునా నది ప్రవహిస్తోంది. చుట్టూ ఒక అందమైన అడవి ఉంది. అక్కడ అతనికి చాలా అందమైన అమ్మాయి కనిపించింది. అతని శరీరం నుండి చాలా ఆహ్లాదకరమైన

పరిమళం వెదజల్లుతోంది, దాని కారణంగా వాతావరణం అంతటా ఆహ్లాదకరమైన సువాసన వ్యాపించింది. శంతనుడు ఆమె అందానికి మైమరచిపోయాడు.అతను దగ్గరగా వచ్చి అమ్మాయిని అడిగాడు, “ఓ అందమైన మహిళ! నీవెవరు? నువ్వు ఇక్కడ ఏం చేస్తున్నావు?"

అందమైన స్త్రీ, “నేను సత్యవతిని, పడవ నడిపేవాడి కూతురు. ప్రయాణికులను నది దాటించడంలో నేను మా నాన్నకు సహాయం చేస్తాను.

రాజు శంతనుడు, “నేను ఇక్కడ రాజును. మీరు నా రాణిగా ఉండటానికి అంగీకరిస్తారా?"పడవ నడిపేవాడి కూతురు సిగ్గుపడుతూ, “నీలాంటి భర్త దొరకడం అదృష్టం, అయితే దీనికి నువ్వు మా నాన్నగారి అనుమతి తీసుకోవాలి.

రాజు శంతనుడు కేవత్రాజ్‌ని కలుసుకుని, “నేను నీ కూతురిని పెళ్లి చేసుకోవాలనుకుంటున్నాను. దయచేసి అనుమతి మంజూరు చేయడం ద్వారా కట్టుబడి ఉండండి.కేవత్‌రాజ్‌కి ఎలాంటి అభ్యంతరం లేదు, కానీ అతను ప్రపంచాన్ని చూశాడు, కాబట్టి అతను ఇలా అన్నాడు, "నా కుమార్తె సత్యవతి చేతిని మీకు అప్పగించడానికి నేను సంతోషిస్తాను, కానీ ...!"

"కానీ ఏమిటి...?" రాజు ఆసక్తిగా అడిగాడు.

“సత్యవతికి పుట్టిన కొడుకు రాజ్యానికి వారసుడు అయితే,

కాబట్టి మీరు నా కుమార్తెను వివాహం చేసుకోవచ్చు. పడవ నడిపేవాడు “ఇదీ నా పరిస్థితి రాజన్! ఇది ఆమోదయోగ్యమేనా...?"ఈ షరతును రాజు ఎలా అంగీకరించగలడు? అతని పెద్ద కుమారుడు దేవవ్రతుడు

అన్ని విధాలుగా విలువైనది మరియు యోగ్యమైనది. సంప్రదాయం ప్రకారం, అతని తర్వాత రాజ్యానికి దేవవ్రత వారసుడు అవుతాడు. అందుకు అతను, “కేవత్రాజ్! ఈ పరిస్థితి అన్యాయం. దేవవ్రతుడి హక్కులను హరించడం సరికాదు.”

“కాబట్టి రాజన్! నేను కూడా నిస్సహాయుడిని."

కేవత్రాజ్ నుండి అలాంటి సమాధానం విన్న రాజు శంతనుడు నిరాశతో తిరిగి వచ్చాడు, కానీ సత్యవతి యొక్క అందం మరియు సువాసన అతని మనస్సు మరియు ఆత్మలో శాశ్వతంగా స్థిరపడింది. వారు ఆయనను మరచిపోలేకపోయారు. ఫలితంగా ప్రభుత్వోద్యోగంపైనా, తిండి, తాగాలన్నా ఆసక్తి లేదు. పగలు రాత్రి సత్యవతి అందమైన ముఖం అతని కళ్ల ముందు కనిపిస్తూనే ఉంది.

తండ్రికి కలిగిన ఈ దుఃఖాన్ని, బాధను దేవవ్రత్ నుండి దాచలేకపోయాడు. ఒకరోజు తన తండ్రిని అడిగాడు, “రాజా! మీకు ఇబ్బంది ఏమిటి? ఈ రోజుల్లో నీ బాధ పెరిగిపోతోంది."రాజు

శంతనుడు ఏ సమాధానం చెబుతాడు? సత్యవతి నుండి విడిపోయామనే అగ్నిలో కాలిపోతున్నామని ఎలా చెప్పగలం. సత్యవతి లేకుండా వారు జీవించలేరు.

ఏదో ఆలోచించి రాజు శంతనుడు “కొడుకు! నువ్వు నా ఒక్కడే సంతానం. నేను భవిష్యత్తు గురించి ఆలోచిస్తున్నాను, మన రాష్ట్రానికి ఏమి జరుగుతుందో? మీకు ఏదైనా జరిగితే, మా వంశం ఏమవుతుంది? నువ్వు యోధుడివి, ఎప్పుడూ ఆయుధాలతో ఆడుకునేవాడివి. యుద్ధభూమి నీ జీవితం. ఇలాంటి పరిస్థితుల్లో రాష్ట్రంపై ఆందోళన కలగడం సహజం. పుత్రుడు ఉన్నా లేకున్నా సమానం అని పండితులు సరిగ్గానే చెప్పారు. ఉంటే మాత్రమే! నాకు ఇంకా పిల్లలు పుట్టి ఉండేవాళ్ళే!”

అది విని దేవవ్రతుడు చలించిపోయాడు. తండ్రి మాటలపై అనుమానం రావడంతో అసలు విషయం తెలుసుకునేందుకు ప్రయత్నించాడు. మంత్రులతో సమావేశమై రాజుగారి ఆందోళనకు అసలు కారణాన్ని తెలుసుకోవాలన్నారు. ఒక మంత్రి "రాకుమారా! రాజు రాజు" అన్నాడు.

దేవవ్రత్ తన తండ్రిని విచారంగా చూడడానికి ఇష్టపడలేదు. వారు నేరుగా కేవత్‌రాజ్‌కి సంబంధించినవారు.ఇక్కడికి చేరుకుని, “నేను శంతను రాజు కొడుకుని. రాజ్యం యొక్క వారసత్వాన్ని నేను తిరస్కరించాను. ఇప్పుడు నువ్వు నీ కూతురిని రాజుకిచ్చి పెళ్లి చెయ్యి." కానీ కేవత్రాజ్ కూడా ముందుగా ఆలోచించి, "నువ్వు చెప్పింది నిజమే, కానీ నీ బిడ్డ రాజ్యం మీద తన హక్కును చాటుకోవాలనుకుంటే, నా కూతురు పిల్లవాడికి ఏమవుతుంది?"

"నీ భయం న్యాయమైనది." దేవవ్రత్ నవ్వుతూ, "దీనికి ఒకే ఒక పరిష్కారం ఉంది, నేను పెళ్లి చేసుకోకూడదు. ఈ రోజు నుండి నేను జీవితాంతం బ్రహ్మచారిగా ఉంటానని వాగ్దానం చేస్తున్నాను. ఇప్పుడు మీకు అభ్యంతరం లేదు."దేవవ్రత్ వాగ్దానానికి కేవత్రాజ్ చాలా ముగ్ధుడయ్యాడు. నిస్సందేహంగా ఒక యువకుడికి ఇంత భయంకరమైన వాగ్దానం చేయడం థ్రిల్లింగ్ విషయమే. వెంటనే పెళ్లికి అంగీకారం తెలిపాడు. "రాకుమారా, నీవు ధన్యుడివి, నా కుమార్తెను తీసుకెళ్ళండి, ఈ రోజు నుండి ఆమె శంతనుడిది అవుతుంది" అన్నాడు.

దేవవ్రతుడు ముందుకు వచ్చి సత్యవతితో " రాజభవనంలో నీవు విడిపోవడాన్ని చూసి రాజు అసహనానికి లోనవుతున్నాడు. నువ్వు నాతో ఇప్పుడే రాజభవనానికి రండి. ఈ రోజు నుండి నువ్వే నాకు తల్లివి" అన్నాడు.

దేవవ్రతుడు సత్యవతితో సహా రాజభవనానికి బయలుదేరాడు. దేవవ్రత తన జీవితాంతం బ్రహ్మచర్యం యొక్క కఠినమైన ప్రతిజ్ఞను పాటించాడు. అటువంటి భయంకరమైన ప్రతిజ్ఞ వల్ల అతని పేరు 'భీష్ముడు' అయింది. అతని భయంకరమైన వాగ్దానానికి స్వర్గంలోని దేవతలు కూడా తలవంచారు.

సత్యవతిని గుర్తించినందుకు రాజు శంతనుడు చాలా సంతోషించాడు.

కాలక్రమేణా సత్యవతికి రాజు నుండి ఇద్దరు కుమారులు కలిగారు. కుమారుల పేర్లు చిత్రాంగదు మరియు విచిత్రవీర్య. చిత్రాంగదుడు పెద్దవాడు, అందువల్ల అతను శంతనుడి తర్వాత రాజ్యానికి వారసుడు అయ్యాడు, కానీ చిత్రాంగదుడు గంధర్వ రాజుతో యుద్ధం చేస్తూ చంపబడ్డాడు. అతనికి పిల్లలు లేరు, కాబట్టి చిత్రాంగదుని తరువాత, అతని సోదరుడు విచిత్రవీర్య సింహాసనంపై కూర్చున్నాడు. విచిత్రవీర్యుడు అప్పటికి ఇంకా చిన్నవాడు, ఒంటరిగా పరిపాలించే అధికారం అతనికి లేదు. అందుచేత భీష్ముడు పెద్దవాడే వరకు రాజ్యాన్ని పాలించాడు. విచిత్రవీర్యుడు పెద్దయ్యాక, భీష్ముడు తన పెళ్లి గురించి చింతించటం మొదలుపెట్టాడు.

ఇది ప్రారంభమైంది. అన్నింటికంటే, వంశాన్ని ముందుకు తీసుకెళ్లాలి.

కాశీ రాజు తన ముగ్గురు కుమార్తెల స్వయంవరాన్ని నిర్వహించబోతున్నాడని భీష్మనికి సమాచారం వచ్చింది. విచిత్రవీర్య కోసం కాశీ రాజు కుమార్తెలలో ఒకరిని ఎందుకు ఎంచుకోకూడదని ఆలోచించాను.కోసం వదిలి.

ఇలా ఆలోచించి కాశీకి వెళ్లారు

(రెండు)

కాశీ రాజుకు ముగ్గురు కుమార్తెలు - అంబ, అంబిక మరియు అంబాలిక. ముగ్గురు యువరాణులు చాలా అందంగా ఉన్నారు.స్వయంవరం రోజున, భారతదేశం మరియు విదేశాల నుండి చాలా మంది యువరాజులు రాజ సభకు వచ్చారు. యువరాణులు ఎవరిని జీవిత భాగస్వాములుగా ఎంచుకుంటారో తెలుసుకోవాలనే ఆసక్తి అందరిలోనూ నెలకొంది.అప్పుడు భీష్ముడు రాజాస్థానంలో ప్రవేశించాడు. వారు విచిత్రవీర్య కోసం యువరాణిని ఎంచుకోవడానికి వచ్చారు, కాని అక్కడ ఉన్న యువరాజులు బహుశా తమ కోసం స్వయంవరంలో పాల్గొనడానికి వచ్చినట్లు భావించారు

భీష్ముడు వృద్ధుడయ్యాడు. "పెద్దలు తమను బ్రహ్మచారి అని పిలిచేవారు. ఇప్పుడు చూడు వృద్ధాప్యంలో స్వయంవరంలో పాల్గొనడానికి వచ్చారు" అని అందరూ హేళన చేయడం ప్రారంభించారు.భీష్ముడు ప్రశాంతంగా ఉన్నాడు, కానీ అతని హృదయంలో కోపం కూడా ఉంది.ముగ్గురు యువరాణులు తమ జీవిత భాగస్వాములను ఎంచుకోవడానికి చేతుల్లో దండలతో ముందుకు వచ్చినప్పుడు, వారు కూడా భీష్మని చూసి వ్యంగ్యంగా నవ్వారు.

ఇప్పుడు భీష్ముడు తట్టుకోలేకపోయాడు. అతను లేచి, "కండబలం ఉన్నవాడే ఈ అందాలను భార్యగా చేసుకోగలడు. నేను ఈ ముగ్గురు యువరాణులను ఇక్కడి నుండి తీసుకెళ్తున్నాను, ఎవరికి అధికారం ఉంటే వారు పోరాడి నా నుండి వారిని పొందాలి."రాజభవనమంతా నిశ్శబ్దం అలుముకుంది.

భీష్ముడి శౌర్యం ఎవరికి తెలియదు? భీష్ముడు అందరినీ పక్కకు జరిపి ముగ్గురు యువరాణులను రథంలో ఎక్కించుకుని రాజభవనం విడిచిపెట్టే వరకు కాశీ రాజు, అక్కడ ఉన్న యువరాజు లేదా ఇతరులు భీష్ముని ప్రతిఘటించారు.అందరూ చూస్తూ ఉండిపోయారు.

భీష్ముని రథం హస్తినాపురం వైపు పరుగెత్తింది.సోమ దేశపు రాజు శాల్వ కూడా స్వయంవరానికి వచ్చాడు. యువరాణి అంబ నుండివారు చాలా మధురమైన సంబంధం కలిగి ఉన్నారు. భీష్ముడు ముగ్గురు యువరాణులను ఇలా అపహరించడం చూసి తనని తాను అదుపు చేసుకోలేకపోయాడు. అంబను పొందేందుకు ప్రయత్నించాడు భీష్ముని వెంబడించాడు.

భీష్ముడితో యుద్ధంలో గెలవడం అంత సులభం కాదు. శాల్వ రాజు భీష్ముడి చేతిలో ఘోరంగా ఓడిపోయాడు. ముగ్గురు యువరాణుల కోరిక మేరకు భీష్ముడు శాల్వుడిని ప్రాణాలతో విడిచిపెట్టాడు. శాల్వ తన ప్రాణాలను కాపాడుకున్న తర్వాత తన దేశానికి తిరిగి వెళ్ళాడు.భీష్ముడు ముగ్గురు యువరాణులను హస్తినాపురానికి తీసుకువచ్చాడు.

అతను తన సవతి సోదరుడు విచిత్రవీర్యను ముగ్గురు యువరాణులతో వివాహం చేసుకోవాలనుకున్నాడు. పెళ్లి రోజు నిర్ణయించినప్పుడు, పెద్ద యువరాణి అంబ భీష్మునితో, "నేను మీ సోదరుడిని వివాహం చేసుకోలేను. నాకు రాజా శల్వ అంటే ఇష్టం, అతన్ని తప్ప మరెవరినీ భర్తగా అంగీకరించలేను. మీరు తెలివైనవారు, మీరే ఆలోచించండి, ఇప్పటికే ఒక వ్యక్తిని వివాహం చేసుకున్న అమ్మాయి మరొకరిని వివాహం చేసుకోవడం తగునా?అంబ మాటలు భీష్మునికి నచ్చాయి. వివాహానంతరం, అంబ విచిత్రవీర్యను హృదయపూర్వకంగా అంగీకరించదు, ఎందుకంటే ఆమె శాల్వుడిని ప్రేమిస్తుంది

ఆమె తనను తాను పూజించదగిన దేవుడిగా అంగీకరించింది. అందుచేత అతను అంబకు విధేయత చూపి శాల్వానికి తిరిగి వెళ్ళడానికి అనుమతించాడు.అంబ సంతోషంగా సోమ దేశం చేరుకుంది.

అకస్మాత్తుగా అతనిని చూసి సోమరాజు శాల్వుడు ఆశ్చర్యపోయాడు. అడిగాడు, "ఏయ్! మీరు అక్కడ ఎలా ఉన్నారు? భీష్ముడు నిన్ను తనతో తీసుకెళ్ళాడు.అంబ చెప్పింది, "అవును, నేను సోమరాజును నా భర్తగా అంగీకరించానని అతనితో చెప్పినప్పుడు, భీష్ముడు నన్ను విడిచిపెట్టాడు. నా సోదరీమణులిద్దరూ విచిత్రవీర్యతో వివాహం చేసుకున్నారు. ఇప్పుడు మేమిద్దరం కూడా వివాహమనే పవిత్ర బంధంలో బంధించబడాలి.

శాల్వుడు మెల్లగా మాట్లాడాడు, "అంబా! ఇప్పుడు పరిస్థితులు మారాయి. భీష్ముడు మిమ్మల్ని బలవంతంగా రద్దీగా ఉన్న ఆస్థానం నుండి తీసుకెళ్లాడు. కిడ్నాప్ చేయబడిన అమ్మాయిని నేను ఎలా పెళ్లి చేసుకుంటాను?

అంబ ఆకాశం నుండి పడిపోయినట్లు. ఆమె ఎక్కడ శల్వను కలవాలని తహతహలాడిందో, ఎక్కడ కలిసిన వెంటనే శాల్వ ఆమెను తిరస్కరించాడు. అంబ, "సోమరాజా! నువ్వు ఏమంటున్నావు, భీష్ముడు నన్ను గౌరవంగా నీ దగ్గరికి పంపాడు.""నువ్వు భీష్ముడి దగ్గరకే తిరిగి వెళ్ళు." శాల్వ సూటిగా సమాధానం చెప్పాడు. "వారు మీ భవిష్యత్తు గురించి ఆలోచించే వారు."

శాల్వుడిని ఒప్పించడానికి అంబ చాలా ప్రయత్నించింది, కానీ శాల్వ ఆమెను తన భార్యగా అంగీకరించలేదు. పేద అంబకు హస్తినకు తిరిగి రావడం తప్ప మరో మార్గం లేదు.ఆమె భీష్ముని దగ్గరకు వచ్చి, "నీ వల్ల శాల్వుడు నన్ను అంగీకరించడానికి నిరాకరించాడు, ఇప్పుడు నేను ఏమి చేయాలి?"

భీష్ముడు నిజంగా బాధపడ్డాడు. ఆమెను కూడా విచిత్రవీర్యకు భార్యగా ఎందుకు చేయకూడదని అనుకున్నా, ఆమె ఈ ప్రతిపాదనను విచిత్రవీర్యుని ముందు పెట్టగానే, "లేదు అన్నయ్యా! ఇంతకుముందే తన హృదయంలో మరొకరిని ఉంచుకున్న స్త్రీని నేను ఎలా వివాహం చేసుకోగలను?ఇప్పుడు భీష్ముడు చేస్తే ఏం చేయాలి?

అంబా పరిస్థితి అక్కడా ఇక్కడా లేదు. అతను భీష్మునితో ఇలా అన్నాడు, "ఇదంతా నీ కర్మల ఫలితం. ఇప్పుడు నువ్వు నన్ను పెళ్లి చేసుకో."నేనా?" అన్నాడు భీష్ముడు ఆశ్చర్యంగా, "అయితే నేను బ్రహ్మచారిని మరియు నా జీవితాంతం బ్రహ్మచర్యాన్ని అనుసరించడానికి కట్టుబడి ఉన్నాను. నువ్వు మరోసారి శాల్వా దగ్గరకు వెళ్లు, అతను నిన్ను తప్పకుండా అంగీకరిస్తాడు."

అంబ మరోసారి శాల్వా వద్దకు వెళ్లింది, కానీ అది ఎలాంటి ఫలితాన్ని ఇవ్వలేదు. శాల్వ తన పట్టుదలతో మొండిగా ఉన్నాడు.అంబ దాదాపు ఆరు సంవత్సరాలు భీష్ముడు మరియు శాల్వుల మధ్య నడుస్తూనే ఉంది. అంతేకాదు, భీష్ముడిపై పగ తీర్చుకోవడానికి ఇతర రాజుల వద్దకు కూడా వెళ్లినా ఆమెకు ఎక్కడి నుంచి సాయం అందలేదు.

ఇప్పుడు అంబ కూడా తన జీవితాన్ని నాశనం చేసిన భీష్ముని నాశనం చేసిన తర్వాతే చనిపోతానని నిర్ణయించుకుంది. భీష్మునికి వ్యతిరేకంగా ఆమెకు సహాయం చేయడానికి ఏ రాజు సిద్ధంగా లేనప్పుడు, ఆమె ఒంటరిగా మరియు తీవ్రమైన తపస్సులో నిమగ్నమై ఉంది. అతని తపస్సుకి కార్తికేయుడు సంతోషించాడు. అతను అంబకు ప్రత్యక్షమై, "కళ్ళు తెరవండి అంబా! నీ తపస్సుకి నేను సంతోషించాను. చెప్పు, నీకేం కావాలి?"

"భీష్ముని నాశనం." అంబ "భీష్ముని ధైర్యసాహసాలకు అందరూ భయపడుతున్నారు. ఎవరూ నాకు సహాయం చేయనక్కరలేదు."కార్తికేయ భగవానుడు ఆమెకు తామర పువ్వుల హారాన్ని ఇచ్చి, "ఈ హారాన్ని తీసుకొని ఉంచండి, దాని పువ్వులు ఎప్పటికీ వాడిపోవు. ఈ మాల మెడలో ఉన్నవాడే భీష్ముని నాశనం చేస్తాడు."

అంబ ఆ మాల తీసుకుని తన కార్యానికి బయలుదేరింది. అతను చాలా మంది ధైర్యవంతులైన రాజులను పిలిచాడు, కానీ భీష్ముడి ధైర్యసాహసాలు భీష్ముని మెడలో ఉన్న మాలలతో యుద్ధం చేయడానికి ఎవరూ సాహసించలేకపోయారు. అంబ చుట్టుపక్కల అంతా నిరాశ చెందింది. ఆమె దండను రాజు ద్రుపదుని రాజభవనం యొక్క తలుపుకు వేలాడదీసింది మరియు ఏడుస్తున్న కల్పతి స్వయంగా కొత్త పరిష్కారాన్ని వెతకడానికి బయలుదేరాడు. భీష్ముడిపై ప్రతీకారం తీర్చుకోవాలనే దృఢ సంకల్పం రోజురోజుకూ పెరుగుతూ వచ్చింది.ద్రుపద రాజు అంబతో, "నువ్వు పరశురాముడిని కలువు. వారు క్షత్రియులకు బద్ధ శత్రువులు. వారు ఖచ్చితంగా మీకు సహాయం చేస్తారు."

అలా అంబ పరశురాముడిని కలుసుకుంది. అంబకు సహాయం చేయడానికి పరశురాముడు వెంటనే అంగీకరించాడు. వారు భీష్ముని సమీపించి యుద్ధానికి సవాలు విసిరారు. భీష్మునికి, పరశురామునికి మధ్య భీకర యుద్ధం జరిగింది. ఇద్దరూ ధైర్యంగా ఉన్నారు. చాలా రోజులు యుద్ధం కొనసాగింది. సమాన పోటీ ఉంది, కాబట్టి ఎవరూ ఓడిపోలేదు మరియు ఎవరూ గెలవలేదు. పరశురాముడు యుద్ధంలో ఎక్కువ కాలం జీవించడం అసాధ్యం, కాబట్టి అతను ఓటమిని అంగీకరించి అంబతో ఇలా అన్నాడు, "మీరు భీష్ముడితో సంధి చేసుకోవడం సరైనదే. అవి మీకు మేలు చేస్తాయి. "అంబ భీష్ముడి ముందు ఎలా మోకరిల్లింది? భీష్ముడు తన జీవితాన్ని నాశనం చేసాడు, ఆమె కూడా భీష్ముని ప్రాణాలతో విడిచిపెట్టదు. అతను మరోసారి

తపస్సు చేసాడు. కఠోర తపస్సు చేసి శంకరుడిని ప్రసన్నం చేసుకున్నాడు. శంకర భగవానుడు అంబకు "ఈ జన్మలో కాదు, వచ్చే జన్మలో తప్పకుండా భీష్ముడి నుండి ప్రతీకారం తీర్చుకోగలవు" అని వరం ఇచ్చాడు.ఈ వరం ఇచ్చి శంకరుడు అదృశ్యమయ్యాడు, అయితే అంబ ఎక్కడ ప్రశాంతంగా ఉంది? వచ్చే జన్మ కోసం సహజ మరణం కోసం ఎదురుచూసేలా కూడా చేయలేదు. అతను తన అంత్యక్రియల చితికి తన చేతులతో అలంకరించాడు, దానికి నిప్పు పెట్టాడు మరియు అగ్నికి లొంగిపోయాడు. ఆమె తుది శ్వాస విడిచిన వెంటనే, అంబ రాజు డుప్రాడ్ భార్య గర్భం నుండి కొత్త జన్మ తీసుకుంది. మరుసటి జన్మలో ఆమె ద్రుపద రాజు కుమార్తెగా జన్మించింది. అదే సమయంలో, కార్తికేయ భగవానుడు ఆమెకు ఇచ్చిన మాల కూడా అంబ పొందింది. ఆమె మెడలో ఆ దండ వేసింది.ద్రుపద రాజుకు జపమాల వైభవం తెలుసు. భవిష్యత్తులో భీష్ముని అనవసరంగా ఎదుర్కోవాల్సి వస్తుందేమోనని భయపడిన రాజు ద్రుపదుడు తన కూతురిని ఇంటి నుంచి గెంటేశాడు.

ఈ జన్మలో కూడా భీష్ముడిపై పగ తీర్చుకోవాల్సిన విషయం అంబ మరచిపోలేదు. ఇంటి నుండి బయటకు పంపబడిన తరువాత, అతను మళ్ళీ తపస్సు చేసాడు. స్త్రీ రూపంలో భీష్ముడితో పోటీ పడటం అసాధ్యమని ఆమెకు తెలుసు, ఆమె పురుష రూపాన్ని పొందాలని

కోరుకుంది. కఠోర తపస్సు చేసి చివరకు పురుష రూపాన్ని పొందాడు.అంబ యొక్క ఈ పురుష రూపం శిఖండి అనే పేరుతో ప్రసిద్ధి చెందింది. మహాభారత యుద్ధంలో శిఖండి అర్జునుడి రథాన్ని నడిపాడు. ఆ సమయంలో భీష్ముడు అతన్ని గుర్తించాడు. అతను కోరుకుంటే, అతను ఆ క్షణంలోనే అతనిని చంపగలడు, కానీ ఒక మహిళపై దాడి చేయడం భీష్ముడి మనస్సాక్షికి అనుగుణంగా లేదు. ఈ శిఖండిని ముందు ఉంచి అర్జునుడు భీష్మ పితామహుని బాణాలతో దాడి చేసి విజయం సాధించాడు. భీష్ముడు యుద్ధభూమిలో గాయపడి పడిపోయినప్పుడు, అంబ యొక్క ప్రతీకార అగ్నిని చల్లార్చవచ్చు.

మరోవైపు అంబిక, అంబాలికలకు విచిత్రవీర్యతో వివాహం జరిగింది. విచిత్రవీర్యుడు తన భార్యలిద్దరితో కలసి ఆనందంగా జీవిస్తున్నాడు.కానీ మితిమీరిన భోగాల ఫలితంగా విచిత్రవీర్య అస్వస్థతకు గురయ్యాడు. అతను సుమారు ఏడు సంవత్సరాలు అంబిక మరియు అంబాలికతో నివసించాడు, తరువాత క్షయవ్యాధితో బాధపడుతూ సంతానం లేకుండా మరణించాడు. ఇప్పుడు రాజ్యానికి వారసుడు లేడు.

దీంతో సత్యవతి చాలా బాధపడింది. అతని కొడుకులిద్దరూ సంతానం లేకుండా చనిపోయారు. విచిత్రవీర్యుని భార్యలిద్దరూ యవ్వనంలోనే వితంతువులయ్యారు. ఇప్పుడు రాజవంశం ఎలా ముందుకు సాగుతుంది? భీష్ముడు ఎప్పటికీ వివాహం చేసుకోనని ప్రతిజ్ఞ చేసాడు, కానీ అతను తన వారసుల కోసం కూడా తన ప్రతిజ్ఞను ఉల్లంఘించలేదా

ఒకరోజు సత్యవతి భీష్మునితో, "కుమారా! ఎప్పుడూ ఊహించనిది జరిగింది. ఇప్పుడు రాజ్యానికి వారసుడు ఏమవుతాడు? మన వారసుల పరిస్థితి ఏమవుతుంది? అవును, మీరు మీ సమ్మతిని ఇస్తే ఒక మార్గం కనుగొనవచ్చు.

"ఎటువైపు తల్లీ?" భీష్ముడు అడిగాడు.

"మీ అన్నయ్య భార్యలు చిన్న వయసులోనే వితంతువులయ్యారు. వితంతువులు పునర్వివాహం చేసుకోవచ్చని గ్రంథాలలో నిబంధన ఉంది. ఇది ఈ అమ్మాయిల జీవితాలను మెరుగుపరుస్తుంది మరియు మా వంశం కూడా ముందుకు సాగుతుంది.""కాబట్టి దయచేసి నేను ఏమి చేయాలో నాకు ఆదేశించండి?"

"వత్సా! ఇప్పుడు అంతా నీ మీదే ఆధారపడి ఉంది. నేను నీ తల్లిని. కోడళ్ళిద్దరినీ దత్తత తీసుకుని వంశాన్ని ముందుకు తీసుకువెళ్ళడానికి నీకు అనుమతి ఇస్తున్నాను."భీష్ముడు వెంటనే "లేదు తల్లీ! ఇది జరగదు. నేను నా వాగ్దానాన్ని ఉల్లంఘించలేను. నువ్వు వేరే పరిష్కారం ఆలోచించడం మంచిది."

సత్యవతి కొన్ని క్షణాలు మౌనంగా ఉండిపోయింది. తర్వాత ఏదో ఆలోచించి భీష్మునితో ఇలా అన్నాడు, "కుమారా! ఈ రోజు వరకు నేను ఒక విషయం అందరికి తెలియకుండా దాచి

ఉంచాను, కానీ మన వంశంలో వచ్చిన సంక్షోభాన్ని దృష్టిలో ఉంచుకుని, ఈ రోజు నేను మీకు ఈ రహస్యాన్ని చెబుతున్నాను. వినండి! మీ నాన్నగారితో పెళ్లికి ముందు, నేను మా నాన్నతో కలిసి నది దాటడానికి ప్రయాణీకులకు సహాయం చేస్తాను. ఒకరోజు పరాశరుడు నా పడవ ఎక్కాడు. నేను అతనిని నది దాటి తీసుకెళ్తున్నప్పుడు, అతను ఒక్కసారిగా నా వైపు ఆకర్షితుడయ్యాడు. అతను నాపై తన ప్రేమను ఉద్రేకంతో ప్రదర్శించాడు. నేను చాలా భయపడిపోయాను. నిజానికి రెండు కారణాల వల్ల నేను భయపడ్డాను - ఒకటి నేను రిషికి కోపం తెప్పిస్తే, అతను నాకు ఏదైనా భయంకరమైన శాపం ఇస్తాడు, రెండవది నేనేదైనా తప్పు చేశానని తండ్రికి తెలిస్తే, అతను నన్ను శిక్షించగలడు. కోపం వస్తుంది. ఇప్పుడు నేనేం చేయాలి?అప్పుడు నేను మహర్షితో, 'ఓ ఋషి! నీ ఆలోచన మార్చుకో. నేను మత్స్య మత్స్య కుమార్తెను, అందుచేత నా శరీరం నుండి చేపల దుర్వాసన ఎల్లప్పుడూ వెలువడుతుంది. దీనికి కూడా ఋషి అంగీకరించలేదు.

'నాకు అన్నీ తెలుసు, వాసన గురించి కంగారుపడకు, వెంటనే తీసేస్తాను' అన్నాడు. ఇలా చెప్పి, ఋషి పరాశరుడు తన మహిమతో నా శరీరాన్ని వాసన లేకుండా చేసాడు. ఇది మాత్రమే కాదు, అతని దయతో నా శరీరమంతా చాలా ఆకర్షణీయమైన సువాసనతో తడిసిపోయింది. ఈ అద్భుతాన్ని చూసి నేను మహర్షికి చాలా ముగ్ధుడయ్యాను. అతని దయకు ప్రతిఫలంగా, నేను అతనికి లొంగిపోయాను. నేను గర్భవతి అయినప్పుడు, ఋషి నన్ను ఏకాంత ద్వీపానికి తీసుకెళ్ళి, 'నువ్వు ఈ ద్వీపంలో నివసించి, నీ కొడుకును పుట్టించు. ఒక కొడుకు పుట్టిన తరువాత, మీరు మళ్ళీ కన్యగా పరిగణించబడతారు.

ఆ ద్వీపంలో నాకు వ్యాసుడు అనే కొడుకు పుట్టాడు. ఒక రకంగా చెప్పాలంటే అతను మీ సోదరుడే. అతను చాలా నేర్చుకున్నాడు మరియు గ్రంధాలలో జ్ఞానవంతుడు. నేను అతని నుండి విడిపోయాక, 'అమ్మా! మీకు నా అవసరం అనిపించినప్పుడల్లా, నన్ను గుర్తుంచుకోండి. గుర్తుకు వచ్చిన వెంటనే హాజరవుతాను. అతను నా పెద్ద కొడుకు. మీరు అంగీకరిస్తే, నేను అతనిని మాత్రమే పిలుస్తాను. ఈ సంక్షోభ సమయంలో ఒక్కరు మాత్రమే మనకు సహాయం చేయగలరు. చెప్పు, ఇప్పుడు మీరు ఏమనుకుంటున్నారు?

సత్యవతి నిజానికి గంధర్వుడి కూతురు. ఒకరోజు గంధప్ నది మీదుగా ఎగురుతూ ఉండగా, అతని వీర్యం కారడంతో నదిలో ఈదుతున్న చేప నోటిలో పడింది. ఈ విధంగా చేప సత్యవతికి జన్మనిచ్చింది, ఆమె తరువాత కేవత్రాజ్ ద్వారా పెరిగింది. చేప గర్భం నుండి పుట్టినందున అతని శరీరంలో చేప వాసన వ్యాపించింది.

భీష్ముడు ఏం సమాధానం చెప్పగలిగాడు? వ్యాసుడు మరెవరో కాదు, ఒక విధంగా ఆయన సోదరుడే, అతను కూడా పండితుడు మరియు పండితుడు కావడం విశేషం. అతను

మెల్లగా అన్నాడు, "మీకు తగినది అనిపిస్తే వ్యాసుడిని పిలవండి."సత్యవతి చింతలన్నీ ఒక్క క్షణంలో తొలగిపోయాయి. ఏకాగ్రతతో తన పెద్ద కొడుకుని స్మరించుకున్నాడు, రెప్పపాటులో వ్యాసుడు అతని ముందు ప్రత్యక్షమయ్యాడు.

వ్యాసుడు "చెప్పు తల్లీ! ఎలా గుర్తు పట్టింది?"సత్యవతి, "కుమారా! మన రాజవంశం ప్రమాదంలో పడింది. ఇప్పుడు మీరు అలా ఉన్నారునువ్వు కురు వంశాన్ని కష్టాల నుండి కాపాడగలవు." "అమ్మా, ఆజ్ఞ ఇవ్వు! నేను అన్నింటికీ సిద్ధంగా ఉన్నాను.నేను దానికి సిద్ధంగా ఉన్నాను. "ఇంట్లో ఇద్దరు కోడలు ఉన్నారు, కానీ రాష్ట్రానికి వారసత్వం లేకుండా పోయింది. విచిత్రవీర్యుడు సంతానం లేకుండా మరణించాడు మరియు అతని భార్యలు చిన్న వయస్సులోనే వితంతువులయ్యారు. నీవు విచిత్రవీర్యుడికి అన్నయ్యవి, మరొక సోదరుడు కోరుకుంటే, మరణించిన సోదరుడి వితంతువులకు అదృష్టాన్ని అందించగలడని గ్రంథాలలో వ్రాయబడింది. అందుచేత అంబిక, అంబాలికలను దత్తత తీసుకుని వారికి సంతాన సుఖాన్ని ప్రసాదించు, తద్వారా కురు వంశపు దీపం కలకాలం ప్రకాశిస్తూనే ఉంటుంది.

తల్లి దుఃఖాన్ని చూసి తట్టుకోలేకపోయాడు వ్యాసుడు. అతను ఆ క్షణంలోనే తన సమ్మతిని తెలిపాడు, కానీ "ప్రస్తుతం నేను అంబిక మరియు అంబాలిక ముందు వెళ్ళే స్థితిలో లేను. నేను నా వేషం మార్చుకున్న తర్వాత అతనిని కలుస్తాను."

"లేదు కొడుకూ!" అంది సత్యవతి, "ఇప్పటికే కాస్త ఆలస్యమైంది, ఇక ఆలస్యం చేయనవసరం లేదు, నువ్వు ఈ రూపంలో కోడళ్లను కలుస్తావు"సరే తల్లీ! నీ ఇష్టం వచ్చినట్టు అవుతుంది కానీ ఒక్క మాట వినండి - కోడలు ఇద్దరూ నా మొహం పట్టించుకోకుండా సపోర్ట్ చేస్తే గుణవంతుడు, అందమైన బిడ్డ పుడతాడు." వ్యాసుడు, "మీ కోడళ్లిద్దరినీ సిద్ధం చేయండి, నేను ఈ సమయంలో కలుస్తాను" అన్నాడు.

అప్పుడు సత్యవతి తన పెద్ద కోడలు అంబిక వద్దకు వెళ్లి, "పదహారు అలంకారాలు త్వరగా చేసి పడకగదికి చేరుకోండి, విచిత్రవీర్యుని సోదరుడైన వ్యాసుడు నీకు సంతానం ఇస్తాడు. ఇది శాస్త్రాలలో నిర్దేశించబడింది..." అని ఆదేశించింది.అంబిక వంశ్ని రక్షించడానికి ఇదొక్కటే మార్గమని తెలిసి, పెళ్లికూతురులా తయారై బెడ్‌రూమ్‌కి చేరుకుని వ్యాసుడి కోసం ఎదురుచూసింది.కొంతసేపటికి వ్యాసుడు అక్కడికి ప్రవేశించాడు.

అంబిక అతనివైపు కుతూహలంగా చూసేసరికి నిశ్చేష్టురాలైంది. వ్యాసుడు వికారమే కాదు, బట్టలు కూడా మురికిగా ఉన్నాయి, గడ్డం, జుట్టు పొడవుగా ఉన్నాయి, అతను చాలా రోజుల నుండి స్నానం కూడా చేయనట్లు అనిపించింది. వ్యాసుడు దగ్గరికి రాగానే అంబిక కళ్ళు మూసుకుంది.కొంత సమయం తరువాత, వ్యాసుడు పడకగది నుండి బయటకు వచ్చి సత్యవతితో ఇలా అన్నాడు, "అంబిక ఒక అందమైన బిడ్డకు జన్మనిస్తుంది, అతను ఈ

రాజ్యానికి వారసుడు అవుతాడు, కానీ ఆ బిడ్డ పుట్టుకతోనే అంధుడు, ఎందుకంటే అంబిక ఆమె కళ్ళు మూసుకుంది. సంభోగం."

పుట్టుకతోనే అంధుడు! సత్యవతి ఆశ్చర్యపోయింది.సత్యవతి వ్యాసునితో "కుమారా! నువ్వు కూడా ఒకసారి అంబాలికను కలవాలి" అంది.తల్లి కోరికపై వ్యాసుడు కూడా అంబాలిక వద్దకు వెళ్ళాడు. అంబాలిక కూడా పదహారు అలంకారాలు ధరించి పడకగదిలో కూర్చుంది, కానీ ఆమె కూడా

వ్యాసుడిని చూడగానే భయంతో పాలిపోయింది. బయటకు వస్తూ, వ్యాసుడు తన తల్లితో, "అంబాలికా కొడుకుపుట్టగానే ధైర్యవంతుడవుతాడు కానీ శరీరం పసుపు రంగులో ఉంటుంది." ఒక అంధుడు, ఒక పాలిపోయినవాడు! పేద సత్యవతి ఒకవైపు దీని గురించి ఆందోళన చెందుతోంది.

కోడళ్లు కూతుళ్లు అవుతారని సంతోషిస్తూనే, కొడుకులిద్దరూ రుగ్మతలతో పుడతారని బాధపడింది. సకల సుగుణాలు కలిగిన పుత్రుడు కావలెను. సత్యవతి అంబికను కలుసుకుని, "కుమార్తె! ఇది చాలా చెడ్డది. మీరు మరోసారి వ్యాసునితో పరిచయం చేసుకోవడం సరైనదే. గుర్తుంచుకోండి, ఈసారి మీరు వ్యాసుడిని ప్రసన్నం చేసుకోవాలి, తద్వారా పుట్టిన కొడుకు ప్రతి కోణం నుండి చూస్తాడు.ఉత్తమంగా."

అంబిక అంగీకరించింది, కానీ ఆమె మనస్సు నుండి భయం పోలేదు. మళ్లీ వ్యాసుడితో పరిచయం ఏర్పడుతుందనే ఆలోచనతో ఆమె వణికిపోయింది. ఆమె తన పరిచారికలో ఒకరిని, "మిత్రమా! నువ్వు నన్ను ఈ వ్యాసుడి నుండి రక్షించు, లేకపోతే నేను చనిపోతాను" అని అభ్యర్థించింది.

"నేను ఏమి చేయాలి?' పనిమనిషి అడిగింది.

"నా బట్టలు ధరించి వ్యాసుని ప్రసన్నం చేసుకోండి, అంతే."

పనిమనిషి అంగీకరించింది మరియు అంబిక యొక్క బట్టలు ధరించి ఆమె పడకగదికి చేరుకుంది.

మరోవైపు అంబికను మరోసారి కలవాలని సత్యవతి వ్యాసుడిని అభ్యర్థించింది. ఈసారి అంబిక గదికి వ్యాసుడు చేరుకోగానే పనిమనిషి వ్యాసునికి పూర్తి సహకారం అందించింది. వ్యాసుడు తృప్తి చెందాడు, కావున తరువాత దాసికి పుట్టిన కుమారుడు వికారములనుండి విముక్తుడు మరియు జ్ఞానవంతుడయ్యాడు.కాలక్రమేణా, అంబికకు జన్మనిచ్చిన కొడుకు అంధుడు, అతని పేరు ధృతరాష్ట్రుడు. ఆ తర్వాత అంబాలికకు పసుపు రంగు కలిగిన కుమారుడు జన్మించాడు, అతని పేరు పాండు. పనిమనిషి యొక్క క్రమరహిత కుమారుడిని విదురు అని పిలిచేవారు. అతను నిజంగా అన్ని సద్గుణాలతో దీవించబడ్డాడు.

ముగ్గురు పిల్లలు ప్యాలెస్‌లో పెరగడం ప్రారంభించారు - నిజమైన సోదరుల వలె.ముగ్గురి చదువు కలిసి మొదలైంది. గ్రంథాలే కాకుండా ఆయుధాల జ్ఞానాన్ని కూడా ఇచ్చాడు. భీష్మని సంరక్షణలో, ముగ్గురు పిల్లలు క్రమంగా బలం, తెలివి మరియు జ్ఞాన రంగాలలో అభివృద్ధి చెందడం ప్రారంభించారు.

ముగ్గురూ పెద్దయ్యాక, ధృతరాష్ట్రుడు శక్తివంతుడిగా నిరూపించబడ్డాడు, పాండు యొక్క విలువిద్య నైపుణ్యానికి పోటీగా ఎవరూ లేరు మరియు విదుర్ మతం, రాజకీయాలు మరియు న్యాయంలో విశిష్టతను నిరూపించుకున్నాడు.

అటువంటి నైపుణ్యం కలిగిన రాకుమారులు దొరికిన తర్వాత మహాత్మా భీష్ముడి ఆనందానికి అవధులు లేవు. ఇప్పుడు రాకుమారులకు వివాహ వయస్సు వచ్చింది, కాబట్టి భీష్ముడు వారి కోసం వధువులను వెతకడం ప్రారంభించాడు.

ధృతరాష్ట్రునికి గాంధార దేశపు రాజు సుబల్ కుమార్తె గాంధారి అంటే ఇష్టం. గాంధారికి ధృతరాష్ట్రుడితో వివాహమైనప్పుడు గాంధారి కూడా తన భర్త అంధుడు కాబట్టి జీవితాంతం కళ్లకు గంతలు కట్టుకుని ఉంటానని శపథం చేసింది. భర్తనే బయటి ప్రపంచం చూడలేనప్పుడు, కళ్ళు తెరిచి జీవించడానికి గాంధారికి ఏమి హక్కు వచ్చింది. ఆమె చాలా మర్యాదపూర్వకంగా, ధర్మబద్ధంగా మరియు సద్గుణవంతురాలు.

ధృతరాష్ట్రుడు అంధుడు కాబట్టి రాజ్యాన్ని తన తమ్ముడు పాండుకు అప్పగించాడు. పాండుకు ఇద్దరు కుమార్తెలకు వివాహం జరిగింది - ఒకరి పేరు మాద్రి మరియు మరొకరికి కుంతి

కుంతీ శ్రీ కృష్ణుని తాత అయిన శూరసేన రాజు కుమార్తె. కుంతీ బాల్యం కుంతీభోజుని ఇంట్లోనే గడిచింది. కుంతీభోజుడు రాజు శూరసేనుడి సోదరుడు మరియు సంతానం లేనివాడు, అందుకే రాజు శూరసేనుడు తన మొదటి బిడ్డ కుమార్తె పృథను కుంతిభోజునికి అప్పగించాడు. ఈ అమ్మాయి పృథ తరువాత కుంతి అని పిలువబడింది.

ఒకానొకప్పుడు. దుర్వాస మహర్షి కుంతీభోజుని వద్దకు వచ్చాడు. కుంతి అతనికి విశేష సేవ చేసింది. దీంతో దుర్వాస మహర్షి చాలా సంతోషించాడు. అతను కుంతికి ఒక మంత్రాన్ని ఉపదేశించి, "దేవతని స్మరిస్తూ ఈ మంత్రాన్ని జపిస్తే, ఆ దేవత నిన్ను చేరుకుని, తెలివైన మరియు తపస్వి అయిన పుత్రరత్నాన్ని ప్రసాదిస్తుంది" అని చెప్పాడు.

దుర్వాస మహర్షి కుంతికి ఈ మంత్ర జ్ఞానాన్ని వృధాగా ఇవ్వలేదు. భవిష్యత్తులో కుంతికి ఈ మంత్రం అవసరమని అతనికి తెలుసు.ఈ వరం ఇచ్చి దూర్వాస మహర్షి వెళ్ళిపోయాడు, కాని కుంతి చిన్నపిల్లల మనస్సు చంచలంగా మారింది. ఈ మంత్రంలోని మహిమను ఎందుకు చూడకూడదని అనుకున్నాను. ఇలా ఆలోచిస్తూనే, అతని కళ్ళు ఒక్కసారిగా ఆకాశం వైపు

చూసాయి, అక్కడ సూర్యుడు ప్రకాశవంతంగా ప్రకాశిస్తున్నాడు. మంత్రోచ్ఛారణతో సూర్యుని స్మరించుకుంది కుంతి. రెప్పపాటులో సూర్యుడు కుంతి ముందు ప్రత్యక్షమయ్యాడు. కుంతి సూర్యని సరదాగా పిలిచింది. అకస్మాత్తుగా తన ఎదురుగా అతనిని గుర్తించినందుకు కుంతి భయపడింది, కానీ దుర్వాస మహర్షి యొక్క వరం ఎలా విఫలమవుతుంది, అందుకే సూర్యుడు, "కుంతీ! భయపడకు, నేను నీకు పుత్ర ఫలాన్ని ఇస్తాను. ఈ కొడుకు చాలా ప్రకాశవంతంగా మరియు సన్యాసిగా ఉంటాడు. అతను పుట్టినప్పటి నుండి చెవిపోగులు మరియు కవచాలు ధరించి పుడతాడు. ఈ చెవిపోగులు మరియు కవచాలు అతనిని విపత్తుల నుండి ఎల్లప్పుడూ రక్షిస్తాయి."

"అయ్యో! కానీ కన్యక ఆడపిల్లకి కొడుకు పుడితే లోకం ఏమనుకుంటుంది?"

"బాధపడకు, ఈ కొడుకు పుట్టినంత మాత్రాన నీ కన్యత్వం చెడిపోదు." అని చెప్పి సూర్యుడు అదృశ్యమయ్యాడు.

తగిన సమయంలో, కుంతి చెవిపోగులు మరియు కవచాలు ధరించి చాలా ప్రకాశవంతమైన బిడ్డకు జన్మనిచ్చింది. సమాజ భయంతో కుంతి బిడ్డ పుట్టగానే నదిలో పడేసింది.కురురాజు రథసారధి అయిన అధిరథుడు నదిలో స్నానం చేస్తుండగా ఈ బిడ్డ దొరికాడు. అధిరథుడు సంతానం లేనివాడు, అందుకే సంతానం పొందిన తర్వాత అతని ఆనందానికి అవధులు లేవు. ఆ చిన్నారికి వాసుసేన్ అని పేరు పెట్టి ఎంతో ఆప్యాయంగా పెంచడం ప్రారంభించాడు. ఈ శిశువు వసుసేనుడు పెరిగి పెద్దవాడై కర్ణుడనే పేరు పొందాడు

మరోవైపు, కుంతి వివాహానికి అర్హత పొందినప్పుడు, ఒక స్వయంవరం నిర్వహించబడింది. యువరాజు పాండు కూడా స్వయంవరానికి వచ్చాడు. కుంతి అతని మెడలో మాల వేసి, అతనిని తన పూజనీయమైన దేవుడిగా అంగీకరించింది. కుంతితో పాటు, పాండు మద్రా దేశానికి చెందిన రాజు శల్యుని సోదరి అయిన మాద్రిని కూడా వివాహం చేసుకున్నాడు.మూడవ యువరాజు విదుర్ రాజు దేవక్ యొక్క అందమైన కుమార్తె పార్శ్విని వివాహం చేసుకున్నాడు.

పాండు మంచి పాలకునిగా ఎంతో గౌరవించబడ్డాడు. ధృతరాష్ట్రుడు పుట్టుకతోనే అంధుడు కాబట్టి పాండును సింహాసనంపై కూర్చోబెట్టారు. పాండు రాజు అయిన వెంటనే తన సత్తా చాటాడు. అతను తన ప్రజలతో న్యాయంగా మరియు స్నేహపూర్వకంగా ఉన్నాడు. ఇది కాకుండా, అతను అనేక పొరుగు రాష్ట్రాలను తన సామ్రాజ్యంలో కలుపుకున్నాడు. ఎన్నో ఏళ్లు అవిశ్రాంతంగా శ్రమించి, పాండు విశ్రాంతి కోసం హిమాలయాలలోని శాల్ అడవులకు బయలుదేరాడు.

అదే సాల్ అడవిలో ఒక జత జింక నివసించేది. ఈ జింక దంపతులు నిజానికి ఋషి భార్యాభర్తలు. ఒకసారి అడవిలో శృంగారంలో మునిగి ఉన్న సమయంలో పాండు వేట నిమిత్తం

అక్కడికి చేరుకున్నాడు. ఎదురుగా ఉన్న జంటను చూడగానే వేటాడాలనిపించింది. అతను విల్లు తీసుకొని నేరుగా జింకను తాకిన బాణం. ఆ సమయంలో జింక చాలా ఉద్వేగానికి లోనైంది, బాణం తగిలిన వెంటనే అది నేలపై పడి మెలికలు తిరగడం ప్రారంభించింది. మరణిస్తున్నప్పుడు పాండును శపించాడు-"ఇది నీకు మంచిది కాదు. ఇప్పుడు నువ్వు కూడా నీ భార్యతో సెక్స్ చేసిన క్షణంలోనే చనిపోతావు."

పాండు పశ్చాత్తాపానికి అంతులేదు. ఈ శాప భారంతో ఇప్పుడు ఎలా జీవిస్తారో! అతను చాలా నిరాశ మరియు విచారంగా మారాడు. జీవించాలనే కోరిక పోయింది. అతనికి ఒకే ఒక ఆందోళన ఉంది, ఇప్పుడు రాజవంశం ఎలా పెరుగుతుంది? ఒక్కొక్కరికి ఇద్దరు భార్యలు ఉన్నప్పటికీ, వారు సంతానం లేకుండా చనిపోతారు.తన భర్త దుఃఖానికి కారణం తెలుసుకున్న కుంతికి వెంటనే దుర్వాస మహర్షి వరం గుర్తుకొచ్చింది. మహర్షి చెప్పిన మంత్రాన్ని ఆమె ఇంకా మరచిపోలేదు.

ఆమె పాండుతో, "అంత నిరాశ చెందనవసరం లేదు. దేవ్! నేను కోరుకున్న కొడుకును పొందగలనని దుర్వాస మహర్షి అటువంటి మంత్రంతో నన్ను అభిషేకించారు.""ఎలా ఉంది?" ఆశ్చర్యంగా అడిగాడు పాండు. దీనిపై కుంతి తన మొత్తం కథను వివరించింది మరియు ఆడుతున్నప్పుడు సూర్యదేవుని నుండి ఎలా అదృష్టాన్ని పొందిందో కూడా చెప్పింది

పాండు ఆనందానికి అవధులు లేవు. అతను ఉద్వేగానికి లోనయ్యాడు మరియు "దేవునికి ధన్యవాదాలు మేము పిల్లలు లేకుండా ఉండము. మన వంశం కూడా ముందుకు సాగుతుంది. కుంతీ! నా మంచి భార్య! ఆలస్యం చేయకు, త్వరలో నాకు తండ్రి అయ్యే ఆనందాన్ని ఇవ్వు. అన్నింటిలో మొదటిది, మృత్యుదేవత అయిన యమను మంత్రంతో పిలవండి, అతను న్యాయానికి మరియు సత్యానికి చిహ్నం. ఆయన ఇచ్చిన కొడుకు మన వంశం గర్వపడేలా చేస్తాడు.అదే రోజున కుంతికి కొడుకు పుట్టేందుకు సన్నాహాలు ప్రారంభించింది. తన గదిలోకి వెళ్లి యముడు స్మరిస్తూ మంత్రం పఠించాడు. ఆ మరుసటి క్షణం యమదేవుడు కుంతి ముందు ప్రత్యక్షమయ్యాడు. కుంతి ముకుళిత హస్తాలతో తన కోరికను అతనికి తెలియజేసింది.యమ ఒక వరం ఇచ్చి, "ఏవమస్తు! కుంతీ! ఈ నీ కుమారుడు మానవులలో ఉత్తముడు, నిజాయితీపరుడు, సత్యవంతుడు మరియు ధైర్యవంతుడు అవుతాడు. ఇతడు యుధిష్ఠిరుడు అనగా యుద్ధ విజేత అని పిలువబడతాడు" అని చెప్పాడు.

కాలక్రమేణా కుంతికి జన్మించిన మొదటి కుమారుడు ఈ లక్షణాలతో నిండి ఉన్నాడు.రెండవ సారి, కుంతి వాయుని ప్రార్థించింది, ఎందుకంటే పాండుకు క్షత్రియ వంశపు పిల్లల వలె శారీరకంగా చాలా ధైర్యవంతుడు మరియు బలవంతుడు అయిన రెండవ కొడుకు కావాలి. వాయువు కుంతికి అలాంటి కుమారుడిని ఇచ్చాడు. చిన్నతనంలో తల్లితో పడుకుని తిరిగే సరికి స్వల్పంగా భూకంపం వచ్చిందంటే ఈ చిన్నారి శారీరక సామర్థ్యానికి నిదర్శనం. అతన్ని భీముడు అని పిలిచేవారు.

రెండవ కొడుకు పుట్టిన తరువాత పాండు కుంతితో ఇలా అన్నాడు, "ఇప్పుడు మనకు ఆయుధాలను నిర్వహించడంలో అద్వితీయమైన కుమారుడు ఉన్నాడు, అతని ధైర్యసాహసాలతో ఎవరూ పోటీపడలేరు."అందుకే, ఈసారి కుంతి దేవాధిదేవుడు ఇంద్రుడిని స్తుతించింది. ఇంద్రుడు ప్రత్యక్షమై కుంతి కోరిక తీర్చాడు. కుంతి తన మూడవ కుమారునికి జన్మనిచ్చినప్పుడు, ఆకాశం నుండి ఒక స్వరం ఇలా చెప్పింది, "ఈ కొడుకు బలం, శౌర్యం, తెలివితేటలు మరియు ఆయుధ నిర్వహణలో ఎవరికీ సాటిరాదు. ఇది కురు వంశానికి కీర్తిని తెస్తుంది.

తల్లిదండ్రులు తమ కొడుకుకు అర్జున్ అని పేరు పెట్టారు. ఇంద్రుడు అర్జునుడికి అందించిన ప్రత్యేకమైన శౌర్యం ఏమిటంటే సూర్యభగవానుడి కుమారుడైన కర్ణుడికి అజేయమైన కవచాలు మరియు చెవిపోగులు ఉన్నాయి. ఇంద్రుడు తన కొడుకును ప్రతి విపత్తు నుండి రక్షించాలనుకున్నాడు.కుంతి ముగ్గురు కుమారులకు తల్లి అయ్యింది, మాద్రి ఇంకా సంతానం లేకుండా ఉంది. కుంతి ముగ్గురు కుమారులతోనే సంతృప్తి చెందింది. అతనికి పిల్లలు లేరు

ఆమె ఏమీ కోరుకోలేదు, అయితే పాండుకు ఎక్కువ మంది కొడుకులు కావాలి. మరోవైపు మాద్రి కూడా తల్లి కావాలనుకుంది. అందుకు ఆమె కుంతిని కలుసుకుని, "కుంతీ సోదరీ! నా గర్భం ఖాళీగా ఉంటుందా? నాకు కూడా తల్లి అయ్యే భాగ్యం కలగనివ్వండి.నిజమే, ప్రతి స్త్రీ తల్లి కాకుంటే అసంపూర్ణమే. కుంతి వల్ల మాద్రి బాధ తగ్గకపోవడంతో మాద్రికి కూడా మంత్రం సహాయంతో అశ్విని కుమార్‌ని పిలిచింది. అశ్విని నుండి అతనికి ఇద్దరు కవల కుమారులు - నకుల్ మరియు సహదేవ్. ఈ ఐదుగురు సోదరులను పాండవులు అని పిలిచేవారు.మరోవైపు ధృతరాష్ట్రుడు, గాంధారి నూరుగురు కుమారులను పొందారు. ఈ కొడుకులే కాకుండా అతనికి 13 మంది కుమార్తెలు కూడా ఉన్నారు. ఈ వందమంది కుమారులను కౌరవులు అని పిలిచేవారు. అతని పెద్ద కొడుకు పేరు దుర్యోధనుడు.

కుంతీ కొడుకు కర్ణుడు దుర్యోధనుడికి సన్నిహితుడు అయ్యేంత మలుపు తిరిగింది. దుర్యోధనుడు అతన్ని అంగదేశానికి రాజుగా ప్రకటించాడు.

ఇంద్రుడు తన కొడుకు అర్జునుని ప్రతి ఆపద నుండి రక్షించాలనుకున్నాడు. అర్జునుడు కర్ణుడికి చాలా భయపడ్డాడు, ఎందుకంటే సూర్య అతనికి ప్రాణాలను రక్షించే చెవిపోగులు మరియు కవచాలను ఇచ్చాడు. ఇంద్రుడు ఈ చెవిపోగులు మరియు కవచాలను ఎలాగైనా పొందాలనుకున్నాడు.

కర్ణుడు గొప్ప దాత. అతను తన రాజభవనం ద్వారం నుండి ఏ బిచ్చగాడిని ఖాళీగా పంపలేదు.ఒకరోజు ఇంద్రుడు వృద్ధ బ్రాహ్మణుడి వేషం వేసుకుని కర్ణుడిని చేరుకున్నాడు. కర్ణుడు అతనిని చూడగానే, అది దేవాధిదేవ్ ఇంద్రుడే తప్ప మరెవరో కాదని గుర్తించాడు. కర్ణుడు తెలియక, "రా, బ్రాహ్మణదేవా! ఎలా బాధపడ్డావు?"

“నేను ఏది కోరితే అది లభిస్తుందా?” అని ఇంద్రుడు అడిగాడు.

"తప్పకుండా, దయచేసి ఆర్డర్ చేయండి...."

“మీ ఈ చెవిపోగులు, కవచాలు చాలా బాగున్నాయి, నాకు ఇవ్వండి.” కర్ణుడు కొంచెం కూడా ఆలస్యం చేయకుండా, వెంటనే కవచం, చెవిపోగులు తీసి వృద్ధునికి ఇచ్చాడు.బ్రాహ్మణుడికి అప్పగించారు. కర్ణుడి దాతృత్వానికి ఇంద్రుడు చలించిపోయాడు.

ఇంద్రుడు సంతోషంతో “నీకు ధన్యుడు కర్ణా! నీ దాతృత్వానికి నేను చాలా సంతోషించాను. నేను ఇంద్రుడిని, నా దగ్గర ఏదైనా వరం కోరుకో.కర్ణుడు ఏమి అడిగాడు? అయినప్పటికీ, ఇంద్రుడు పదే పదే చేసిన అభ్యర్థనలపై, కర్ణుడు, "నేను క్షత్రియుడను, కాబట్టి యుద్ధంలో నాతో ఏ శత్రువు కూడా పోటీ పడకుండా ఉండేందుకు దయచేసి నీ 'శక్తి' అనే తప్పులేని ఆయుధాన్ని నాకు ప్రసాదించు" అని చెప్పాడు.“ఏవమస్తు!” అని చెప్పి, ఇంద్రుడు కర్ణునికి తన దోషరహిత ఆయుధాన్ని ఇచ్చి, “కర్ణా! నువ్వు ఈ ఆయుధాన్ని ఒక్కసారి మాత్రమే ఉపయోగించగలవు. కాబట్టి, నీకు ప్రత్యేక అవసరం అనిపించినప్పుడు మాత్రమే ఉపయోగించు” అని చెప్పాడు. ఆయుధం నా వద్దకు తిరిగి వస్తుంది. దాని శక్తి అపారమైనది. దానితో మీరు ఎవరిపై దాడి చేస్తారో వారు ఖచ్చితంగా చంపబడతారు."

కర్ణుడు తప్పని ఆయుధాన్ని పొంది సంతోషించాడు, కానీ పద్ధతి యొక్క వ్యంగ్యం! దాన్ని దుర్వినియోగం చేసి పరశురాముడి నుంచి పొందిన మరో శక్తివంతమైన ఆయుధాన్ని ఉపయోగించే పద్ధతిని మరచిపోవడం మహాభారత యుద్ధంలో జరిగింది.కర్ణుడు కూడా పరశురాముడి దగ్గర యుద్ధవిద్య నేర్చుకోవాలనుకున్నాడు. అతను పరశురాముడి నుండి బ్రహ్మాస్త్ర జ్ఞానాన్ని నేర్చుకోవాలనుకున్నాడు, కాని కష్టమేమిటంటే పరశురాముడు క్షత్రియులను ద్వేషించాడు, వారిని పూర్తిగా నాశనం చేయాలనుకున్నాడు. అవును, అతను ఖచ్చితంగా బ్రాహ్మణులను తన శిష్యులుగా చేసుకున్నాడు. అందుచేత కర్ణుడు కూడా బ్రాహ్మణ వేషం ధరించి పరశురాముని వద్దకు వెళ్లి శిష్యరికం స్వీకరించాడు.

ఒకరోజు పరశురాముడు కర్ణుని తొడపై తలపెట్టి నిద్రిస్తున్నాడు. అతను గాఢనిద్రలో ఉన్నాడు, ఒక నల్ల ఈగ వచ్చి కర్ణుని తొడపై కూర్చుని అతని తొడను గుచ్చడం ప్రారంభించింది. దీని వల్ల కర్ణుడికి విపరీతమైన నొప్పి వచ్చింది, కానీ అతను కొంచెం కూడా కదలలేదు. తాను కదలడానికి ప్రయత్నించినా, సుడిగాలి ఎగరడానికి ప్రయత్నిస్తే పరశురాముని నిద్రకు భంగం వాటిల్లుతుందని భయపడ్డాడు.వెళ్తుంది. భన్వ్ర కర్ణుని తొడను కొరుకుతూ లోపలికి ప్రవేశిస్తున్నాడు. దీని నుంచి

రక్తం కారడం మొదలైంది.అప్పుడు పరశురాముని నిద్రకు భంగం కలిగింది. తొడ నుండి రక్తం కారడం చూసి కర్ణుడు ఆశ్చర్యపోయాడు. కర్ణుని తొడలో ఒక నల్ల ఈగ గొయ్యి వేస్తోంది మరియు కర్ణుడు కదలకుండా కూర్చున్నాడు. కర్ణుడు బ్రాహ్మణుడు కాలేడని వారికి వెంటనే

అర్థమైంది. అడిగాడు, "నిజం చెప్పు, నువ్వు ఎవరు? మీరు బ్రాహ్మణులు కాలేరు, ఎందుకంటే బ్రాహ్మణుడు చాలా బాధను భరించలేడు. నువ్వు క్షత్రియుడివా?"కర్ణుడు ఎలా అబద్ధం చెప్పగలిగాడు! అతను క్షత్రియుడని అంగీకరించవలసి వచ్చింది.

పరశురాం కోపంగా, "నువ్వు ఇలా చేయలేదు. గురువుతో అబద్ధం చెప్పి పాపం చేశావు. ఏ బ్రహ్మాస్త్రాన్ని ఉపయోగించి జ్ఞానాన్ని పొందామో అదే బ్రహ్మాస్త్రాన్ని మీకు అత్యంత అవసరమైన సమయంలో ఉపయోగించడం మర్చిపోతారు."

సరిగ్గా అదే జరిగింది. మహాభారత యుద్ధంలో బ్రహ్మాస్త్ర జ్ఞానాన్ని మరచి అర్జునుడి బాణంతో చంపబడ్డాడుపాండు యొక్క ఆకస్మిక ముగింపు చాలా విషాదకరమైనది - కామంతో కూడిన జింక లాగా. అది వసంత ఋతువు.

ఒకరోజు పాండు మాద్రితో వన విహారానికి బయలుదేరాడు. చుట్టూ వసంత గాలి వీస్తోంది మరియు ప్రతి కొమ్మపై పువ్వులు వికసించాయి. అలాంటి వాతావరణం పాండుపై గొప్ప ఉత్తేజకరమైన ప్రభావాన్ని చూపింది. అతను జింక శాపాన్ని మరచిపోయాడు మరియు అతని హృదయం ప్రేమ కోసం వెతకడం ప్రారంభించింది. మాద్రిని తన కౌగిలిలో కౌగిలించుకున్నాడు. సంభోగ సమయంలో పాండు మరణించాడు.దీంతో మాద్రి చాలా బాధ పడింది. ఆమె తన ఇద్దరు కుమారులు, నకుల్ మరియు సహదేవ్‌లను కుంతీ సంరక్షణలో వదిలి, తన భర్తతో పాటు అంత్యక్రియల చితిలో మరణించింది.

ధృతరాష్ట్రుని భార్య గాంధారి దుర్యోధనుడికి జన్మనిచ్చినప్పుడు, తీవ్రమైన చెడు శకున సంకేతాలు కనిపించాయి. ధృతరాష్ట్రుడు, గాంధారి చిన్నతనంలోనే అతన్ని విడిచిపెట్టమని, లేకపోతే భవిష్యత్తులో వినాశనం జరగవచ్చని ప్రవక్తలు హెచ్చరించారు, కానీ ధృతరాష్ట్రుడు మరియు గాంధారి తమ కొడుకుపై ఉన్న ప్రేమను వదులుకోలేక అతనిని జీవితాంతం కలిసి ఉంచారు.

దుర్యోధనుని నుండి వంశానికి వినాశనము జరుగుతుందని సత్యవతికి తెలియడంతో, ఆమె తన కోడలు అంబిక మరియు అంబాలికలతో రాజభవనాన్ని వదిలి అడవికి వెళ్ళింది. అక్కడ తపస్సు చేస్తూ ముగ్గురూ మరణించారు.

(మూడు)

పాండు మరియు మద్రి మరణానంతరం కుంతికి ఐదుగురు కుమారులు జన్మించారు - యుధిష్ఠిరుడు, భీముడు,అర్జున్ నకుల్ మరియు సహదేవ్‌లతో కలిసి షాల్-వాస్ నుండి హస్తినాపూర్ తిరిగి వచ్చాడు. తన వందమంది కుమారులతో పాటు ధృతరాష్ట్రుడు కూడా ఈ ఐదుగురు మేనల్లుళ్లకు సమాన రక్షణ కల్పించాడు.

నుండి ఆప్యాయతను అందించారు. సోదరులందరూ రాజభవనంలో తారతమ్యం లేకుండా పెరగడం ప్రారంభించారు. రాకుమారులు పెద్దయ్యాక సరైన విద్యకు ఏర్పాట్లు చేశారు. భీష్మని సంరక్షణలో, అతను గ్రంథాలు మరియు ఆయుధాలలో అధికారిక విద్యను పొందాడు.చేయడం ప్రారంభించాడు.భీంసేస్ క్రీడల సమయంలో తన అల్లర్లు నుండి మానుకోలేదు. శారీరకంగా అత్యంత బలవంతుడు. అందుకే అవకాశం దొరికినప్పుడల్లా కౌరవ సోదరులను ఆటపట్టించేవాడు. దుర్యోధనుడిని ఇబ్బంది పెట్టడంలో భీముడు చాలా సంతోషించాడు. ఒక్కోసారి కావాలనే అతడిని నేలమీద పడేసేవాడు లేదా కొన్నిసార్లు చెట్టు ఎక్కి చెట్టును విపరీతంగా కదిలించి కిందపడేలా చేసేవాడు.భీముని ఈ చర్యలకు దుర్యోధనుడు తీవ్ర ఆగ్రహానికి గురయ్యాడు. ఏది ఏమైనా పాండు కొడుకులతో అతనికి ఎలాంటి అనుబంధం లేదు. ఇప్పుడు తన బలాన్ని చూస్తుంటే ఎప్పటికీ అలాగే ఉంటుంది

వాళ్లు తనను అధిగమిస్తారేమో లేదా ఏదో ఒక రోజు రాజ్యాన్ని లాక్కోవడానికి ప్రయత్నిస్తారని భయపడ్డాడు. భీమ్‌కు రుచి చూపించాలని నిర్ణయించుకున్నాడు.ఒకరోజు యువరాజు బోటు షికారుకి బయలుదేరాడు. నదీతీరంలో భోజనం చేస్తుండగా దుర్యోధనుడు భీముని ఆహారంలో విషం కలిపాడు. విషం ప్రభావంతో అపస్మారక స్థితికి చేరుకున్నాడు. అందరూ తిని, తాగి ముందుకు కదలగా, దుర్యోధనుడు స్పృహలో లేని భీముడిని రహస్యంగా నదిలో పడేశాడు.భీముడు అపస్మారక స్థితిలో నాగ్లోక్ చేరుకున్నాడు, అక్కడ పాములు అతనిని చుట్టుముట్టాయి మరియు కాటు వేయడం ప్రారంభించాయి. విషం మాత్రమే విషాన్ని చంపుతుంది. పాము కాటు ఫలితంగా భీముని విషం తొలగిపోయింది. స్పృహలోకి రాగానే అక్కడక్కడా సంచరిస్తున్న పాములను నాశనం చేయడం ప్రారంభించాడు.

భీముని ఈ ధైర్యాన్ని చూసి పాములు భయపడిపోయాయి. వారు తమ రాజు వాసుకిని చేరుకున్నారు. అప్పుడు వాసుకి స్వయంగా భీముని కలిశాడు. అతన్ని చూడగానే భీముడిని గుర్తించాడు. భీముని తాత కుంతిభోజుడు వాసుకి బంధువు (దేవతే). అతను భీముడికి ఒక ఔషధాన్ని ఇచ్చాడు, అది అతనిని విష ప్రభావాల నుండి విముక్తి చేయడమే కాకుండా అతనికి అపారమైన శక్తిని కూడా ఇచ్చింది.ఆ విధంగా భీముడు మునుపటి కంటే శక్తివంతంగా హస్తినాపురానికి తిరిగి వచ్చాడు. దుర్యోధనుడి చాకచక్యాన్ని పసిగట్టాడు. దుర్యోధనుడికి వ్యతిరేకంగా తన సోదరులను హెచ్చరించాడు.

భీష్ముడు రాకుమారులను అన్ని విధాలుగా నిష్ణాతులను చేయాలనుకున్నాడు, అందుకే అతను సరైన విద్య మరియు యువరాజుల దీక్ష కోసం ఒక గురువును నియమించాడు. అతని పేరు ద్రోణాచార్యుడు.

ద్రోణాచార్యుడు బ్రాహ్మణుడు. అతను క్షత్రియ-కర్మను అవలంబించాలని మరియు యుద్ధ కళలలో ప్రావీణ్యం పొందాలని చట్టం యొక్క వ్యంగ్యం. నిజానికి, అతను తన అవమానానికి

ప్రతీకారం తీర్చుకోవాలి మరియు అది కూడా ఒకప్పుడు తన చిన్ననాటి స్నేహితుడి నుండి. అతను ధృతరాష్ట్ర మరియు పాండు కుమారులకు గ్రంధాలు మరియు ఆయుధాలలో సరైన విద్యను అందించడం ప్రారంభించాడు. రాకుమారులతో పాటు ద్రోణాచార్యుడు తన కుమారుడు అశ్వత్థామకు కూడా బోధించాడు.

ద్రోణాచార్యుడు చాలా సమర్థుడైన గురువు. యువరాజులకు మొదటి పాఠం చెప్పే ముందు "రాకుమారులారా! నా మాట వినండి, మీ అబ్బాయిల చదువు పూర్తయ్యాక, నా కోరికల్లో ఒకటి నెరవేరుస్తానని వాగ్దానం చేయండి."అందరూ మౌనంగా ఉండిపోయారు కానీ అర్జునస్ మాత్రం మౌనంగా ఉండలేకపోయాడు. మీ కోరికను తప్పకుండా తీరుస్తాను" అని ఉత్సాహంగా చెప్పాడు.

అర్జునుడి సమాధానానికి ద్రోణాచార్యుడు చాలా సంతోషించాడు. అందరినీ సమానంగా చూసేటప్పటికి అర్జునుడి పట్ల ప్రత్యేకమైన అభిమానాన్ని పెంచుకున్నాడుగురువు యొక్క ఈ పక్షపాతం దుర్యోధనుని నుండి దాచబడలేదు. గురు అర్జునుడికి బోధించడాన్ని అతను అదనపు అంకితభావంతో చూస్తున్నాడు. గురువుకు కూడా తన కుమారుడైన అశ్వత్థామ పట్ల ప్రత్యేక మొగ్గు చూపేవారు.

ద్రోణాచార్యుడు తన కొడుకు ఆయుధాల నిర్వహణలో రాకుమారుల కంటే వెనుకబడకుండా అందరినీ దాచి విడివిడిగా యుద్ధవిద్యలు అభ్యసించేలా చేసేవాడు. ఈ విషయం అర్జునస్ కి తెలియగానే అందరి చూపు తప్పించి ఇదంతా నేర్చుకున్నాడు. ఫలితంగా అర్జునుడు త్వరగా ఆయుధాలలో ప్రావీణ్యం సంపాదించాడు. లక్ష్యంపై బాణాలు వేయడం, కత్తితో యుద్ధం చేయడం, గుర్రపు స్వారీ చేయడంలో అర్జునస్ యువరాజులందరినీ మించిపోయాడు.ద్రోణాచార్యుడు తన యవ్వనంలో అగ్నివేష్ ఆశ్రమంలో చదువుకునేవాడు. పాంచల్ రాజు పేజ్ కుమారుడు ద్రుపద కూడా అతనితో ఆశ్రమంలో చదువుకున్నాడు. ద్రోణుడికి, ద్రుపదుడికి మధ్య గాఢమైన స్నేహం ఏర్పడింది.

విద్యాభ్యాసం పూర్తయ్యాక ఒకరినొకరు విడిచిపెట్టినప్పుడు ద్రోణుడు "సోదరా! మీరు నన్ను మరచిపోరు, అవునా?

"ఏం మాట్లాడతావు మిత్రమా!" అని ద్రుపదుడు బదులిచ్చాడు, "చిన్ననాటి స్నేహాన్ని ఎవరైనా ఎలా మరచిపోతారు? నేను పాంచాల దేశానికి రాజునయ్యాక, నీకు ఎప్పుడైనా నా సహాయం కావాలంటే, వెనుకాడకు. నా దగ్గరకు వెళ్ళు, రండి, నేను మీకు సాధ్యమైన అన్ని విధాలుగా సహాయం చేస్తాను."ఇలా చెప్పి, ద్రుపదుడు పాంచాల వద్దకు వెళ్ళాడు మరియు తరువాత తన తండ్రి మరణం తరువాత, అతను పాంచాల రాజు అయ్యాడు, కానీ ద్రోణుడి రోజులు కష్టాల్లో గడిచిపోతున్నాయి.

ద్రోణుడు మహర్షి శరద్వాస్ కుమార్తె కృపిని వివాహం చేసుకున్నాడు. మహర్షి షద్వాస్ ఒక సన్యాసి మరియు అతను తన తపస్సును ఎటువంటి ఆటంకం లేకుండా పూర్తి చేయడానికి ప్రయత్నించాడు.అందుకోసం శంతనుడు పెంచిన కొడుకు కృప, కూతురు కృపిని చిన్నతనంలోనే అడవిలో వదిలేశాడు. చిన్న కృప మరియు కృపిలను శంతను యొక్క సేవకుడు అడవి నుండి ఎత్తుకున్నాడు. తరువాత, మహర్షి శరద్వాస్ తన బిడ్డ శంతనుడి ఇంట్లో పెరుగుతున్నాడని తెలుసుకున్నప్పుడు, అతను అక్కడికి వెళ్లి తన బిడ్డకు ఆయుధ నిర్వహణ మరియు యుద్ధ కళను నేర్పించాడు. తరువాత కృపి ద్రోణుని వివాహం చేసుకున్నాడు.

పెళ్లయ్యాక ద్రోణుడి పరిస్థితి మెరుగుపడలేదు. అతనికి కృపి నుండి అశ్వత్థామ అనే అమూల్యమైన కుమారుడు వరం పొందాడు, కాని అతను అతన్ని సరిగ్గా పెంచలేకపోయాడు. ఇతర పిల్లలకు పాలు వచ్చేవి, కానీ వారి కొడుకు ఆకలితో కేకలు వేస్తే, వారు అతనికి తాగడానికి పిండి కలిపిన పాలు ఇవ్వమని బలవంతం చేశారు. ఈ దయనీయమైనది.పరిస్థితి అతని హృదయాన్ని ఏడ్చింది, కానీ అతనికి నిస్సహాయతతో చేతులు దులుపుకోవడం తప్ప మరో మార్గం లేదు.

అలాంటి సందర్భంలో ఒక రోజు, అతను తన చిన్ననాటి స్నేహితుడు మరియు ఇప్పుడు పాంచల్ రాజుగా ఉన్న సహ విద్యార్థి ద్రుపదను గుర్తు చేసుకున్నాడు. వెళ్ళేటప్పుడు ద్రుపదుడు చెప్పిన విషయం గుర్తుకు తెచ్చుకుని, సహాయం కోరితే, అతను తిరస్కరించలేదని అతనికి సందేహం లేదు. ద్రోణుడు పెద్దగా కోరుకోలేదు, తన కొడుకు అశ్వత్థామ కోసం ఒక ఆవును కోరుకున్నాడు.అంతే పంచాల్ కి బయలుదేరారు.

వారు ద్రుపదుని రాజభవనం దగ్గరకు చేరుకుని లోపలికి ప్రవేశించడానికి ప్రయత్నించగా, ద్వారపాలకులు వారిని అడ్డుకున్నారు. అతడు, "ఎవరు తమ్ముడు? ఎలా తచ్చాడుతున్నావు?" అన్నాడు ద్రోణుడు మర్యాదగా "చూడు! నాకు పాంచాల రాజుని కలవాలని ఉంది. ద్రుపదుడు నా చిన్ననాటి స్నేహితుడు."

"చిన్ననాటి స్నేహితుడు!" ద్వారపాలకుడు వెటకారంగా అన్నాడు "వెళ్ళు తమ్ముడూ వెళ్ళు! నీలాంటి వాళ్ళు ఎందరో ఇక్కడికి స్నేహితులుగా వస్తుంటారు." ద్రోణుడు, "వెళ్లి ద్రుపదుడికి చెప్పు క్లాస్ మేట్ ద్రోణుడు వచ్చాడు. అతను నన్ను కలవాలనుకుంటే, అతను కాల్ చేస్తాడు, లేకపోతే నేను తిరిగి వెళ్తాను."మంచిది! మీరు ఇక్కడ ఉండండి, మీ రాక గురించి మేము వారికి తెలియజేస్తాము. అంటూ ఒక ద్వారపాలకుడు రాజభవనం లోపలికి వెళ్ళాడు.

ద్వారపాలకుడు తిరిగి వస్తాడని ద్రోణుడు రాజభవనం ప్రధాన ద్వారం వద్ద ఆత్రుతగా ఎదురుచూడడం ప్రారంభించాడు. ద్రోణుడు అక్కడ నిలబడి ఉండగా, సాయంత్రం అయింది,

అప్పుడు ద్వారపాలకుడు వచ్చి "వెళ్ళు, రాజు నిన్ను లోపలికి పిలిచాడు" అన్నాడు.ద్రోణుడు జైలులో ఖైదీలాగా ఇద్దరు కాపలాదారులతో చుట్టుముట్టబడిన రాజభవనంలోకి ప్రవేశించాడు.

ద్రుపదుడు ఆస్థానంలో ఎత్తైన సింహాసనంపై గర్వంగా కూర్చున్నాడు. సభికులు చుట్టూ నిలబడి ఉన్నారు. వారిలో ద్రోణుడు నిరుపేద బిచ్చగాడిలా రాజు ముందు నిలబడి ఉన్నాడు.ద్రుపదుడు వారిని అజ్ఞానంగా చూస్తూ, "మీరెవరో మరియు మీరు ఇక్కడకు వచ్చి ఏమి చేశారో నేను తెలుసుకోవచ్చా?" అని అడిగాడు.ద్రోణుడు ఒక్కసారిగా ఆకాశం నుండి కిందపడ్డాడు. ఇలాంటి ప్రశ్న వస్తుందని ఊహించలేదు. అతను మెల్లగా, "నన్ను మర్చిపోయావా? నేను ద్రోణుడను, నీ చిన్ననాటి స్నేహితుడు." ద్రుపదుడు ద్వేషంతో ద్రోణుడివైపు చూసి మొహంతో "ఏం మాట్లాడుతున్నావు? నేను మీ స్నేహితుడినా? మీరు స్పృహలో ఉన్నారా లేదా?

ద్రోణుడు అవమానంతో నిశ్చేష్టుడయ్యాడు. అందరూ ద్రోణుడివైపు ఆశ్చర్యంతోనూ, కళ్లలో వ్యంగ్యంతోనూ చూస్తున్నారు. ద్రోణుడు ఇక్కడికి వచ్చినందుకు చింతిస్తున్నాడు.ఆఖరి ప్రయత్నం చేస్తూ ద్రోణుడు "ద్రుపదా! ఆశ్రమం వదిలి వెళ్ళేటప్పుడు నువ్వు నాతో చెప్పిన మాట గుర్తుపెట్టుకో. చిన్ననాటి స్నేహాన్ని ఇంత త్వరగా మరిచిపోయావా?" ద్రుపదుడు ఇలా జవాబిచ్చాడు, "వినండి బ్రాహ్మణా! స్నేహం సమానులతో ఉంటుంది. నేను

నేను పాంచాల రాజును, నువ్వు బిచ్చగాడు బ్రాహ్మణుడివి. మాకూ మీకూ మధ్య ఎలాంటి స్నేహం ఉంది!" ద్రోణుడు వింటూ మౌనంగా ఉండిపోయాడు.ద్రుపదుడు రాజు అయ్యాడని, అహంకారంతో దయాగుణాలన్నీ మరచిపోయాడని అర్థం చేసుకున్నారు.అలాంటి ప్రాణి నుంచి సహకారం ఆశించడం వ్యర్థం.. సిద్ధమయ్యారు. నిశ్శబ్దంగా వదిలివేయండి.ద్రుపదుడు, "ఆగండి బ్రాహ్మణా! నువ్వు మా దగ్గరకు బిచ్చగాడిలా వచ్చావు, నిన్ను ఇలా వెళ్లనివ్వము. మా నుండి స్నేహం ఆశించవద్దు, కానీ మీరు ఖచ్చితంగా ఏదైనా బహుమతి పొందుతారు.

ఇలా చెప్పి, ద్రుపదుడు ఒక సభాపతికి కొన్ని ఆజ్ఞలు ఇచ్చాడు, తర్వాత ద్రోణుడితో ఇలా అన్నాడు, "గుర్తుంచుకో, శాశ్వతమైన స్నేహం అనేదేమీ లేదు. ఇది మీ బాల్యం. కొన్నిసార్లు పరిస్థితులు మమ్మల్ని ఒకరికొకరు దగ్గర చేశాయి, కానీ ఆ సాన్నిహిత్యం "సంబంధం. పరిస్థితులు మారినందున శాశ్వతంగా నిర్వహించలేము. సమయం చాలా శక్తివంతమైనది."ఉన్నత పదవిని పొందిన తర్వాత మనిషి ఇంత క్రూరంగా ప్రవర్తిస్తాడంటే ద్రోణుడు నమ్మలేకపోయాడు. ఈ పరిస్థితిలో, ద్రోణుడు తాను ఎందుకు వచ్చాడో వివరించడం కూడా మర్చిపోయాడు, అతనికి ఆవును కోరిన విషయం గుర్తులేదు, తన కొడుకు అశ్వత్థామ గురించి వివరించలేదు. ఎదురుగా ఉన్న ఎత్తైన సింహాసనం మీద కూర్చున్న వ్యక్తి తన చిన్నతనంలో అదే ఆశ్రమంలో చదువుకుని అడవిలో ఆడుకునే వ్యక్తి అని ద్రోణుడు నమ్మలేకపోయాడు.

అప్పుడే ఒక సభికుడు ద్రోణునికి కానుకతో వచ్చాడు. ద్రోణుని శరీరమంతా కోపంతో వణికిపోతోంది. నైవేద్యాన్ని తన్నుతూ పెద్ద స్వరంతో "ద్రుపదా! నేను బయలుదేరుతున్నాను, కానీ ఈ రోజు జరిగిన అవమానానికి ప్రతీకారం తీర్చుకునే రోజు ఖచ్చితంగా వస్తుందని గుర్తుంచుకోండి. సమయం నిజంగా చాలా శక్తివంతమైనది."ఇలా చెప్పి ద్రోణుడు రాజభవనం నుండి బయటకు వచ్చాడు.

దీని తరువాత, ద్రోణాచార్య తన జీవనోపాధి కోసం అనేక ప్రాంతాలలో తిరిగాడు. ఈ సమయంలో, అతను భీష్మ పితామహును కలుసుకున్నాడు మరియు అతను యువరాజులకు ఆయుధాలను ఉపయోగించడం నేర్పించే బాధ్యతను అతనికి అప్పగించాడు.ద్రుపదుడి అవమానాన్ని అతను ఇంకా మరచిపోలేదు. అవకాశం కోసమే ఎదురు చూస్తున్నారు.

యువరాజులను ముఖ్యంగా అర్జునుని యుద్ధ కళలో సమర్థులను చేయడంలో ద్రోణుడు ఎవరూ ముందుండకూడదనుకున్నాడు. ఫలితం ఏమిటంటే, ద్రోణుడు అత్యంత తెలివిగల పేద యువకుడిని కూడా తన శిష్యుడిగా చేసుకోలేదు. శిష్యునిగా చేసి ఉంటే భవిష్యత్తులో రాకుమారులందరినీ మించిపోయేవాడు. ద్రోణుడు ఆ యువకుడు తెలివైన వాడని ఒక్క చూపులోనే గ్రహించాడు.ఆ యువకుడు కూడా తక్కువేమీ కాదని తేలింది. ద్రోణుడి పట్ల నిరాశ చెంది, అతను అలాంటి అద్భుతం చేసాడు, తరువాత ద్రోణుడు కూడా ఆశ్చర్యపోకుండా జీవించలేడు.ఆ యువకుడు మరెవరో కాదు నిషాదుని కొడుకు ఏకలవ్య.

ఇది కేవలం ఒక రోజు విషయం. రాకుమారులందరూ వేట కోసం అడవికి వెళ్లారు. చాలా దూరం వెళ్ళిన తరువాత, అడవిలో ఒక యువకుడు విల్లు మరియు బాణం సాధన చేయడం చూశారు. రాకుమారులతో పాటు ఒక కుక్క ఉంది. అడవిలో ఓ గుర్తుతెలియని యువకుడిని చూడగానే మొరగడం మొదలుపెట్టాడు.కుక్క అరుపుతో ఏకలవ్య ధ్యానానికి అంతరాయం కలిగింది. అతను విల్లు మరియు బాణాలను కుక్క వైపు చూపాడు మరియు ఏడు బాణాలను ఒకదాని తర్వాత ఒకటి వదలాడు, అవి కుక్క నోటికి అంటుకున్నాయి. దీంతో కుక్క మొరగడం మానేసింది. ఆశ్చర్యకరమైన విషయం ఏమిటంటే కుక్క నోటి నుంచి ఒక్క చుక్క రక్తం కూడా కారలేదు.

రాజులందరూ ఆశ్చర్యపోయారు. వారు అతని వైపు పరుగెత్తారు. అర్జున్ "ఎవరు నువ్వు?"

"నేను నిషాదుని కొడుకు ఏకలవ్యని."

"బాణాలు బాగా వేస్తావు, నీ గురువు ఎవరు?"

"నేను ద్రోణాచార్యుని శిష్యుడిని."

ఏకలవ్యుడి ఈ సమాధానం విని అర్జునుడి హృదయం ఉప్పొంగింది. గురు ద్రోణాచార్యుడు ఈ అరణ్యవాస యువకుని తన శిష్యునిగా ఎలా చేసుకున్నాడు? మరి అలా చేసినా అర్జునుడే తన అభిమాన శిష్యుడు అయినప్పుడు అతడు విలువిద్యలో నిపుణుడు ఎలా అయ్యాడు.తిరిగి హస్తినాపురానికి వస్తూ, గురుదేవులను కలుసుకుని, "ఇది ఏ న్యాయం గురుదేవ్! రాజకుమారులనే శిష్యులుగా చేస్తానని చెప్పావు, అలాంటప్పుడు నిషాదుని కుమారుడిని శిష్యుడిగా చేయడంలో అర్థం ఏమిటి?"

"నిషాదా కొడుకా? నా శిష్యుడా?" ద్రోణాచార్యుడు ఆశ్చర్యంగా "ఏం చెప్తున్నావు పార్థా?""నేను చెప్పింది నిజమే, ఆచార్య!" ఇప్పుడే చెప్పాను అన్నాడు అర్జున్.

అడవిలో చూసిన తర్వాత వస్తున్నాను. ఇంత నైపుణ్యం కలిగిన విలుకాడు నేనెప్పుడూ చూడలేదు. నేనే నీకు ఇష్టమైన శిష్యుడిని అని అంటున్నావు, అలాంటప్పుడు నిషాద్ కొడుకు మీద అంత ప్రేమ ఎందుకు? మీరే తన గురువు అని ఆయనే చెప్పారు."ద్రోణాచార్యుడు కాసేపు ఆలోచించి, 'నా శిష్యుడు అని చెప్పుకునే ఆ విలుకాడు ఎవరో నాకు కూడా చూపించు రండి' అన్నాడు.అర్జునుడు గురుదేవులతో కలిసి అడవికి చేరుకున్నాడు.

ఏకలవ్యుడు ద్రోణాచార్యుడిని చూడగానే ఆయన పాదాలపై పడ్డాడు.

ద్రోణాచార్యుడు "ఏలండి ఏకలవ్యా! మీరు నా శిష్యత్వాన్ని ఎలా స్వీకరించారో చెప్పండి?

"గురుదేవ్!" ఏకలవ్యుడు చేతులు ముడుచుకుని, "నీ సాంగత్యం నాకు దూరమైనప్పుడు, నేను అరణ్యానికి వచ్చి, నీ ప్రతిమను తయారు చేసి, దాని ముందు విలువిద్యను అభ్యసించడం మొదలుపెట్టాను.గురువు విగ్రహం నుండి ప్రేరణ పొందడం ద్వారా అటువంటి విజయవంతమైన విలువిద్యను నేర్చుకోగల యువకుడు భవిష్యత్తులో ఉన్నత స్థాయి విలుకాడు కాగలడని ద్రోణాచార్య ఆలోచించడం ప్రారంభించాడు. ఎవరికి తెలుసు, అతను అర్జునుడు మరియు అశ్వత్థామ కంటే రెండడుగులు ముందుకు వెళ్ళవచ్చు. ద్రోణాచార్యుడు ఇది కోరుకోలేదు. ఇది అతని ప్రతిష్టకు హాని కలిగించవచ్చు. ఏకలవ్యను విలువిద్యలో విఫలం చేయాలని నిర్ణయించుకున్నాడు. విలువిద్య బొటన వేలి బలంతో పనిచేస్తుంది కాబట్టి ద్రోణాచార్యుడు కాసేపు ఆలోచించి, "మీరు నన్ను మీ గురువుగా భావించారు, కానీ మీరు నాకు దక్షిణ ఇవ్వలేదు."

"గురుదేవ్‌ను పాటించండి!" ఏకలవ్య నమస్కరించి, "నా ప్రాణం కూడా సమర్పిస్తుంది" అన్నాడు."నీ కుడిచేతి బొటనవేలును నాకు దక్షిణగా ఇవ్వు." "ఏమైనా ఆజ్ఞ" అన్న సంక్లిష్టమైన ఆజ్ఞను విని ఏక్లవ్య ఏమాత్రం కలత చెందలేదు. ఇలా చెబుతూ తన కుడిచేతి బొటనవేలును కత్తిరించి గురుదేవుని పాదాల చెంత ఉంచాడు.

ఆ విధంగా అర్జునుడికి మార్గం సుగమం చేసి, ద్రోణాచార్యుడు తిరిగి వచ్చాడు. ఏకలవ్య కూడా తన ట్యూస్ గురించి ఖచ్చితంగా చెప్పాడు. అతని కుడి చేయి నిష్క్రియంగా మారిన తర్వాత, అతను తన కాలి బొటనవేలుతో విలువిద్య సాధన కొనసాగించాడు.

రాకుమారులందరి చదువులు చక్కగా సాగుతున్నాయి. ద్రోణాచార్యుడు శ్రద్ధగా పని చేసేవాడు. ఒకరోజు ద్రోణాచార్యుడు ఇలా అనుకున్నాడు, "ఈ రాకుమారులు ఏమి నేర్చుకున్నారో మనం తెలుసుకోవాలంటే మనం వారిని కొంచెం పరీక్షించాలి." ద్రోణాచార్య పరీక్షకు సిద్ధం కావడం ప్రారంభించాడు.

వారు ఒక చెట్టు మీద నకిలీ పక్షిని ఉంచారు, దాని తల మాత్రమేకనిపించింది. రాజులందరినీ పిలిచి, "మీరందరూ చెట్టువైపు జాగ్రత్తగా చూడండి" అన్నాడు.

అందరి చూపు చెట్టు వైపు మళ్ళింది.ద్రోణాచార్యుడు దుర్యోధనుడిని అడిగాడు, "నీకు చెట్టులో ఏమి కనిపిస్తుంది?" దుర్యోధనుడు "చెట్టు, ఆకులు, కొమ్మలు..." అన్నాడు.ద్రోణాచార్యుడు ఇతర రాకుమారులను పిలిచి, "ఏం చూస్తున్నావు?ఉందా?""ఆకాశం... మేఘాలు..." ప్రిన్స్ బదులిచ్చాడు.

ద్రోణాచార్యుడు ఆ విధంగా ఒకే ప్రశ్నను రాకుమారులందరినీ ఒక్కొక్కరిగా అడిగాడు. అందరూ పక్షి కాకుండా అనేక వస్తువుల పేర్లను లెక్కించారు. ఇప్పుడు ద్రోణాచార్యుడు అర్జునుని పిలిచి, "ఓ అర్జునా! చెట్టులో నీకు ఏమి కనిపిస్తుంది?"

అర్జునుడు చెట్టు వైపు చూసి, "ఒక పక్షి!" అన్నాడు.

"ఇది ఎంతవరకు కనిపిస్తుంది?"

"అతని తల మాత్రమే."

"హ్మ్, అతనిని బాణంతో కొట్టండి."

అది విన్న అర్జునుడు విల్లు మీద బాణం వేసి, లాగిన తర్వాత బాణం విడిచాడు. బాణం ఒక్క దెబ్బతో పక్షి తలకి తగిలి తలలో కొంత భాగం తెగిపోయి నేలమీద పడింది.

అర్జున్ పరీక్షలో ఉత్తీర్ణుడయ్యాడు. ద్రోణుడు సంతోషించి అర్జునుని కౌగిలిలోకి తీసుకున్నాడు. "ఇది నిజమైన యోధుడికి చిహ్నం" అని అతను చెప్పాడు. తన లక్ష్యాన్ని వెంటనే గుర్తించేవాడు ఎప్పటికీ ఓడిపోడు.

(నాలుగు)

ద్రోణాచార్యుడు త్వరలో అర్జునుడి యొక్క ఖచ్చితమైన కాల్పులకు మరొక ఉదాహరణను పొందాడు.

ఒకసారి ద్రోణాచార్యుడు నదిలో స్నానం చేస్తున్నాడు. అకస్మాత్తుగా ఒక మొసలి తన నోటిలోకి ద్రోణాచార్యుని తొడను పట్టుకుంది. ద్రోణాచార్యుడు పోరాటం ప్రారంభించాడు. గురువు ప్రాణం ప్రమాదంలో పడటం చూసిన అర్జునుడు ఒకదాని తర్వాత ఒకటిగా ఐదు బాణాలతో మొసలిని సంహరించి ద్రోణాచార్యుని ప్రాణాలను కాపాడాడు.

అర్జునుడి ఈ ధైర్యానికి ద్రోణాచార్యుడు చాలా సంతోషించాడు. అతడు "వత్స అర్జునుడా! ఈరోజు నువ్వు నా ప్రాణాన్ని కాపాడావు కాబట్టి నీకు సంతోషంతో ఒక ప్రత్యేకమైన ఆయుధాన్ని ఇస్తున్నాను" అన్నాడు. ఆ తర్వాత ఆ ఆయుధాన్ని ఉపయోగించే విధానాన్ని వివరిస్తూ, "ఈ ఆయుధం అత్యంత ప్రమాదకరమైనదని గుర్తుంచుకోండి. మీపై ఘోరమైన బ్రహ్మాస్త్రంతో దాడి చేసినప్పుడు అప్పుడు ఈ ఆయుధాన్ని ఉపయోగించండివ్యతిరేకంగా దాని ఉపయోగం నిషేధించబడింది, ఎందుకంటే మొత్తం ప్రపంచంలో అగ్ని భయం ఉంది. ఈ ఆయుధంతో మీపై ఎవరూ గెలవలేరు."

పాండవుల మాదిరిగానే కౌరవ కుమారులు కూడా అదే గురువు వద్ద యుద్ధవిద్య మరియు ఆయుధ నిర్వహణను నేర్చుకున్నారు, అయితే దుర్యోధనుడు మరియు అతని సోదరులు ఈ బోధనలపై ప్రత్యేక శ్రద్ధ చూపలేదు. అతను కూడా ధైర్యవంతుడైనప్పటికీ, పాండవుల స్థాయిలో కాదు, ఎందుకంటే అతని చాలా సమయం అసూయ మరియు ద్వేషంతో గడిపాడు. పాండవులు అతని దాయాదులే, కానీ అతను అతని ధైర్యసాహసాలకు ఎన్నడూ సంతోషించలేదు. పాండవులను స్తుతిస్తూ అతని హృదయం మండిపోయింది. ముఖ్యంగా దుర్యోధనుడు అర్జునుడి పాపులారిటీకి ఎప్పుడూ సంతోషించలేదు.అర్జునుడు అన్ని యుద్ధ కళలలో ప్రావీణ్యం సంపాదించాడు. భీముడు బరువైన గద్దను ఎత్తి ఏ దాడి చేసినా ఓడించగలడు. దుర్యోధనుడు కూడా ఈ జ్ఞానంలో తక్కువ కాదు. యుధిష్ఠిరుడు రథ యోధుడు. నకుల్-సహదేవ్‌ల కత్తి యుద్ధానికి సమాధానం లేదు. గురు కుమారుడు అశ్వత్థామ చాలా ఆయుధాలను నేర్పుగా ఉపయోగించగలడు.కౌరవ, పాండవ యువరాజుల విద్య పూర్తయ్యాక ద్రోణాచార్యుడు తృప్తిగా నిట్టూర్చాడు. ఇప్పుడు ఆయన శిష్యుల సామూహిక పరీక్ష వంతు వచ్చింది.ద్రోణాచార్యుడు ధృతరాష్ట్ర రాజుకు తెలియజేసాడు, "రాజా! నేను రాకుమారులందరినీ యుద్ధ కళలోను, ఆయుధసాధనలోను పూర్తిగా ప్రావీణ్యులను చేశాను. ఇప్పుడు నేను అతని కళను బహిరంగంగా ప్రదర్శించాలనుకుంటున్నాను, తద్వారా అతని సామర్థ్యాన్ని నిరూపించవచ్చు.ధృతరాష్ట్రుడు సంతోషంతో, "సరే, త్వరలో ఒక వేడుక నిర్వహించనివ్వండి. ఈ సందర్భంగా సామాన్య ప్రజలు కూడా ప్రదర్శన వేదిక వద్దకు వచ్చి రాజకుమారుల ప్రదర్శనను వీక్షించవచ్చు.

ధృతరాష్ట్రుని ఆజ్ఞ మేరకు వేడుకకు సన్నాహాలు ప్రారంభించారు.పరీక్ష యొక్క షెడ్యూల్ రోజు వచ్చింది.అతి పెద్ద మైదానంలో ఈ వేడుకను నిర్వహించారు. మైదానం చుట్టూ ప్రేక్షకులకు సీటింగ్ ఏర్పాట్లు చేశారు. రాజకుమారుల ప్రదర్శనను తిలకించేందుకు సుదూర ప్రాంతాల నుంచి ప్రజలు ఉత్సాహంగా తరలివచ్చారు. సాధారణ ప్రజలే కాకుండా వివిధ దేశాల నుంచి ముఖ్యులు కూడా వచ్చారు. జన సందడితో వేదిక అంతా మారుమోగింది.

రాజు ధృతరాష్ట్రుడు, రాణి గాంధారి, మంత్రులు మరియు సభికులు ముందు ఒక ఎత్తైన ఆసనంలో కూర్చున్నారు. సంజయుడు ధృతరాష్ట్రుని పక్కనే కూర్చున్నాడు. అదే

ధృతరాష్ట్రుడుఅంధుడిగా పుట్టడం వల్ల ధృతరాష్ట్రుడు ఏమీ చూడలేడు కాబట్టి అతను తన కళ్ళతో చూసినదాన్ని వివరించాడు.

ప్రజల నినాదాల మధ్య, యుధిష్ఠిర్ గుర్రంపై పరీక్ష హాలులోకి ప్రవేశించాడు, తరువాత మిగిలిన యువరాజులు ఉన్నారు. పూజారులుఆవాహన అనంతరం ఉత్సవ కార్యక్రమాలు ప్రారంభించారు. అప్పుడు రాకుమారులు ఒక్కొక్కరుగా ముందుకు సాగి, వారికి ఇష్టమైన ఆయుధాల నైపుణ్యాలను ప్రేక్షకులకు చూపుతారు. ప్రతి నైపుణ్యం నుండి ప్రేక్షకులు ఉన్నారు

ఆనందంతో గెంతేవారు.ప్రతి రాజుగారి నటన అపూర్వం.

గురువు ద్రోణాచార్యులు తన శిష్యుల పనితీరుతో పూర్తిగా సంతృప్తి చెందారు. అద్భుతంగా పనిచేసిన యువరాజులందరినీ ఆయన అభినందించారు.

ఈ ప్రదర్శనలతో దుర్యోధనుడు సంతోషించలేదు. పాండవుల పనితీరు పట్ల ప్రజలు ఎక్కువ సంతోషిస్తున్నారని అతను స్పష్టంగా చూశాడు. భీమునిపై దుర్యోధనుని అసూయ దాచుకోలేకపోయింది. దుర్యోధనుడిని ఆటపట్టించడానికి, అతను తన ముందు గదతో నృత్యం చేయడం ప్రారంభించాడు. దుర్యోధనుని కోపానికి అవధులు లేవు. భీముడు ఈ సాహసం యొక్క ఆనందాన్ని రుచి చూడడానికి, అతను తన గదను కూడా ఎత్తాడు. రెండు పిచ్చి ఏనుగులు ఒకదానికొకటి పోట్లాడుకోవడానికి ఎదురెదురుగా నిలబడినట్లు అనిపించింది. దుర్యోధనుడి శరీరం ఉద్వేగంతో వణికిపోతోంది. ముఖం కోపంతో ఎర్రబడింది.గడ్డు పరిస్థితిని అశ్వత్థామ నిర్వహించాడు! అతను వారి మధ్య ఉంటే

నేను జోక్యం చేసుకోకుంటే ఇద్దరూ గొడవ పెట్టుకోవడం ఖాయం. అశ్వత్థామ తన తండ్రిని ద్రోణాచార్యుడిని పిలిచాడు. ద్రోణాచార్యుడు భీముడిని, దుర్యోధనుడిని శాంతింపజేస్తాడు.సంజయుడు ధృతరాష్ట్రునికి ఒక్కొక్క సంఘటన వివరాలను వివరిస్తున్నాడు. ధృతరాష్ట్రుడు పాండవుల కీర్తికి సంతోషించాడు, కానీ తన కుమారుల ప్రశంసలు వినకుండా బాధపడ్డాడు.

ఈ మొత్తం ప్రదర్శనలో అర్జునుడి పోరాట పటిమ అద్వితీయం. అతను ప్రతి ఆయుధండ్రైవింగ్ బాగా తెలుసు. అతను కొన్నిసార్లు బాణాలు వేయడంలో చాలా నైపుణ్యం కలిగి ఉన్నాడు కొన్నిసార్లు బాణాలతో నిప్పులు కురిపించేవాడు మరియు కొన్నిసార్లు నీటి వర్షం కురిపించాడు. రథంపై అతని పోరాట నైపుణ్యాలు అసమానమైనవి మరియు కాలినడకన ఆయుధాలను నిర్వహించడంలో అతను అద్భుతమైనవాడు.అతని పోరాట పటిమను చూసి గురు ద్రోణాచార్యుల కళ్లలో ఆనందభాష్పాలు నిండిపోయాయి.

ఆడిటోరియం అంతా అర్జున్ చప్పట్ల సందడితో మారుమోగుతుండగా, ఒక యువకుడు లేచి నిలబడి గర్జించాడు -"నేను అర్జున్‌కి ఛాలెంజ్ చేస్తున్నాను."సభా ప్రాంగణంలో ఒక్కసారిగా నిశ్శబ్దం అలుముకుంది.

అందరూ ఆశ్చర్యంగా యువకుడివైపు చూశారు. అతను తెలివైనవాడు, అతని శరీరం నుండి ధైర్యం ప్రవిస్తుంది, అతని శరీరంపై కవచం ఉంది మరియు అతని చెవులలో చెవిపోగులు వేలాడుతూ ఉన్నాయి. అతడు సూర్యుని కుమారుడు కర్ణుడు. ఈరోజు ఇంతకు ముందు ఎవరూ చూడలేదు. అతను కూడా, వివిధ ఆయుధాలలో ప్రవీణుడు, చాలా చర్చనీయాంశమైన ఈ సంఘటనను చూసేందుకు వచ్చాడు. అర్జున్ ఏ నటన చేసినా, కర్ణుడి దృష్టిలో దానికి ప్రాముఖ్యత లేదు, ఎందుకంటే ఈ ప్రదర్శనలన్నీ అతని ఎడమ చేతి ఆటలే.అక్కడ కుంతి కూడా ఉంది. మొదటి చూపులోనే కొడుకుని గుర్తించాడు. అతని గుండె విలపించడం ప్రారంభించింది!ఈ తెలివైన యువకుడిని చూసి, ప్రజలు గుసగుసలాడుకోవడం ప్రారంభించారు- "ఏయ్ చూడు అతనెవరో? ఎలాంటి ధైర్యవంతుడు? ఎక్కడి నుంచి వచ్చాడు?"కర్ణుడు తన నడుముపై చేతులు వేసి, రాజు ధృతరాష్ట్రుడితో పాటు ముఖ్యులు కూర్చున్న దిక్కు వైపు చూశాడు. అతను గురువు ద్రోణాచార్యుని వైపు చూసి ఇలా అన్నాడు."అర్జున్ నటనకు అంత సంతోషించాల్సిన అవసరం లేదు. నేను ఇవన్నీ చేయగలను, కానీ నేను ఇంకా ఎక్కువ చేయగలను. మీరు అనుమతిస్తే, నేను కూడా ఈ క్షణంలో ఇక్కడ నా మార్షల్ ఆర్ట్సని ప్రదర్శించగలను" అన్నాడు జమకర్.

ఒక్క క్షణం ఎవరూ ఏమీ మాట్లాడలేదు. గురు ద్రోణాచార్య అజ్ఞాన యువకుడి వైపు ఆశ్చర్యంగా చూస్తున్నాడు, అతను నిజంగా ధైర్యసాహసాలకు ప్రతిరూపంగా కనిపించాడు, అయితే అతను యుద్ధ కళను ఎలా ప్రదర్శించగలిగాడు? ఒకవేళ అర్జునుడి కంటే తను నిజంగా గొప్పవాడినని నిరూపిస్తే...?

కర్ణుడి సవాలు విని మరెవరైనా సంతోషించారో లేదో దుర్యోధనుని ఆనందానికి అంతులేదు. నిజంగా ఈ యువకుడు అర్జునుడి కంటే గొప్పవాడని నిరూపిస్తే సంతోషం ఉంటుంది, అర్జునుడి అహంకారం నశిస్తుంది. పాండవులతో యుద్ధం చేయగల ధైర్యవంతుడు కావలెను.దుర్యోధనుడు కర్ణునితో, "సోదరా! నీ కోరికను మేము గౌరవిస్తున్నాము. నువ్వు

మాతో ఉండండి, మమ్మల్ని మీ స్వంతంగా భావించండి, ప్రతి పరిస్థితిలో మీ కోరికలను మేము నెరవేరుస్తాము." కర్ణుడు "మీ స్నేహం నాకు సంతోషంగా ఉంది. యుద్ధ కళలో నా నైపుణ్యాన్ని ప్రదర్శించే అవకాశం నాకు కూడా లభించాలని నాకు ఒక చిన్న కోరిక ఉంది.కలవాలి. నేను అర్జునుడితో ద్వంద్వ యుద్ధం చేయాలనుకుంటున్నాను." దుర్యోధనుడు "అవును-అవును, ఎందుకు కాదు. ముందుకు సాగండి యువకుడా! మా శుభాకాంక్షలు మీతో ఉన్నాయి. "

మొన్నటి వరకు మౌనంగా నిలబడి ఉన్న అర్జున్ ఇప్పుడు తట్టుకోలేకపోయాడు. పిలవకుండా వచ్చి తమ గురించి గొప్పగా చెప్పుకునే బయటి వ్యక్తులతో ఎలా ప్రవర్తించాలో నాకు బాగా తెలుసు. నీకు కూడా మంచి గుణపాఠం చెబుతాను."

దానికి కర్ణుడు, "ఇందులో ఆహ్వానింపబడని ప్రశ్నే లేదు. ఇక్కడ బహిరంగ ప్రదర్శనలు జరుగుతున్నాయి, ఇది బహిరంగ ప్రదేశం, ఎవరైనా తమ కళలను ఇక్కడ ప్రదర్శించవచ్చు. మీ కళలను ప్రదర్శించే హక్కు ప్రజలకు ఉన్నట్లే, నాకు కూడా ఉంది. నిజమేమిటంటే, నిజమైన హీరో ఇలాంటి విషయాల్లో తన సమయాన్ని వృథా చేయడు. సవాలును ధైర్యంగా ఎదుర్కోవడమే నిజమైన హీరోకి సంకేతం. మీకు ఆయుధాలలో నైపుణ్యం ఉంటే మాకు రెండు చేతులు ఉండనివ్వండి. మన ఆయుధాలు ఒకదానితో ఒకటి ఢీకొంటాయి మరియు నిజమైన హీరో ఎవరో వారే నిర్ణయిస్తారు?"

నిరసన ప్రదేశంలో ఓ వింత దృశ్యం కనిపించింది. అందరూ ఆసక్తిగా, ఉత్సాహంగా మరియు సందేహంగా ఉన్నారు - ఏమి జరగబోతోందో తెలియదా?పాండవులు మరియు కౌరవుల మధ్య ఒకరిపై ఒకరు ఉన్న శత్రుత్వం కర్ణుని రాకతో స్పష్టంగా కనిపించింది.అర్జునుడి సోదరులు అతని చుట్టూ నిలబడ్డారు మరియు మిగిలిన కౌరవులు వారి అన్నయ్య దుర్యోధనుని చుట్టూ చేరారు.

గురువు ద్రోణాచార్యుడికి ఏం చేయాలో అర్థం కాలేదు. భీష్ముడు, విదురుడు కూడా కంగారు పడ్డారు. కుంతి పరిస్థితి దయనీయంగా ఉంది. కర్ణుడు అతని కొడుకు, అతను తన చిన్నతనంలో నదిలో మునిగిపోయాడు. కొన్నాళ్ల తర్వాత ఆమెను చూడగానే అతని కళ్లు నీళ్లతో నిండిపోయాయి. తన సొంత సోదరుడు అర్జునుతో ద్వంద్వ పోరాటానికి సిద్ధపడడం ఎంత విడ్డూరం. కుంతి తన పరిస్థితిని అదుపు చేసుకోలేక అపస్మారక స్థితికి చేరుకుంది. విదురుడు ముందుకు వచ్చి కుంతిని చూసుకున్నాడు. విదురునికి కర్ణుడి నిజస్వరూపం తెలుసు.పరిస్థితి పేలుడులా తయారైంది. వాతావరణంలో ఉత్కంఠ నెలకొంది. ఇలాంటి క్లిష్ట క్షణాల్లో కృపాచార్య చాలా తెలివిగా వ్యవహరించారు. అతను యుద్ధ కళలో కూడా నిపుణుడు మరియు కౌరవ సోదరులకు అనేక విశిష్టమైన ఉపాయాలు బోధించాడు.

కృపాచార్యుడు కర్ణుడితో, "ఓ వీర యువకుడా! అర్జునుడు రాజు కుమారుడని మీకు తెలుసు, ఇప్పుడు మీరు మీ వంశం గురించి కూడా చెప్పండి, మీరు ఎవరు, మీరు ఏ వంశం వారు, అప్పుడు మాత్రమే మీరు అర్జునుడితో ద్వంద్వ యుద్ధం చేయవచ్చు. ఇరుపక్షాల యోధులు రాజకుటుంబానికి చెందినప్పుడే ద్వంద్వ పోరాటం సాధ్యమవుతుందనేది మన సంప్రదాయం. కర్ణుడి హృదయం ఉప్పొంగింది. అతన్ని రథసారథి ద్వారా పెంచారు. అతను ఏ వంశానికి చెందినవాడో తెలియదు. కృపాచార్య పరిస్థితి అతనికి నిరాశ కలిగించింది. అవును, అతను ఏదో ఒక దేశానికి రాజుగా ఉంటే, అప్పుడు విషయాలు పని చేసేవి దుర్యోధనుడు అర్జునుడిని ఎలాగైనా అవమానించాలనుకున్నాడు, కాబట్టి అతను బహిరంగ ప్రకటన చేసాడు, "ఈ రోజు నుండి నేను కర్ణుని అంగ రాజుగా ప్రకటిస్తున్నాను. ఇప్పుడు కర్ణుడిని ద్వంద్వ యుద్ధం నుండి ఎవరూ ఆపలేరు."ఇప్పుడు ద్వంద్వ పోరాటాన్ని నివారించడం చాలా కష్టం.

దుర్యోధనుడు తన అధీకృత దేశంలోని భాగాన్ని కర్ణునికి అంకితం చేశాడు. ఇప్పుడు రాజు కూడా అయ్యాడు. అప్పుడు ప్రిన్స్ అర్జునను తీసుకోకుండా ఎవరు ఆపగలరు?

కర్ణుడు తన పెంపుడు తండ్రి, రథసారధి పాదాలను తాకి, పెంపుడు తండ్రి అతనిని ఆశీర్వదించాడు. కర్ణుడు ముందుకు కదిలాడు.అప్పుడు భీముడు వ్యంగ్యంగా, "ఏయ్! నీచమైన రథసారథి పాదాలను తాకుతున్న రాజు. ఎలాంటి రథసారథి? యుద్ధ రథాలు నడపకుండా, కిరాయి రథాన్ని నడిపేవాడు. నేటి నుండి అయినా ఆ తర్వాత దేశానికి రాజు అయ్యాడు, కానీ అతను సాధారణ రథసారధి కొడుకు అనే నిజం దాచలేము, వెళ్ళు సోదరా! యుద్ధభూమి మీలాంటి వారిది కాదు, మీరు వెళ్లి గుర్రపు పగ్గాలు పట్టుకోండి."

"భీమ్!" దుర్యోధనుని పెద్ద స్వరం ప్రతిధ్వనించింది, “అది ఇప్పుడు మీకు తెలుస్తుందికర్ణుడు గుర్రపు పగ్గాలను పట్టుకోవడంలోనే కాదు, ఈ చేతులతో ఖచ్చితంగా బాణాలు వేయగలడు. అతను మీ ఐదుగురు సోదరులతో ఒంటరిగా పోరాడగలడు. రథం ఎక్కుతూ ముందుకు సాగుతున్నాడు, దమ్ము ఎవరికైనా ఉంటే ఆపాలి...” జనంలో భయాందోళన నెలకొంది. దుర్యోధనుడి ప్రకటన చాలా మందికి నచ్చలేదు, అయితే కర్ణుడి శౌర్యాన్ని గౌరవించే కొందరు వ్యక్తులు ఉన్నారు. జనాల కుతూహలమైన చూపులు మైదానం మధ్యలో నిలిచిపోయాయి. ఇప్పుడు బాకీలు తప్పించుకోవడం కష్టంగా అనిపించింది.

అప్పుడే సూర్యుడు కదలడం, అస్తమించడం మొదలుపెట్టాడు. సాయంత్రం చీకటి చుట్టూ వ్యాపించిందివెళ్లిన. సూర్యాస్తమయం తర్వాత యుద్ధం జరగకూడదనేది అప్పటి యుద్ధ నియమం, కాబట్టి కృపాచార్య వేడుక ముగింపును ప్రకటించారు. అర్జునుడు మరియు కర్ణుని మధ్య జరిగే ద్వంద్వ యుద్ధం స్వయంచాలకంగా నివారించబడింది. దీంతో ప్రజలు ఊపిరి పీల్చుకున్నారు. అందరూ తమ తమ మార్గాన్ని అనుసరించారు.

దుర్యోధనుడు కర్ణుడి చేతిని తన చేతిలో పట్టుకుని తన వెంట తీసుకెళ్లాడు.

రాజకుమారుల విద్యా సభ ముగిసింది. గురువు ద్రోణాచార్య తన ప్రతీకార ప్రతిజ్ఞను మరచిపోలేదు. అతనుఒకసారి శిష్యులను తన దగ్గరకు పిలిచి ఇలా అన్నాడు - “ఓ యువరాజులారా! మీ విద్యను ప్రారంభించే ముందు నేను మీ నుండి వాగ్దానం తీసుకున్నానని మీరు గుర్తుంచుకోవాలి“అవును, నాకు గుర్తుంది.” అర్జున్ అన్నాడు, “నా చదువు పూర్తయ్యాక నీ కోరిక ఒకటి తీర్చాలని నువ్వు చెప్పావు.” “ఈ రోజు నువ్వు నా కోరిక తీర్చే రోజు వచ్చింది. ఈ రోజు

నేను ఆత్రుతగా ఎదురు చూస్తున్నాను." "గురుదేవ్! మేము సిద్ధంగా ఉన్నాము." రాజులు, “మీరు ఆజ్ఞాపించండి, మేము ఏమి చేయాలి?” అన్నారు.

గురుదేవ్ ఒక్క క్షణం మౌనంగా ఉండిపోయాడు. అకస్మాత్తుగా పాంచల్ దేశపు రాచరికం అతని కళ్ళ ముందు మెరిసింది, అక్కడ రాజు ద్రుపదుడు సంవత్సరాల క్రితం తనను

అవమానించాడు. ఆ అవమానాన్ని నేటికీ మరిచిపోలేదు. కాలం గడిచేకొద్దీ, ద్రుపదుడిపై ప్రతీకారం తీర్చుకోవాలనే మంట అతని మనసులో పెరుగుతూ వచ్చింది. ఇప్పుడు అదే ద్రుపదుడికి గుణపాఠం చెప్పాలనుకున్నాడు. అతను యువరాజులను యుద్ధ కళలో నిష్ణాతులను చేసాడు. అతని ధైర్యం ముందు ద్రుపదుడి ఓటమి ఖాయమైంది.

గురుదేవ్ ద్రోణాచార్య ద్రుపదుని అనాగరిక ప్రవర్తన యొక్క కథను వివరిస్తూ, "వీరో! ఇన్నేళ్ల క్రితం ద్రుపదుడు నాకు చేసిన అవమానాన్ని ఈరోజు మీరు తీర్చుకుని నా హృదయానికి శాంతిని ప్రసాదించండి. మీరు ప్రపంచంలోని అత్యుత్తమ యోధులు, కాబట్టి వెంటనే పాంచాల వద్దకు వెళ్లి ద్రుపదుడిని ఓడించి బందీగా తీసుకెళ్లి నా ముందు హాజరు పరచండి. ఇది నా కోరిక, మీరు నెరవేర్చాలి."ఇది రాకుమారులకు కష్టమైన పని కాదు. వారు వెంటనే అంగీకరించారు. అతను "గురుదేవ్! పాంచాల సైన్యాన్ని క్షణాల్లో నాశనం చేసి ద్రుపదుడిని చంపుతాము" అన్నాడు.

అది మీ ముందు నిలబడేలా చేస్తుంది. మమ్మల్ని ఆశీర్వదించండి" అని గురుదేవులు వారిని ఆశీర్వదించారు, "వెళ్లి మీ మిషన్‌లో విజయం సాధించిన వెంటనే తిరిగి రండి."యువరాజులు తమ ఆయుధాలను తీసుకుని పాంచాల వైపు వెళ్లారు. అందరూ ఉత్కంఠలో ఉన్నారు. ఈరోజు తొలిసారిగా తన ఆయుధాలను బహిరంగంగా ఉపయోగించుకునే అవకాశం వచ్చింది. దుర్యోధనుడు కర్ణుడిని కూడా తన వెంట తీసుకెళ్లాడు.

పంచాల్ చేరుకున్న తర్వాత, అతను నిజంగా నైపుణ్యంతో ధైర్యం ప్రదర్శించాడు. వారి దాడిని ఆపడం పాంచాల సైన్యానికి కష్టమైంది. వెంటనే రాకుమారులు పాంచల్ రాజును తమ ఆధీనంలోకి తీసుకున్నారు. ద్రుపదుడు ఓడిపోయాడు. అతను రాకుమారులకు లొంగిపోయాడు. యువరాజు ద్రుపద రాజును బంధించి, తరువాతి రోజుల్లోనే హస్తినాపురానికి తీసుకెళ్లాడు.ద్రుపదుడిని గురువు ముందు బందీగా ఉంచి, "తీసుకో! నీ బందీ ఉన్నాడు" అన్నాడు యువరాజు.

ద్రోణాచార్యుడు ద్రుపదుడిని పైనుండి కిందకి ఒకసారి చూసి, "రాజా! మీకు గుర్తుంది, ఒకసారి నేను మీ స్నేహితుడిని అయ్యాను మరియు మీ వద్దకు బిచ్చగాడిగా వచ్చానునేను మీ దగ్గరికి వచ్చినప్పుడు మీరు ఏమి చెప్పారు? రాజు బిచ్చగాడికి ఎలా మిత్రుడవుతాడో చెప్పావు, ఈరోజు నువ్వు బిచ్చగాడిలా నా ముందు నిలబడి ఉన్నావు.ద్రుపదుడు ప్రశాంతంగా ఉన్నాడు. అతను ఏ సమాధానం చెబుతాడు?

ద్రోణాచార్యుడు, "నా శిష్యులైన యువరాజులచే నా ఆజ్ఞతో పాంచాల నాశనం చేయబడింది. నాకు కావాలంటే ఒక్క క్షణంలో నిన్ను అంతమొందించగలను, కానీ నేను అలా చేయను."ద్రుపదుడు మౌనంగా ఉండిపోయాడు.

"ఏమో, నువ్వు నా చిన్ననాటి స్నేహితుడివి. నేను మీకు పాఠం చెప్పాలనుకున్నాను. నువ్వు రాజుతో మాత్రమే స్నేహంగా ఉండగలవని, నీ రాజ్యంలో సగభాగాన్ని స్వాధీనం చేసుకొని మిగిలిన సగాన్ని నీకు అప్పగిస్తున్నాను. చూడు, ఇప్పుడు నేను కూడా రాజునయ్యాను. ఇప్పుడు మీరు నా స్నేహాన్ని పట్టించుకోవడం లేదు."ద్రుపదుడు ఓడిపోయిన రాజు కాబట్టి మౌనంగా వినడం తప్ప అతనికి వేరే మార్గం లేదు, కానీ అతను తన మనస్సులో వేడుకున్నాడు. నేను ఇక్కడి నుండి విముక్తి పొందిన వెంటనే, ద్రోణుడికి ఈ పని యొక్క ఆనందాన్ని ఖచ్చితంగా రుచి చేస్తాను.ఈ విధంగా, ద్రుపదుడికి సగం రాజ్యాన్ని తిరిగి ఇచ్చి, సగం రాజ్యానికి తానే యజమాని అయిన తరువాత, గురుదేవ్ యువరాజుల నుండి సెలవు తీసుకొని పాంచల్‌కు వెళ్ళాడు.ద్రుపదుడు ద్రోణాచార్యుడిని ఎలా నాశనం చేయాలో అని ప్రతి క్షణం చింతిస్తూ గడిపాడు.

అతను యజ్ మరియు ఉపయాజ్ అనే ఋషుల సహాయంతో తపస్సు చేసి పుత్రేష్టి యాగం నిర్వహించాడు. తరువాత, అతనికి ఒక కుమారుడు జన్మించాడు, అతని పేరు ధృష్టద్యుమ్నుడు. ఈ కొడుకు ద్రుపదుని కోరికను తీర్చాడు మరియు మహాయుద్ధం తారాస్థాయికి చేరుకున్నప్పుడు, ద్రోణాచార్యుని చంపిన ధృష్టద్యుమ్నుడు.

ద్రుపదుడికి ఒక కుమార్తె ఉంది - కృష్ణుడు. ఆమెను పాంచల్ మరియు ద్రౌపది అని కూడా పిలుస్తారు. తరువాత, ఈ ద్రౌపది అర్జున్‌తో వివాహం జరిగింది. ద్రుపదుడు అర్జునుడిని అల్లుడుగా చేసుకొని తన శ్రేయోభిలాషిగా ఉంచుకోవాలనుకున్నాడు.గురుదేవ్ ద్రోణాచార్య నిష్క్రమణ తర్వాత, కౌరవ మరియు పాండవ యువరాజుల మధ్య విభేదాలు క్రమంగా పెరుగుతూ వచ్చాయి. దుర్యోధనుడు పాండవులపై విపరీతమైన అసూయపడ్డాడు, ఎందుకంటే పాండవ సోదరులు మరింత ధైర్యవంతులు మాత్రమే కాకుండా ప్రజలలో కూడా ప్రజాదరణ పొందారు. ఇక్కడ ధృతరాష్ట్రుడు కూడా ఆందోళన చెందాడు. వారి తర్వాత కౌరవ సోదరుల పరిస్థితి ఏమవుతుందో, పాండవులు తమను సంతోషంగా జీవించనివ్వరా అని వారు ఆశ్చర్యపోయారుపాండవుల ఆదరణ, శౌర్యం ధృతరాష్ట్రునికి కూడా దాగలేదు.

(ఐదు)

ఏది ఏమైనప్పటికీ, ధృతరాష్ట్రుడు పాండవుల శౌర్యం మరియు సామర్థ్యం పట్ల ఉదాసీనంగా ఉండలేడు. తన కుమారుల పట్ల అతనికి సహజమైన మొగ్గు ఉన్నప్పటికీ, అతను తన మేనల్లుళ్లపై తక్కువ ప్రేమను కలిగి లేడు, అందుకే అతను తన తర్వాత పెద్ద యుధిష్ఠిరునికి సింహాసనాన్ని అప్పగిస్తున్నట్లు ప్రకటించాడు.

యుధిష్ఠిరుడు మరియు అతని సోదరులు ఈ ప్రకటనను గౌరవించారు. వీరిద్దరూ కలిసి తమ సామ్రాజ్యాన్ని విస్తరించడమే కాకుండా, వారి ధైర్యసాహసాలు మరియు సామర్థ్యాల

ఆధారంగా ప్రజలలో విపరీతమైన ప్రజాదరణ పొందారు. ప్రజలు పాండవులను తమ నాయకులుగా భావించారు. యుధిష్ఠిరుడు ప్రజల సంక్షేమం కోసం ఎన్నో కొత్త చర్యలు తీసుకున్నాడు. వారి డిమాండ్లను అయన సానుభూతితో పరిశీలించారు. తన సైన్యాన్ని కూడా పూర్తిగా చూసుకున్నాడు. ఎప్పటికప్పుడు సీనియర్ ఆర్మీ అధికారులను కలుస్తూ ఆర్మీ కార్యకలాపాలను స్వయంగా పరిశీలించేవారు.

అతని ప్రకటనతో ధృతరాష్ట్రుడు చివరికి అసంతృప్తి చెందాడు. తన కొడుకుల నుండి చిత్రహింసలు ఎదుర్కోవడమే కాకుండా తన కొడుకుల కోసం ఏమీ చేయలేదని బాధపడ్డాడు. పాండవుల ఆదరణ రోజురోజుకూ పెరుగుతోంది, కానీ వారి కుమారుల గురించి ఎక్కడా చర్చించలేదు. పాండవుల కీర్తికి ప్రజలందరూ ఉత్సాహంగా ఉన్నారని, యుధిష్ఠిరుడు కాబోయే రాజుగా సంతోషిస్తున్నారని రాజు గూఢచారులు ప్రతిరోజూ అతనితో చెప్పేవారు. యుధిష్ఠిరుడు పాలనలో చాలా నైపుణ్యం కలవాడు, అతను తన మామ ధృతరాష్ట్రుడిని ఏ విషయంలోనైనా ఇబ్బంది పెట్టడం సరికాదు.ఇప్పుడు ధృతరాష్ట్రుడు తన కొడుకుల గురించి ఆందోళన చెందాడు. అతను ఆలోచించడం ప్రారంభించాడు, ఏదో ఒక రోజు పాండవులు రాజులు అవుతారు మరియు వారి మంచి పనులతో అందరి హృదయాలను గెలుచుకుంటారు, అప్పుడు నా కొడుకుల పరిస్థితి ఏమిటి? ఏదో ఒక రోజు వారు శక్తివంతం అయి నా కొడుకుల హక్కులను హరించడం జరుగుతుందా? కొడుకులు పనికిరారు, కానీ ఏ తండ్రి వారికి హాని తలపెడతాడు?

అలాంటి సందర్భంలో ఆయన తన మంత్రి కనిక్‌ని గుర్తు చేసుకున్నారు. రాజకీయాలలోని చిక్కుముడులు ఆయనకు బాగా తెలుసు. ధృతరాష్ట్రుడు అతడిని పిలిచి తన మనసులోని సందేహాలను చెప్పాడు. అతడు "రాజా! మీ సందేహం సమంజసమే. రాజకీయాల్లో జాగ్రత్తగా ఉండటం చాలా ముఖ్యం. నిజమేమిటంటే, మీరు మీ ప్రత్యర్థిని ఎప్పుడూ తక్కువ వ్యక్తిగా పరిగణించకూడదు. మానవులు పాము, అగ్ని, రోగము మొదలైన వాటి పట్ల ఎంత జాగ్రత్తగా ఉండాలో అలాగే శత్రువుల పట్ల కూడా జాగ్రత్తగా ఉండాలి. పాండవులలో ఒక్కొక్కరు కావాలి తగినప్పుడు కార్యకలాపాలు పర్యవేక్షించబడాలి మరియు నియంత్రించబడతాయి.ఇది చేయాలి, లేకపోతే కౌరవ సోదరుల భవిష్యత్తు నాశనం అవుతుంది."ధృతరాష్ట్రుడు కనిక మాటలు కరెక్ట్‌గా భావించాడు.

దుర్యోధనుడికి కూడా ఈ పనులు తెలియక పోలేదు. ఒకరోజు తన తండ్రిని ఏకాంతంగా కలుసుకుని, "నాన్నా! నువ్వు యుధిష్ఠిరుని కాబోయే రాజుగా ప్రకటించి మంచి చేయలేదు. ఇప్పుడు పాండవుల పట్ల ప్రజల్లో ఆదరణ మరింత పెరిగింది. అందరూ యుధిష్ఠిరుని రాజుగా భావిస్తారు. ఏమవుతుంది. పాండవులు సింహాసనాన్ని అధిష్టించిన వెంటనే మనం రాజ్యం నుండి తరిమివేయబడతాము."

ధృతరాష్ట్రుడు ఏం సమాధానం చెబుతాడు? తన కుమారుల భవిష్యత్తు గురించి ఆందోళన చెందాడు, కానీ అతను అకస్మాత్తుగా పాండవుల రాజ్యాన్ని కోల్పోతే ప్రజలు ఏమనుకుంటారో అని కూడా ఆందోళన చెందాడు. ప్రజల ఆగ్రహాన్ని భరించడం అంత తేలిక కాదు. అతడు "కొడుకూ! దయచేసి నాకు పరిష్కారం చెప్పండి, నేను ఏమి చేయాలి?"

దుర్యోధనుడు "నాన్నా! ప్రజల గురించి చింతించకండి. ప్రజల సంగతేమిటంటే, సంపదలు, బహుమతులు ప్రలోభపెట్టి వారిని మన వైపుకు లాక్కుంటాము, అప్పుడు వారు మనల్ని వ్యతిరేకించరు. క్రమంగా, ప్రజలు మా వైపు ఉంటారు, అప్పుడు మేము పాండవులను సింహాసనం నుండి సులభంగా తొలగిస్తాము."ఇది అంత సులభం కాదు."

"అది నాకు వదిలేయండి." దుర్యోధనుడు "ఈలోగా, పాండవులను రాజధాని నుండి కొద్దికాలం దూరంగా ఉంచాలి, తరువాత ప్రజలను క్రమంగా మన ఆధీనంలోకి తెచ్చుకుంటాము.""కానీ...."

"ఇఫ్స్ అండ్ బట్స్ ఆఫ్ సైకిల్ వదిలెయ్.. పాండవులు రాజులైతే మన అస్తిత్వం అంతమైపోతుందని గుర్తుంచుకోండి. మన పిల్లలు కూడా ఇతరుల ముక్కల మీద పెరుగుతారు. మీరు బ్రతికి ఉన్నంత కాలం పాండవులు మౌనంగా ఉంటారు. మీరు కళ్ళు మూసుకోండి, మీ పిల్లల జాడ అంతా చెరిగిపోతుంది."

"కొడుకూ! నీకు ఏది సరైనదో అది చేయి." అని నిస్సహాయంగా అన్నాడు ధృతరాష్ట్రుడు. నిజానికి ధృతరాష్ట్రుడు తన మేనల్లుళ్లపై బహిరంగంగా ఎలాంటి చర్య తీసుకోదలుచుకోలేదు. పాండవుల దక్షతకు ముగ్ధుడై, భవిష్యత్తుపై ఎలాంటి ప్రభావం ఉండకూడదని ఖచ్చితంగా కోరుకున్నాడు. అతని కొడుకుల. రాకూడదు.

దుర్యోధనుడికి తండ్రి అంతరంగం అర్థమైంది. తన మేనల్లుళ్లకు వ్యతిరేకంగా వారు ఏమీ చేయరని అతనికి తెలుసు, అందుకే పాండవులను తన మార్గం నుండి తొలగించాలని నిర్ణయించుకున్నాడు. అతను తన మనసులో ఒక ప్రణాళిక వేసుకుని, "ఏదో ఒకవిధంగా పాండవులను రాజధానికి దూరంగా కొన్ని రోజులు ఉంచవచ్చు" అని తండ్రితో చెప్పాడు.దయచేసి పంపండి. వారిని వారణావత్ కు పంపడం సముచితంగా ఉంటుంది. ఆ నగరం కూడా రాజధానికి చాలా దూరంలో ఉంది."

ధృతరాష్ట్రుడు దీనిని అంగీకరించాడు.

యుధిష్ఠిరుడు తన పరిపాలనలో నిమగ్నమై ఉన్నాడు, ఈ సందిగ్ధత గురించి తెలియదు. ధృతరాష్ట్రుడు తనకు అప్పగించిన గొప్ప బాధ్యతను పూర్తి శ్రద్ధతో నిర్వర్తిస్తున్నాడు. యుధిష్ఠిరుడు తరచుగా బిజీగా ఉండేవాడు, అందువల్ల అతను ధృతరాష్ట్రుడిని చాలా అరుదుగా కలుసుకోగలిగాడు. ఒకటి రెండు రోజుల తర్వాత ధృతరాష్ట్రుడు యుధిష్ఠిరుని తన వద్దకు పిలిచాడు.

యుధిష్ఠిరుడు అతని ఆస్థానానికి చేరుకున్నాడు. దుర్యోధనుడి వద్ద శిక్షణ పొందిన సభికులు చుట్టూ కూర్చున్నారు.యుధిష్ఠిరుడు రాజుకు నమస్కరించి అతని ఆసనంలో కూర్చున్నప్పుడు, ధృతరాష్ట్రుడు "చెప్పండి యువరాజు! ఎలా జరుగుతున్నాయి?"

"రాజా, మీరు నాపై ఉంచిన నమ్మకాన్ని నెరవేర్చడానికి నేను నా శక్తితో ప్రయత్నిస్తున్నాను.""అమ్." ధృతరాష్ట్రుడు ఇలా అన్నాడు, "ఈ రోజుల్లో నువ్వు చాలా బిజీగా ఉన్నావు, ఎప్పుడూ రాచరిక వ్యవహారాల్లో మునిగిపోయావు. నిజం ఏమిటంటే, నీలాంటి సహాయకుడు నాకు దొరికినందుకు చాలా సంతోషంగా ఉన్నాను, నేను మీకు కొంత సహాయం చేయగలనని అనుకుంటున్నాను. సరే, నేను అనుకుంటున్నాను. ఇప్పుడు కొన్ని రోజులు రెస్ట్ తీసుకో అని.ఇంత బిజీగా ఉండి ఏం లాభం..అమ్మ, అన్నయ్యలతో కలిసి రాజధానికి దూరంగా ఏదైనా అందమైన ప్రదేశానికి వెళ్లి నిర్లక్ష్యంగా ప్రయాణం చేయడం మంచిది.ఇప్పుడు ఆలోచన ఎక్కడిది. నేను నిన్ను పంపాలా?" ఇలా చెప్పి ధృతరాష్ట్రుడు ఆలోచనల్లో పడ్డాడు.

దీనిపై, ఇతర సభికులు అనేక నగరాల పేర్లను సూచించారు. ఈ పేర్లలో అందరూ ఏకగ్రీవంగా వారణావత్‌ను ప్రశంసించారు. అప్పుడు ధృతరాష్ట్రుడు, "సరే, నువ్వు వారణావత్ వెళ్లి విశ్రాంతి తీసుకో. అక్కడ మీరు చాలా ఎంజాయ్ చేస్తారు. త్వరలో శివరాత్రి పండుగ కూడా రాబోతోంది. ఈ సందర్భంగా వారణావత్ అందాలు చూడదగ్గవి. అక్కడ అలసిపోయిన మీ మనస్సు కూడా శాంతిని పొందుతుంది. కాబోయే రాజు దేశాన్ని సందర్శించడం చాలా ముఖ్యం. మన ప్రజలను కలవడానికి ఇంతకంటే మంచి అవకాశం ఏముంటుంది? మీకు కావలసినంత కాలం మీరు వారణావత్‌లో ఉండవచ్చు మరియు మీ సబ్జెక్ట్‌లతో సన్నిహిత సంబంధాలను కొనసాగించవచ్చు."

రాజు యొక్క ఈ ఆకస్మిక సానుభూతికి యుధిష్ఠిరుడు నోరు జారాడు. అకస్మాత్తుగా తనని తన సోదరులు మరియు తల్లితో పాటు ఏకాంత విశ్రాంతి కోసం రాజధాని నుండి పంపించాల్సిన అవసరం ఎందుకు వచ్చిందో అతనికి అర్థం కాలేదు. కళ్ళు పైకెత్తి ఆస్థానంలో కూర్చున్న దుర్యోధనుడి వైపు చూశాడు. దుర్యోధనుడు కూడా తన మొహం వంక దాచుకున్నాడు

అన్నాడు, "తండ్రి చెప్పింది నిజమే యుధిష్ఠిరా! మీకు విశ్రాంతి చాలా అవసరం. మీరు వీలైనంత త్వరగా వారణావత్‌కు బయలుదేరండి."

యుధిష్ఠిర్ పప్పులో ఏదో నలుపు కనిపించడం ప్రారంభించాడు, కానీ అతను ప్రశాంతంగా ఉన్నాడు. అతను ధృతరాష్ట్రుని సూచనను మౌనంగా అంగీకరించాడు.దుర్యోధనుని ఆనందానికి అవధులు లేవు. ఇప్పుడు అతను పాండవులను తన మార్గం నుండి సులభంగా తొలగించగలిగాడు.

శుభ ముహూర్తంలో పాండవులు రాజధాని నుండి సెలవు తీసుకుని వారణావత్ వైపు బయలుదేరారు. రాజధాని ప్రజలు ఆయనను విడిచిపెట్టడానికి ఇష్టపడలేదు, కాబట్టి పెద్ద

సమూహం అతన్ని సరిహద్దులో వదిలిపేయడం ప్రారంభించింది. పాండవులను ఇలా రాజధాని నుండి బయటకు పంపడం పట్ల చాలా మందికి సందేహం కలిగింది, కానీ యుధిష్ఠిరుడు "రాజు ప్రవర్తనను శంకించడం సరికాదు, నిజంగా మన క్షేమం కోరుకుంటున్నాడు" అని వారి సందేహాలను నివృత్తి చేశాడు.

భీష్ముడు, ద్రోణుడు, విదురుడు మొదలైన పెద్దలు కూడా పాండవులతో కలిసి కొంత దూరం వెళ్లారు. భీష్ముడు మరియు ద్రోణుడు వారిని ఆశీర్వదించారు మరియు వెంటనే రాజధానికి తిరిగి వచ్చారు, కాని విదురుడు వారితో పాటు రాజధాని సరిహద్దుల వరకు వెళ్ళాడు.

దుర్యోధనుడి రహస్య ప్రణాళికల గురించి విదురునికి పూర్తి అవగాహన ఉంది. పాండవులకు వీడ్కోలు పలుకుతున్నప్పుడు, విదురుడు వారిని కోడ్ భాషలో హెచ్చరించాడు, "వినుండి యుధిష్ఠిరా! శత్రువుల పట్ల ఎల్లప్పుడూ జాగ్రత్తగా ఉండాలి. శత్రువులను ముందుగానే గుర్తించేవాడు ఎప్పుడూ ఓడిపోడు. ఇనుముతో చేసిన ఆయుధాలు కొన్ని ఉన్నాయి. ఉన్నాయి. ఆయుధాలు లేవు, కానీ వారి దాడి ప్రాణాంతకం. అలాంటి ఆయుధాలతో ఎల్లప్పుడూ జాగ్రత్తగా ఉండాలి. అగ్ని అడవులను నాశనం చేయగలదు, కానీ రంధ్రాలలోకి ప్రవేశించదు. ఇప్పుడు మీరు వెళ్లి నా మాటలను వినండి."

యుధిష్ఠిరుడు కొన్ని క్షణాలు ఆలోచిస్తూ ఉండి, "మమ్మల్ని నడిపించినందుకు చాలా ధన్యవాదాలు. హామీ ఇవ్వండి, మేము పూర్తిగా అప్రమత్తంగా ఉంటాము."పాండవులు తమ తల్లి కుంతీతో కలిసి వారణావత్ చేరుకున్నప్పుడు, వారికి అక్కడ ఘన స్వాగతం లభించింది. ప్రజలు ఆయనకు ఘనస్వాగతం పలికారు. ప్రతి ఇంటి నుంచి వారి కోసం రుచికరమైన వంటకాలు సిద్ధం చేశారు. ఎంతో పట్టుదలతో ప్రజలు ఆయన్ను తమ ఇళ్లకు తీసుకెళ్లి సన్మానించారు.

శివరాత్రి సందర్భంగా పాండవులు నిజంగా సంతోషించారు. పాండవులు సాధారణ ప్రజలతో మమేకమై ఉత్సవాల్లో పాల్గొని ఆనందించారు

మరోవైపు, దుర్యోధనుడు తన విశ్వసనీయ దూతను వారణావత్‌కు పంపాడు. దుర్యోధనుడు వారణావత్ చేరుకున్న తర్వాత తాను ఏమి చేయాలో పురోచనకు వివరించాడు.పురోచన్ భవన నిర్మాణ కళలో గొప్ప నిపుణుడు. వారణావత్‌కు చేరుకోగానే గొప్ప భవనాన్ని నిర్మించాడు. ఈ భవనం యొక్క అందానికి సమాధానం లేదు. దూరం నుంచి చూడగానే ఆ భవన వైభవం మనల్ని ఆకర్షించింది. భవనం అన్ని సౌకర్యాలతో నిండిపోయింది. అక్కడ సమృద్ధిగా ఆహార పదార్థాలు లభ్యమయ్యాయి. అన్ని గదులను విలువైన అలంకరణలతో అలంకరించారు. నేలపై ఖరీదైన తివాచీలు ఉన్నాయి మరియు మంచాలు చాలా మృదువుగా మరియు శుభ్రంగా ఉన్నాయి, వాటిని చూసిన క్షణం నాకు నిద్రపోవాలని

అనిపించింది. ఆ భవనానికి 'శివం' అని పేరు పెట్టారు. శివం అంటే కల్యాణం. విధ్వంసక ప్రణాళిక అమలులో ఉన్న భవనానికి దుర్యోధనుడు ఎంత అందమైన పేరు పెట్టాడు!

భవనం పూర్తయిన తర్వాత, పురోచన్ పాండవులను కలుసుకుని, కొత్త భవనంలో కొన్ని రోజులు ఉండమని అభ్యర్థించాడు. యుధిష్ఠిర్‌కి ఆ భవనం ఎంతగానో నచ్చడంతో అతను వెంటనే దానికి అంగీకరించి తన తల్లి మరియు సోదరులతో కలిసి ఆ కొత్త భవనంలో నివసించడానికి వెళ్లాడు.

భవనం లోపలికి అడుగు పెట్టగానే యుధిష్ఠిరుడి తల వణికింది. భవనం గోడల నుండి లక్క, నూనె, జనపనార మొదలైన దుర్వాసన వెదజల్లుతోంది. ఇక్కడే తన మరణానికి పూర్తి సన్నాహాలు జరిగినట్లు యుధిష్ఠిరునికి అర్థమైంది. అప్పుడు అతనికి విదురుడి సందేశం కూడా గుర్తుకు వచ్చింది. ఇప్పుడు విదురుడి మాటలకు అర్థం అర్థమైంది. తల్లి కుంతి, సోదరులను అప్రమత్తం చేశాడు. అతను ఇలా అన్నాడు, "ఈ భవనాన్ని తగలబెట్టడం ద్వారా శత్రువు మమ్మల్ని చంపాలనుకుంటున్నాడు, కానీ మనం భయపడాల్సిన అవసరం లేదు. జాగ్రత్తగా ఉండండి. శత్రువును అప్రమత్తం చేసే ఎలాంటి భయాందోళనలను మన ముఖంలో చూపించకూడదు. మేము వారి ప్రణాళికను అర్థం చేసుకున్నామని వారికి తెలిస్తే, వారు మరో అడుగు వేయవచ్చు.ఇది నిజానికి దుర్యోధనుడి పథకం. పురోచనుని ఈ రాజభవనంలో పాండవులను చంపి కలకాలం ప్రశాంతంగా ఉండాలని కోరుకున్నాడు. పాండవులు సంతోషంగా కొత్త భవనంలో స్థిరపడ్డారు.

కొన్ని రోజుల తర్వాత ఒక సందర్శకుడు పాండవులను కలవడానికి వచ్చాడు. అతడు, "రాకుమారులారా! నేను హస్తినాపురం నుండి వచ్చాను. మహాత్మా విదుర్ నన్ను పంపాడు."విదురుడు తన శ్రేయోభిలాషి అని యుధిష్ఠిరునికి తెలుసు. అందుకని "ఎలా వచ్చావు? విదురుడు మామయ్య నిన్ను ఎందుకు పంపించాడు?"

"నేను సొరంగాలు తవ్వడంలో నిపుణుడిని. మంటలు కలప మరియు అవిసెను త్వరగా పట్టుకుంటాయి, కానీ సొరంగం చేరుకోలేవు." సందర్శకుడు చెప్పాడు, "మాసంలోని కృష్ణ పక్షం మధ్యలో ఈ రాజభవనాన్ని నాశనం చేయమని దుర్యోధనుడు పురోచనుడిని ఆదేశించాడురాత్రి మీరందరూ గాఢ నిద్రలో ఉన్నప్పుడు నిప్పు పెట్టండి." "ఓహ్!" దుర్యోధనుడి ఈ ఎత్తుగడకు యుధిష్ఠిరుడు నిట్టూర్చాడు."భయపడకు." సందర్శకుడు చెప్పాడు, "ఈలోగా, నేను ప్యాలెస్‌లో ఏదో ఒక సురక్షితమైన మూలలో సొరంగం చేస్తాను, తద్వారా ప్యాలెస్‌లో మంటలు చెలరేగితే, మీరు సురక్షితంగా బయటపడవచ్చు."

అంటూ సందర్శకుడు రాజభవనంలోని రహస్య భాగానికి చేరుకుని సొరంగం తవ్వడం మొదలుపెట్టాడు. ఈ పని పురోచన్ కూడా తెలుసుకోలేనంత జాగ్రత్తగా జరిగింది.సొరంగం సిద్ధంగా ఉంది. ఇప్పుడు పాండవులు వేచి ఉండాల్సిన అవసరం లేదు. అతను పురోచన కంటే ముందే తన ఘనతను సాధించాలనుకున్నాడు.

ఆ రోజు కుంతీ ఆ భవనంలో వర్ణవత్ వాసులకు విందు ఏర్పాటు చేసింది. ప్రజలు సంతోషంగా భవనం వద్దకు చేరుకుని పాండవులతో కలిసి విందును ఆస్వాదించారు.అర్ధరాత్రికి ముందే భోజనం ముగిసింది. పాండవులు అతిథులకు వీడ్కోలు పలికారు మరియు వీలైనంత త్వరగా భవనాన్ని విడిచిపెట్టాలని తమలో తాము నిర్ణయించుకున్నారు.

అర్ధరాత్రి, తల్లి కుంతితో పాటు నలుగురు సోదరులు ఒక్కొక్కరుగా ఆ రహస్య సొరంగం నుండి బయటకు వచ్చారు. ఆ భవనానికి నిప్పు పెట్టవలసింది అతడే కాబట్టి భీముడు మాత్రమే రాజభవనంలో ఉన్నాడు. పురోచస్ తన గదిలో గాఢనిద్రలో ఉన్నాడు. భీముడు మొదట తన సొంత గదికి నిప్పంటించాడు, అది వెంటనే భవనం అంతటా వ్యాపించింది. ఇంతలో భీముడు కూడా సొరంగం నుండి బయటకు వచ్చాడు.

అగ్ని జ్వాలలు ఆకాశంలోకి ఎగసిపడుతున్నాయి. వరణావత్ వాసులు రెప్పపాటులో మేల్కొన్నారు. భవనం దగ్ధం కావడం చూసి ప్రజల్లో భయాందోళనలు నెలకొన్నాయి. పాండవులు తమ తల్లితో కలిసి భవనంలో నివసించారు. అతని విషాదకరమైన ముగింపు వారణావత్ ప్రజల హృదయాలను నింపింది.ఐదుగురు పాండవులు వారి తల్లి కుంతితో పాటు భవనంలో కాలిపోయారని వార్త చుట్టుపక్కల వ్యాపించింది. మరుసటి రోజు, భవనంలో ఒక మహిళ మరియు ఆమె ఐదుగురు చిన్న కుమారుల మృతదేహాలు కూడా కనుగొనబడ్డాయి. అసలే ఈ మహిళ తన ఐదుగురు కుమారులతో కలిసి రాత్రి భోజనానికి వచ్చి తిని, తాగి మత్తులో బిల్డింగ్‌లో నిద్రపోయింది.

అగ్నిప్రమాదం గురించి దుర్యోధనుడు సమాచారం అందుకున్నప్పుడు, అతను తన ప్రణాళిక ఎంత సులభంగా విజయవంతమైందో చూసి ఆశ్చర్యపోయాడు. తన శత్రువులు తన దారికి దూరమయ్యారని సంతోషించాడు. మనస్ఫూర్తిగా తన సంతాపాన్ని తెలియజేసి, తన దాయాదుల అకాల మరణానికి యావత్ దేశం సంతాపం ప్రకటించాలని ఆదేశాలు జారీ చేశారు.కానీ పాండవులు సజీవంగా ఉన్నారు.

వారు సొరంగం నుండి బయటకు వచ్చి ఒక నది ఒడ్డుకు చేరుకున్నారు. అప్పటికే నది ఒడ్డున ఒక పడవ సిద్ధంగా ఉంది, దానిపై విదురుడు పంపిన నావికుడు వారి కోసం వేచి ఉన్నాడు.నావికుడు పాండవులను పడవలో ఎక్కించి నది దాటించాడు. నదికి అవతలి వైపు భయంకరమైన అడవి ఉంది. పాండవులు అదే అడవికి బాట పట్టారు. సంక్షోభం పూర్తిగా తొలగిపోయే వరకు, అతను హస్తినకు దూరంగా ఏకాంత ప్రదేశంలో నివసించాలనుకున్నాడు.

అరణ్యంలో తిరుగుతుండగా పాండవులు చాలా దూరం వచ్చారు.నడుస్తూనే అలిసిపోయి అలిసిపోయాడు. భీముడి శారీరక స్థితి కాస్త దృఢంగా ఉండడంతో తమ్ముళ్ల ఓపిక పట్టి భుజాలపై మోసేవాడు.ఒక చోట, సోదరులందరూ అలసిపోయినప్పుడు, వారు ఒక చెట్టు క్రింద

విశ్రాంతి తీసుకోవడానికి కూర్చున్నారు.భీముడు, "మీరు విశ్రాంతి తీసుకోండి, నేను ఎక్కడి నుంచో నీళ్ళు తెస్తాను" అన్నాడు.

కొంత సమయం తరువాత, భీముడు తిరిగి వచ్చినప్పుడు, తన తల్లితో పాటు నలుగురు సోదరులు గాఢనిద్రలో ఉండటం చూశాడు. భీముని హృదయం తన తల్లి మరియు సోదరుల కోసం దుఃఖంతో నిండిపోయింది. ఈ రోజు వారు అడవిలో తిరుగుతూ నేలపై పడుకోవలసి వచ్చింది

వారి స్థానం రాజభవనాలలో ఉంది. చట్టం యొక్క పాలన ఏమిటి? భీముడు వారిని హాయిగా నిద్రపోనిచ్చి తనను తాను కాపాడుకోవడం ప్రారంభించాడు.

ఆ అడవిలో నరమాంస భక్షకుడైన హిడంబ్ అనే రాక్షసుడు ఉండేవాడు. అడవిలో మానవ వాసనను గుర్తించిన తర్వాత అతని ముక్కురంధ్రాలు వెలిగిపోయాయి. అతను తన సోదరి హిడింబతో, "చూడు! కొంతమంది మనుషులు అడవికి వచ్చారు, మీరు వారిని పట్టుకుని ఇక్కడికి తీసుకురండి. ఈ రోజు మనం కడుపునిండా భోజనం చేస్తాం.

పాండవులను తీసుకురావడానికి హిడింబ బయలుదేరింది.ఒక చెట్టు కింద ఒక స్త్రీ మరియు నలుగురు వ్యక్తులు నిద్రిస్తున్నారు మరియు బలమైన జీనుతో ఒక అందమైన వ్యక్తి వారికి కాపలాగా ఉన్నాడు. హిడింబ భీముని వైపు చూస్తూ ఉండిపోయింది. భీముడికి తొలిచూపులోనే ఆమె నచ్చింది. ఆమె తన సోదరుని ఆజ్ఞను మరచి అందమైన అమ్మాయి రూపాన్ని ధరించి భీముని వద్దకు వెళ్లి, "విను! నేను హిడింబను. నా సోదరుడు నిన్ను బంధించడానికి నన్ను పంపాడు, ఎందుకంటే అతను నిన్ను తినాలనుకుంటున్నాడు, కాని నేను మీతో ప్రేమలో పడ్డాను

నువ్వు నన్ను పెళ్లి చేసుకుంటే నేను నిన్ను మా అన్న నుండి కాపాడగలను."

భీముడు, "నేను నీ తమ్మునికి భయపడను. మీ సోదరుడు లేదా మీరు మమ్మల్ని తాకలేరు.""మనుషుడా, మూర్ఖుడవు!" అంది హిడింబ, "హిదంబ ఇక్కడికి వచ్చి నీ ప్రాణాలకు ముప్పు వాటిల్లకుండా ఉండాలంటే నా మాట వినడం మంచిది."కానీ భీముడు హిడింబ మాటలను అంగీకరించలేదు.

హిదాంబ్ తన సోదరి కోసం కొంతసేపు వేచి ఉన్నాడు, ఆలస్యాన్ని చూసి, అతను స్వయంగా మనుషులను వెతకడానికి బయలుదేరాడు.తనవైపు వస్తున్న రాక్షసుడిని చూసిన భీముడు అతనితో యుద్ధానికి సిద్ధమయ్యాడు.

మరుక్షణం ఇద్దరూ రెండు పర్వతాలలా ఢీకొన్నారు. ఇద్దరూ బలంగా ఉన్నారు. వారి ఎన్‌కౌంటర్ కారణంగా భూమి కంపించింది మరియు వాతావరణంలో ధూళి మేఘం పెరగడం ప్రారంభించింది. రాక్షసుడు బిగ్గరగా అరుస్తూ భీముడిని జయించటానికి ప్రయత్నించాడు.

రాక్షసుని గర్జన మరియు అలజడి విని మిగిలిన సోదరులు మరియు తల్లి మేల్కొన్నారు. దగ్గరలో ఒక అందమైన అమ్మాయిని చూసి కుంతి "ఎవరు నువ్వు? నా కొడుకుతో ఎందుకు గొడవపడుతున్నావు?

హిడింబ, "ఇతను నా సోదరుడు హిదంబ రాక్షసుడు, నిన్ను తినడానికి ఇక్కడికి వచ్చాడు" అని చెప్పింది.కుంతి ఇలా అంది, "ఇది అన్యాయం. మీ అన్నయ్యను ఎందుకు ఆపకూడదు?' "నేను మిమ్మల్ని రక్షించాలనుకుంటున్నాను, కానీ భీముడు నా ప్రతిపాదనను తిరస్కరించాడు.""ప్రపోజల్? ఎలాంటి ప్రతిపాదన?"

"నన్ను పెళ్లి చేసుకుంటే మిమ్మల్నందరినీ హిదంబ నుండి రక్షించి ఆకాశంలో సురక్షిత ప్రదేశానికి తీసుకెళ్తానని చెప్పాను." హిడింబ, "అయితే భీముడు నా మాట వినలేదు, అప్పటికి నా సోదరుడు వచ్చాడు."హిడింబ మాటలు విని యుధిష్ఠిరుడు, అర్జునుడు, నకుల్ మరియు సహదేవ్ కోపోద్రిక్తులయ్యారు. రాక్షసునితో పోరాడటానికి పరిగెడుతూ భీముని చేరుకున్నారు.భీముడు, "మీరు జోక్యం చేసుకోకండి. ఈ రాక్షసుడికి నేను ఒక్కడినే సరిపోతుంది.అంటూ భీముడు హిడంబిని తన రెండు చేతులతో ఎత్తుకుని బలవంతంగా నేలపై పడేశాడు. నేలపై పడిన వెంటనే హిదాంబ్ మరణించాడు. భీముడు హిడంబిని ఒక్కసారి చూసి, తన తల్లి మరియు సోదరులతో ముందుకు సాగాడు. హిడింబతో కూడా మాట్లాడలేదు

భీముడు లేకుండా హిడింబ బతకలేదు. ఆమె కూడా అతనిని అనుసరించడం ప్రారంభించింది.ఇది భీముడికి నచ్చలేదు. అతను కోపంగా అన్నాడు,"అందం! మా వెంట పడాల్సిన పనిలేదు, లేకుంటే నేను నీ అన్నయ్యతో ఎలా ప్రవర్తించానో అలాగే నిన్ను కూడా చూసుకోవలసి వస్తుంది. హిడింబ కళ్ళు నీళ్లతో నిండిపోయాయి. ఆమె కుంతితో వేడుకొని, "ఏయ్!తల్లీ! నువ్వే భీముడికి వివరించి, అతడు లేకుండా నేను జీవించలేను. దయచేసి నన్ను పెళ్లి చేసుకోమని ఆజ్ఞాపించండి." కుంతి కంగారు పడింది. సమీపంలో యుధిష్ఠిరుడు నిలబడి ఉన్నాడు. వాటిని హిడింబ మీద

జాలి వచ్చింది. అన్నాడు, 'భీమా! నిన్ను హృదయపూర్వకంగా, ఆత్మతో దత్తత తీసుకోవాలనుకునే స్త్రీ ప్రేమను నువ్వు తిరస్కరించకూడదు."తన అన్నయ్య ఒత్తిడితో భీముడు చివరకు హిడింబను వివాహం చేసుకున్నాడు. ఈ వివాహం ద్వారా, అతను తరువాత ఘటోత్కచ్ అనే ధైర్య కుమారుడికి తండ్రి అయ్యాడు.వీర్ ఘటోత్కచ్ ఎల్లప్పుడూ తన తండ్రికి కష్ట సమయాల్లో సహాయం చేసాడు మరియు తరువాత యుద్ధ సమయంలో కూడా ముఖ్యమైన సహకారం అందించాడు.పాండవులు అడవి నుండి అడవికి సంచరిస్తూనే ఉన్నారు.

పాండవులు తమ వేషాన్ని మార్చుకున్నారు, తద్వారా వారిని ఎవరూ గుర్తించలేరు. ఈ సంచారం ఎక్కడ ముగుస్తుందో అతనికి తెలియదు. వారు నదులు, వాగులు, పర్వతాలు

మరియు అడవులను దాటుకుంటూ ముందుకు సాగారు. హస్తినాపూర్ వెనుకబడి ఉంది మరియు ముందుకు అంతులేని రహదారి ఉంది. మత్స్య పాంచల్, వెచక, త్రిగర్త మొదలైన అనేక దేశాలు దారిలో పడ్డాయి, కానీ అతను ఎక్కడా ఎక్కువసేపు ఉండలేదు. ఇంత దయనీయ స్థితిలో ఉన్న కొడుకులను చూసి కుంతి గుండెలవిసేలా రోదించేది. ఒకరోజు తనని తాను అదుపు చేసుకోలేక కొడుకుని ఇలా అడిగాడు, "యుధిష్ఠిరుడా, నువ్వు ఇలాగే ఎంతకాలం తిరుగుతావు?"యుధిష్ఠిరుడు, “బాధపడకు అమ్మా! ప్రస్తుతానికి మన ముందు గమ్యం లేకపోయినా, అనుకూలమైన అవకాశం వచ్చిన వెంటనే దారి దొరుకుతుందనే నమ్మకం నాకుంది'' అని అన్నారు.

ఇలా చెబుతూ, యుధిష్ఠిరుడు తెలియని దిక్కు వైపు కదిలాడు మరియు అతని తల్లి మరియుసోదరులు అతనిని అనుసరించారు. యుధిష్ఠిరుడి మాటలు నిజమని తేలింది.

ఒకరోజు సాయంత్రం సరస్సు ఒడ్డున పడుకుని విశ్రాంతి తీసుకుంటున్నప్పుడు, అతనికి సరైన మార్గదర్శకత్వం ఇవ్వగల వ్యక్తి అతని వద్దకు వచ్చాడు. అతను మరెవరో కాదు, వాస్తవానికి అతని తాత అయిన మహర్షి వ్యాసుడు. వ్యాసుడు అతన్ని ఈ స్థితిలో చూశాడు

ఆశ్చర్యంగా, “నేను ఏమి చూస్తున్నాను? నీ రాజ్యాన్ని వదిలి ఇక్కడ ఎందుకు తిరుగుతున్నావు?"దీనిపై పాండవులు మొదటి నుండి చివరి వరకు మొత్తం కథను అతనికి చెప్పారు. ఇది విన్న వ్యాసుడు చాలా బాధపడ్డాడు. విధిని వాయిదా వేసేదెవరు.. పరిస్థితులను ఓపికగా ఎదుర్కొంటే కష్టాలన్నీ తీరిపోతాయి.. ఇప్పుడు ఏకచక్ర నగరానికి వెళ్లండి.. అది సురక్షితమైన ప్రదేశం.. అక్కడ బ్రాహ్మణ వేషంలో ఉండండి.. సమయం కోసం వేచి ఉండండి. నీ సూత్రాలు విజయం సాధించి, కోల్పోయిన నీ కీర్తిని తిరిగి పొందే రోజు వస్తుంది." మహర్షి వ్యాసుని ఆశీర్వాదం పొందిన తరువాత, పాండవులు ఏకచక్ర నది వైపు బయలుదేరారు.

ఏకచక్రంలో ఒక బ్రాహ్మణుడి ఇంట్లో ఆశ్రయం పొందాడు. అతడే బ్రాహ్మణ వేషం ధరించాడు. ఐదుగురు అన్నదమ్ములు రోజంతా నగరంలో భిక్షాటన చేసి సాయంత్రానికి అమ్మవారి ముందు సామాన్లు పెట్టేవారు. అమ్మ భిక్ష సామాగ్రిని రెండు భాగాలుగా విభజిస్తుంది. ఆమె ఒక భాగాన్ని భీమునికి అప్పగించి, మరొక భాగాన్ని మిగిలిన నలుగురు సోదరులకు అందజేస్తుంది.

ఒకప్పుడు పాండవులు నివసించే బ్రాహ్మణుని ఇంట్లో శోకసంద్రం ఉండేది. కుటుంబంలోని ప్రతి ఒక్కరు కన్నీరుమున్నీరుగా విలపించారు. శోక శబ్దం విని, పాండవులు తమ తల్లితో సహా వెంటనే బ్రాహ్మణుని దగ్గరకు వచ్చి, "ఏమిటి తమ్ముడా! ఎందుకు అంతగా ఏడుస్తున్నావు?"

కన్నీళ్లు తుడుచుకుంటూ బ్రాహ్మణుడు ఇలా అన్నాడు: "మా బాధలకు అంతం లేదు. మన నగరం ఒక భయంకరమైన రాక్షసుడి దుశ్చర్యలకు గురవుతోంది. ఈ రాక్షసుడు నగర

పొలిమేరలో నివసిస్తున్నాడు. ఒక బండి ధాన్యం మరియు రెండు తీసుకురావాలని అతని ఆజ్ఞ. ప్రతి రోజు సాయంత్రం ఎద్దులు నగరానికి వెళ్తాయి.ఒక వ్యక్తి యొక్క ఒక కుటుంబంలోని సభ్యుడు ఒక్కొక్కరుగా అతనిని సంప్రదించినట్లయితే, అతను మమ్మల్ని ఇక్కడ ఉండడానికి అనుమతిస్తాడు.అందుకే, ప్రతిరోజూ ఒక కుటుంబం లేదా మరొకరు బండితో అతని వద్దకు వస్తారు. ధాన్యాలు మరియు రెండు ఎద్దులు.రాక్షసుడి ఆకలి చాలా బలంగా ఉంది.ఏమిటంటే మొత్తం ధాన్యం మరియు రెండు ఎద్దులు తిన్న తర్వాత అతను కుటుంబంలోని ఒక సభ్యుడిని కూడా తింటాడు.ఆ రాక్షసుడు అత్యంత బలవంతుడు కాబట్టి మనం అతనికి ఎటువంటి హాని చేయలేము.ఈరోజు అది మా కుటుంబం యొక్క వంతు వచ్చింది. మా కుటుంబంలోని ఒక వ్యక్తి దెయ్యం చేత చంపబడ్డాడు, అతను ఆహార పదార్థాలను తీసుకుంటాడు మరియు తిరిగి రాడు. అది అతని ఏకైక ఏడుపు."

అది విని పాండవులు చలించిపోయారు. కోపంతో ఐదుగురు అన్నదమ్ముల పిడికిలి ఎగురవేశారు. కుంతి బ్రాహ్మణుడిని ఓదార్చి భీమునితో, "భీమా! ఈ రోజు నువ్వు వెళ్లి ఆ దయ్యానికి ఆహారం తీసుకురండి."నువ్వు ఏది ఆర్డర్ చేసినా అమ్మా

భీముడు వెళ్ళిపోవడానికి తిరుగుముఖం పట్టగానే యుధిష్ఠిరుడు అతన్ని ఆపి తల్లితో "అమ్మా! భీముని పంపవద్దు. మాకు భీమ్ కావాలి. భీముడిని మనం ఇబ్బంది పెట్టలేము. మనకి కూడా అర్జునుడు కావాలి, దెయ్యం వద్దకు పంపడం సరికాదు, నకుల్, సహదేవ్ మా తమ్ముళ్లు, వారిని పంపడం అన్యాయం. నేను దెయ్యం వద్దకు వెళ్లడం మంచిది. నేను తిరిగి రాకపోయినా, శత్రువులను ఎదుర్కోవడానికి భీముడు మరియు అర్జునుడు సరిపోతుంది."

"నేను నీ భావాలను గౌరవిస్తాను, యుధిష్ఠిర్!" కుంతి చెప్పింది, "అయితే నా నిర్ణయం సరైనదే, మీరు భీముడిని రాక్షసుడి వద్దకు వెళ్ళనివ్వండి, అతను విజయంతో మాత్రమే తిరిగి వస్తాడు."భీముడు ఒక బండిలో గింజలు నింపి దానికి రెండు ఎద్దులను కట్టి నగర సరిహద్దు వైపు బయలుదేరాడు. ఆ రాక్షసుడి పేరు బకాసురుడు. అతను తన ఆహారం కోసం ఆకలితో మరియు దాహంతో కూర్చుని ఉన్నాడు. భీముడు ఉద్దేశపూర్వకంగా ఆలస్యంగా చేరుకున్నాడు.

భీముడు ఎద్దులను దాచిపెట్టి, రాక్షసునితో, 'ఓ బక్! రండి, నేను మీ కోసం ఆహారం తెచ్చాను.బకాసురుడు పరుగు పరుగున వచ్చాడు.భీముడు దగ్గరికి రావడం చూసి, "చాలు! అక్కడ నిలబడండి. ఇప్పుడు నేనెలా తింటున్నానో చూడు.' అంటూ భీమ్ స్వయంగా తన రెండు చేతులతో భోజనం చేయడం ప్రారంభించాడు.

బకాసురుడు అప్పటికే ఆకలితో బాధపడుతున్నాడు, పై నుండి భీముని ఈ చర్యను చూసిన అతని శరీరం కోపంతో వణుకుతోంది. అతను "ఎవరు నువ్వు? నా భోజనం తినే హక్కు నీకు ఏమిటి?" అని అరిచాడు.భీముడు సమాధానం చెప్పలేదు, అతను నిశ్శబ్దంగా ఆహారం

తినడం కొనసాగించాడు. బకాసురుని కోపం పెరుగుతూ వచ్చింది. భీముడు కోరుకున్నది ఏమిటంటే, అతను కోపంతో అణచివేయబడాలని, ఎందుకంటే ఆకలి మరియు కోపం కారణంగా, మంచి వ్యక్తుల తెలివి కూడా చెడిపోతుంది. అతను భీముడిని చేరుకుని, అతని వీపుపై రెండు-నాలుగు బలమైన దెబ్బలు ఇచ్చాడు, కానీ ఈ దెబ్బలు భీమునిపై ప్రభావం చూపలేదు. బకాసురుడిని చూడకుండా ఆనందంగా తినడం కొనసాగించాడు.

బకాసురుడు, "ఇది నా ఆహారం, మీరు తినలేరు" అని అరిచాడు. నా ఎద్దులు ఎక్కడ ఉన్నాయి?"భీముడు, "పేద ఎద్దు ఎక్కడో గడ్డి మేస్తూ ఉండాలి. ఈరోజు నాకు బాధగా ఉందిమీరు తినడానికి మరియు వినడానికి ఏమీ పొందలేరు! నన్ను నిశ్శబ్దంగా తిననివ్వండి, నన్ను తిననివ్వండినీ అరుపులు, గొడవలు నాకు అస్సలు నచ్చవు." బకాసురుని కోపానికి అవధులు లేవు. అతను ముందుకు కదిలి భీమునిపై మరో రెండు నాలుగు దెబ్బలు తగిలాడు, కానీ భీముడు అతని వైపు చూడలేదు

మౌనంగా భోజనం చేస్తూనే ఉన్నాడు. అతని దాడులు భీమునిపై ప్రభావం చూపకపోవడాన్ని చూసి, అతన్ని బండి నుండి దూరంగా లాగడానికి ప్రయత్నించాడు, కానీ భీముడిని కొంచెం కూడా కదిలించలేకపోయాడు. ఆకలి మరియు అలసట కారణంగా బకాసురుడు బాధపడ్డాడు. అతను పళ్ళు బిగించి, "నేను చెప్తున్నాను, ఇక్కడ నుండి పారిపో, లేకపోతే నేను నిన్ను తింటాను."భీముడు, "అవును, ఇంతవరకు నీకు ఆహారం తెచ్చే ఆ పేద ప్రాణులను మీరు తింటున్నారు, కానీ ఇప్పుడు మీరు అలా చేయలేరు."

బకాసురుడు ఆకలితో కలత చెందాడు మరియు భీముడితో యుద్ధం చేసి అలసిపోయాడు. కోపం మరియు నిరాశ కారణంగా అతని మానసిక సమతుల్యత దెబ్బతింది. అరుస్తూ ముందుకు సాగిన వెంటనే భీముడు అతడిని తన రెండు చేతులతో ఎత్తుకుని నేలపై పడేశాడు. బకాసురుడు ప్రాణాలు కోల్పోయాడు.భీముడు మృతదేహం కాళ్లు పట్టుకుని లాగి నగర ద్వారం వద్ద విసిరాడు. బకాసురుడి మరణవార్త నగరానికి తెలియగానే ప్రజల ఆనందానికి అవధులు లేవు. చుట్టూ సంతోషం, ఉత్సాహం వాతావరణం నెలకొంది. భీముడికి ప్రజలు ఘన స్వాగతం పలికారు. అందరూ ఆలోచిస్తున్నారు - భీముడికి ఖచ్చితంగా అతీంద్రియ శక్తి ఉంది. క్షత్రియులకు ఉద్దేశించిన పని బ్రాహ్మణుడు చేశాడు. పాండవులు కొంచెం భయపడ్డారు. తమ నిజస్వరూపం బయటపడుతుందేమోనని భయపడ్డారు. వారు వెంటనే ఏకచక్ర నగరాన్ని విడిచిపెట్టాలని నిర్ణయించుకున్నారు, అయితే ఎక్కడికి వెళ్లాలి? అంతిమంగా, మనం ఎంతకాలం ప్రజల దృష్టికి దూరంగా ఉంటాము? ఒకరోజు అక్కడ సంచరిస్తూ ఒక సన్యాసి వచ్చాడు. పాంచాల దేశానికి చెందిన రాజు ద్రుపదుడు తన కుమార్తె ద్రౌపది స్వయంవరం చేస్తున్నాడని అతనికి తెలిసింది. స్వయంవర్

భారతదేశం మరియు విదేశాల నుండి యువరాజులు పాల్గొనేందుకు వస్తున్నారు.

పాండవులకు ఈ వార్త తెలియగానే, వారు కూడా యువరాజులు అయిన తర్వాత స్వయంవరంలో పాల్గొనాలని భావించారు. అందుకని పట్టణవాసుల దగ్గర సెలవు తీసుకుని పాంచల్ వైపు బయలుదేరాడు.

(ఆరు)

పాంచల్‌లో స్వయంవరానికి సన్నాహాలు ముమ్మరంగా జరిగాయి. స్వయంవర వైభవాన్ని తిలకించేందుకు దేశ, విదేశాల నుంచి ప్రజలు తరలివచ్చారు. పాంచల్‌ను నవ వధువులా అలంకరించారు.

పాండవులు మారువేషంలో పాంచల్ చేరుకుని కుమ్మరుల కాలనీలో తలదాచుకున్నారు. ఒక కుమ్మరి అతన్ని బ్రాహ్మణుడిగా గుర్తించి అతని ఇంట్లో గౌరవంగా నివసించడానికి స్థలం ఇచ్చాడు. ఇక్కడ కూడా భిక్షాటన చేస్తూ జీవనం సాగించేవాడు.

స్వయంవరం యొక్క నిర్ణీత సమయం వచ్చింది.

పాంచాల అందం ఆ రోజు చూడదగ్గది. ద్రౌపదిని స్వీకరించేందుకు సుదూర ప్రాంతాల నుంచి రాజులు, రాకుమారులు వచ్చారు. నగరం మొత్తం ఆనందం మరియు ఆనందంతో నిండి ఉంది

దానితో నిండిపోయింది. పాండవులు ఉదయాన్నే తమ ఇంటిని విడిచిపెట్టి స్వయంవర వేదిక వైపు వెళ్లారు.

స్వయంవర వేదిక చాలా పెద్దది. వేదిక మధ్యలో ఉన్న ఫ్లాట్‌ఫారమ్‌పై భారీ విల్లు నిలిచింది. అక్కడ ఓ పెద్ద పెనంలో నూనె పోసి పక్కనే ఉన్న మెషీన్‌కు నకిలీ చేప వేలాడుతూ వేగంగా తిరుగుతోంది. ఆడిటోరియంకు ఇరువైపులా, భారతదేశం మరియు విదేశాల నుండి ప్రసిద్ధ రాజులు మరియు యువరాజులు తమ అదృష్టాన్ని పరీక్షించుకోవడానికి కూర్చున్నారు. చుట్టూ ఎత్తైన గ్యాలరీలు ఉన్నాయి, వాటిపై ప్రేక్షకులు కూర్చున్నారు, నేటి గ్రాండ్ వేడుక ప్రారంభం కోసం ఆసక్తిగా ఎదురు చూస్తున్నారు. ద్రౌపది ఎంపిక కోరికతో కౌరవ యువరాజు కూడా వచ్చాడు. దుర్యోధనుడు తన సోదరులు మరియు కర్ణులతో పాటు యువరాజుల మధ్య కూర్చున్నాడు.

శ్రీ కృష్ణుడు కూడా స్వయంవర వైభవాన్ని చూడటానికి ద్వారక నుండి వచ్చాడు. బ్రాహ్మణ సమాజం కూర్చున్న ప్రేక్షకుల గ్యాలరీలో బ్రాహ్మణ వేషధారణలో పాండవులు కూర్చున్నారు. చుట్టూ శబ్దం ప్రతిధ్వనించింది.

కొద్దిసేపటికే ద్రౌపది తన తండ్రి ద్రుపదుడు, సోదరుడు ధృష్టద్యుమ్నుడితో కలిసి వేదిక వద్దకు చేరుకుంది. రాజుతో పాటు సోదరులు మరియు సోదరీమణులు ఒక ఎత్తైన సీటులో

కూర్చున్నారు. సభలో నిశ్శబ్దం నెలకొంది. అందరూ ద్రౌపది వైపే చూస్తున్నారు. ద్రౌపది అందం, అలంకరణ చూసి ఔత్సాహిక యువరాజుల గుండె చప్పుడు పెరిగింది. ద్రౌపది ఎవరివైపు చూడకుండా తన అన్న పక్కన మౌనంగా కూర్చుంది. తన

అద్వితీయమైన అందానికి అందరూ ఫిదా అయిపోయారు.

ఉత్సవం ప్రారంభానికి ముందు పూజారులు ఆచారం ప్రకారం యాగం నిర్వహించారు. అప్పుడు ధృష్టద్యుమ్నుడు తన ఆసనం నుండి లేచి సభలో ఇలా అన్నాడు:

"ఓ గౌరవనీయులైన సందర్శకులారా! మీకు స్వాగతం. మీకు తెలిసినట్లుగా, ఈరోజు యువరాణి ద్రౌపది స్వయంవరం. ఆయిల్ పాన్‌లోని చేపల నీడను చూస్తూ ఈ విల్లు నుండి బాణం వేసి ఐదుసార్లు పరికరంలో వేలాడుతున్న లక్ష్యాన్ని చేధించే ధైర్యవంతుడిని యువరాణి ఎంపిక చేస్తుంది. ఇప్పుడు మీరందరూ ఒక్కొక్కరుగా ముందుకు వెళ్లి మీ విలువిద్య నైపుణ్యాలను చూపించండి. విజయవంతమైన విలుకాడు మాత్రమే యువరాణి ద్రౌపదికి భర్త అయ్యే భాగ్యం కలిగి ఉంటాడు.

అని చెప్పి ధృష్టద్యుమ్నుడు కూర్చున్నాడు. దీంతో సమావేశంలో మళ్లీ శాంతి నెలకొంది. సభా వేదిక మధ్యలో ఉన్న ఆయిల్ పాన్, విల్లు, ఎత్తులో వేలాడుతున్న చేప గుర్తు వైపు అందరి చూపు పడింది. ఏ ధైర్యవంతుడు తన బాణంతో లక్ష్యాన్ని ఛేదించి ద్రౌపదిని పొందగలడో తెలుసుకోవాలనే ఆసక్తి అందరిలోనూ నెలకొంది.

అక్కడున్న యువరాజులు ఈ విషయాలను అజాగ్రత్తగా చూస్తూ ద్రౌపది వైపు మీసాలు లాగుతూ చూడటం మొదలుపెట్టారు. అతని అభిప్రాయం ప్రకారం ఇవి చాలా నామమాత్రపు నిబంధనలు. ఇప్పుడు రాకుమారులు ఒక్కొక్కరుగా లేచి సభాస్థలికి చేరుకోవడం ప్రారంభించారు

వారు ధనుస్సును తాకగానే, రాజకుమారులు తాము భావించిన పరిస్థితి సులభం కాదని గ్రహించారు. లక్ష్యాన్ని చేధించడానికి ఒంటరిగా వదిలివేయండి, అతను విల్లును కూడా ఎత్తలేకపోయాడు. కొంతమంది రాకుమారులు ధనుస్సును ఎత్తే ప్రయత్నంలో చెమటతో తడిసిపోయారు, కొంతమంది కొంచెం ఎత్తగలిగినప్పటికీ, నిస్సహాయ బరువుతో ఉక్కిరిబిక్కిరి చేయడం ప్రారంభించారు మరియు విల్లును ఎత్తడానికి ప్రయత్నిస్తూ చప్పుడుతో పడిపోయిన వారు కొందరు ఉన్నారు.

ఒక్కో రాకుమారుడి వైఫల్యం హాల్లో కూర్చున్న వాళ్లను పెద్దగా నవ్వించింది. వాతావరణంలో పెద్దగా నవ్వుల కెరటం సాగింది. ఈ నవ్వుల్లో విజయం సాధించని యువరాజు కూడా చేరాడు. ద్రౌపది మెల్లగా నవ్వుతూ తన స్థానంలో నిశ్శబ్దంగా కూర్చుంది.

దుర్యోధనుడితో పాటు అనేక మంది రాజులు మరియు యువరాజులు కూడా విఫలమై తల వంచుకుని కూర్చున్నారు, కర్ణుడు తన స్థలం నుండి లేచి విల్లు వైపు వెళ్ళాడు.

కర్ణుడిని చూడగానే చుట్టుపక్కల సందడి నెలకొంది. ప్రజలు, "ఏయ్! ఇతడే కర్ణుడు - రథసారథి కుమారుడు. క్షత్రియ అమ్మాయి దీన్ని ఎలా ఎంచుకుంటుంది? కర్ణుడు నిలకడగా అడుగులు వేస్తూ, రెప్పపాటులో విల్లును అందుకున్నాడు. ఎప్పుడు

ఆమె నూనెలో ఉన్న లక్ష్యం యొక్క ప్రతిబింబాన్ని చూసి విల్లు యొక్క తీగను లాగింది, అప్పుడు ద్రౌపది స్వరం హాలులో ప్రతిధ్వనించింది, "నేను రథసారథి కొడుకును ఎన్నుకోలేను."

అది విన్న కర్ణుడు సిగ్గుతో పొంగిపోయాడు. అతను నిశ్శబ్దంగా విల్లును దాని స్థానంలో ఉంచి, తల వంచుకుని తిరిగి వచ్చాడు. అవమానం మరియు అవమానం కారణంగా అతను కళ్ళు పైకెత్తలేకపోయాడు.

పక్కనే కూర్చున్న దుర్యోధనుడు, "ఎందుకు తిరిగి వచ్చావు? మీరు లక్ష్యాన్ని ఎందుకు ఛేదించలేదు? ద్రౌపదికి మాట్లాడే హక్కు లేదు. స్వయంవర నియమం ఉందని మీకు తెలియదా, అమ్మాయి ఎటువంటి నిరసనను వ్యక్తం చేయదు. షరతును నెరవేర్చిన వారినే అమ్మాయి పెళ్లి చేసుకుంటుంది.

కర్ణుడు ముసిముసి నవ్వుతో "ద్రౌపది నాకు ఇష్టం లేదు" అన్నాడు.

ఈ విధంగా రాకుమారులు మరియు రాజులందరూ విఫలమై కూర్చున్నారు. అది చూసి పాండవుల క్షత్రియ రక్తం ఉడికిపోయింది. తన సోదరుల కోరికపై, అర్జునుడు తన స్థలం నుండి లేచి, విల్లును తీయడానికి ముందుకు వెళ్ళాడు.

ఒక ప్రకాశవంతమైన బ్రాహ్మణ యువకుడు విల్లును తీయడానికి లేవడం చూసి, సభలో మళ్లీ కోలాహలం వచ్చింది. క్షత్రియులు చేయలేని పని బ్రాహ్మణులు ఎలా చేస్తారని ప్రజలు ఆలోచిస్తున్నారు. ఈ బ్రాహ్మణుడు భోజనం చేసిన తర్వాత విల్లును ఎత్తగలడా లేదా అని యువరాజుకు సందిగ్ధత కలిగింది. అవును, శ్రీ కృష్ణుడు అతనిని మొదటి చూపులోనే గుర్తించాడు. అతను తన సోదరుడు బలరాంతో, "ఏయ్! ఇతడే అర్జున్. అంటే పాండవులు సజీవంగా ఉన్నారని, కాల్చి చంపలేదని అర్థం

అర్జునుడు ఉత్తమ విలుకాడు. బొమ్మలాగా విల్లు ఎత్తాడు. ఆపై, ఆయిల్ పాన్‌లోకి చూస్తూ, అతను లక్ష్యం వైపు బాణాలు వేయడం ప్రారంభించాడు. అతని ఐదు బాణాలు ఒక్కొక్కటిగా చేపను తాకాయి.

ఇప్పుడు సభా స్థలంలో ఆనందం, ఉత్సాహం వెల్లివిరిసింది. ఉరుములతో కూడిన చప్పట్లతో వాతావరణం మారుమోగింది. అర్జునుడి ధైర్యాన్ని ప్రజలు మెచ్చుకోవడం ప్రారంభించారు, కానీ క్షత్రియ యువరాజులు మరియు రాజులకు అది నచ్చలేదు. అతను లేచి నిలబడి, "ఇది అన్యాయం, క్షత్రియ యోధులు మాత్రమే స్వయంవరంలో పాల్గొనగలరు" అని నిరసించాడు.

అవును, బ్రాహ్మణుడు యువరాణికి భర్త కాలేడు."

ద్రుపదుడు ఎవరి మాట వినలేదు. అతను ఇలా అన్నాడు, "స్వయంవరంలో ఎవరైనా కుల, వర్గ వివక్ష లేకుండా పాల్గొనవచ్చని మీకు తెలుసు, అపై క్షత్రియ రాజవంశాలకు కూడా ఇక్కడ పూర్తి అవకాశం ఇవ్వబడింది. పాపం, వారిలో ఎవరూ తమ ధైర్యసాహసాలు ప్రదర్శించలేకపోయారు. ఇప్పుడు బ్రాహ్మణ యువకుడు తన సత్తా చాటితే వ్యతిరేకించడం సరికాదన్నారు. ...వెళ్ళు కూతురు ద్రౌపదీ! బ్రాహ్మణ యువకుడిని ఎంచుకోండి."

ద్రౌపది అప్పటికే ఈ తెలివైన బ్రాహ్మణుడి పట్ల ఆకర్షితుడయ్యాడు మరియు అతని ధైర్యసాహసాలను చూసి, ఆమె తన మనస్సులో అతనిని వివాహం చేసుకుంది. ఆమె మెల్లగా ముందుకు కదిలి ఆ దండను అర్జున్ మెడలో వేసింది.

ఆడిటోరియం చెవిటి ఘోషలతో ప్రతిధ్వనించింది. పాండవుల ఆనందానికి అవధులు లేవు, కానీ ఓడిపోయిన యువరాజుల కోపం తారాస్థాయికి చేరుకుంది. మొదటిది, అతను అప్పటికే తన ఓటమితో నిరాశకు గురయ్యాడు, ఇప్పుడు అతను ద్రౌపది వంటి అందమైన అమ్మాయికి బ్రాహ్మణుడు వరుడు కావడాన్ని చూసిన అవమానం కారణంగా అతను చాలా చెడ్డ స్థితిలో ఉన్నాడు. వారు "ద్రుపద రాజు! మీరు ఈ అన్యాయాన్ని ఆపకపోతే, మేము కొన్ని కఠిన చర్యలు తీసుకోవలసి వస్తుంది. క్షత్రియ అమ్మాయిని బ్రాహ్మణుడికి అప్పగించడం మత విరుద్ధం."

రాజు ద్రుపదుడు సమాధానం చెప్పలేదు. ఆయన వధూవరులను ఆశీర్వదించారు. అర్జునుడు ద్రౌపది చేతిని తన చేతిలోకి తీసుకుని సోదరుల వైపు వెళ్లడం ప్రారంభించాడు.

"ఇది మోసం," యువరాజు అరిచాడు. ద్రుపద రాజు మమ్మల్ని ఇక్కడ క్షత్రియులమని పిలిచాడు.మమ్మల్ని అవమానించారు. క్షత్రియ బాలికలైన మనం బ్రాహ్మణులకు భార్యలు కాకూడదు.ఇస్తుంది. ఈ బ్రాహ్మణుని బారి నుండి ద్రౌపదిని రక్షించి ద్రుపద రాజును తీసుకెళ్తాము చంపేస్తాడు."

సభా ప్రాంగణంలో సందడి నెలకొంది. రాకుమారులందరూ ఏకమై అర్జునుడి వైపు కదిలారు, కానీ అర్జునుడి సిరలలో క్షత్రియ రక్తం కూడా ప్రవహిస్తుంది, అతను తన భార్యను రక్షించడానికి సిద్ధమయ్యాడు. అతను వర్ధమాన యువరాజులకు సవాలు విసిరాడు.

మరుసటి క్షణంలో అర్జున్ మిగిలిన సోదరులు కూడా రంగంలోకి దిగారు. స్వయంవర వేదిక రణరంగంగా మారింది. పాండవులు ప్రతి యువరాజుకు మంచి పాఠం చెప్పడం ప్రారంభించారు. భీముడు తన రెండు చేతులలో చెట్టు యొక్క రెండు మందపాటి కొమ్మలను పట్టుకుని, వాటిని గద్దలాగా ఊపుతూ, రాకుమారులపై తీవ్రంగా దాడి చేయడం ప్రారంభించాడు. అర్జునుడు కూడా తన బాణాలతో రాకుమారులను రక్తసిక్తంగా చంపేసాడు. రాజకుమారుల్లో భయాందోళనలు నెలకొన్నాయి. ఐదుగురు పాండవులు ధైర్యంగా పోరాడి

అందరినీ ఓడించి ద్రౌపదిని స్వయంవర వేదిక నుంచి సురక్షితంగా తీసుకొచ్చారు. అర్జుస్ తన కొత్త వధువు మరియు సోదరులతో కుమ్మరుల కాలనీ వైపు బయలుదేరాడు.కుంతి ఇంట్లో ఒంటరిగా ఉంది.

కొడుకులు భిక్షాటన చేసేందుకు ఉదయం నుంచి ఇంటి నుంచి వెళ్లి సాయంత్రం కావస్తున్నా ఇంతవరకు తిరిగి రాలేదు. కుంతి తన కొడుకుల కోసం ఆత్రుతగా ఎదురుచూస్తోంది.

అప్పుడే ఐదుగురు అన్నదమ్ములు ఇంటి బయటికి చేరుకున్నారు. ఇంటి తలుపు మూసి ఉంది. భీముడు ద్రౌపది వైపు ఒక్కసారి చూసి, తల్లిని ఆశ్చర్యపరచడానికి, "అమ్మా.. అమ్మా! త్వరగా రండి, ఈరోజు చదువులో మమ్మల్ని చూడు" అని బయట నుండి పిలిచాడు.

మేము ఎంత అందమైన వస్తువును కనుగొన్నాము."

తన కుమారుల రాక గురించి తెలుసుకున్న కుంతి సంతోషించింది. నిజంగానే ఈరోజు భిక్షలో మంచి మెటీరియల్ అందుకున్నట్లు అతనికి అనిపించింది. ఆమె లోపల నుండి, "వాట్స్! మీరు ఐదుగురు సోదరులారా ఏది సంపాదించినా దానిని మీ మధ్య పంచుకోవాలి.

"ఏయ్ తల్లీ! ఏం చెప్పావు?" ఆశ్చర్యంతోనూ, దుఃఖంతోనూ అన్నాడు భీముడు. "ఓ అమ్మా!" అర్జుస్ గుండె వేగంగా కొట్టుకుంది.

కొడుకుల ఆందోళన శబ్దం విని కుంతి ఆశ్చర్యపోయింది. ఆమె తన కొడుకుల వైపు పరుగెత్తింది. అర్జుస్‌తో చాలా అందమైన అమ్మాయిని చూసి ఆమె ఆశ్చర్యపోయింది. ఆ అమ్మాయి పదహారు అలంకారాలు ధరించి యువరాణిలా కనిపించింది. కుంతికి పరిస్థితి ఏమిటో అర్థం కావడానికి ఎక్కువ సమయం పట్టలేదు. ఆమె మనసులో పశ్చాత్తాపపడి, "అయ్యో! నేనేమన్నాను!"

ద్రౌపది ముందుకొచ్చి కుంతి పాదాలను తాకింది. కుంతి అతన్ని కౌగలించుకుని, "అర్జునా! ఈరోజు మీరు పాంచాల యువరాణిని గెలుచుకున్నందుకు నేను సంతోషిస్తున్నాను. ఇంత అందమైన కోడలు దొరికినందుకు చాలా సంతోషించాను. రండి, లోపలికి వెళ్దాం. రా కూతురు! మీరు కూడా లోపలికి రండి."

పేద ద్రౌపది మనసులో రకరకాల చెడు ఆలోచనలు వచ్చేవి. అర్జుస్‌ని తన భర్తగా భావించి వచ్చిన ఆమె ఇప్పుడు ఐదుగురు సోదరులకు భార్యగా మారవలసి వచ్చింది. తన తల్లికిచ్చిన మాటను వారు ఉల్లంఘించరని ఆయన విశ్వాసం వ్యక్తం చేశారు

కుంతి తన మాటను అంగీకరించడాన్ని ఎలా తట్టుకోగలిగింది? అందరూ లోపలికి రాగానే కుంతి మెల్లగా "కుమారా! నేనేం చెప్పినా అజ్ఞానంతో చెప్పాను. మీరు ఏమి సాధించారో నాకు ఎలా తెలుసు? నువ్వు రోజు భిక్షతో వచ్చావని అనుకున్నాను, నేను చెప్పిన మాట పట్టించుకోకు. అర్జుస్! నీ భార్యపై నీకు మాత్రమే అధికారం ఉంటుంది."

అర్జున్ "లేదు తల్లీ! నేను మీ మాటను గౌరవించలేను. ఇప్పుడు ద్రౌపది మా ఐదుగురు సోదరులకు మాత్రమే భార్య అవుతుంది.

"అలా చెప్పకు కుమారా!" కుంతి ఏడుస్తూ, "ఇది సరికాదు." యుధిష్ఠిరుడు కూడా తన తల్లిని ఆదరిస్తూ, "అమ్మ బాగానే ఉంది అర్జున్! నువ్వు ద్రౌపదిని గెలిపించావు, ఆమె నిన్ను ఎన్నుకుంది. ఆమె నీ భార్య. స్త్రీ ఒక పురుషునికి మాత్రమే భార్య అవుతుంది. ఒకరి కంటే ఎక్కువ మంది భార్యలు కావడం తగదు. అలాంటి స్త్రీని భార్య అని పిలవరు, ఆమెను నగర పెళ్లికూతురు అని పిలుస్తారు, ఇది పాపం.

అర్జునుడు "అమ్మ మాటే నాకు ఆఖరి ఆజ్ఞ. అన్నయ్యా! నువ్వు మాలో పెద్దవాడివి, నువ్వు ధర్మాత్ముడవు, నీతిమంతుడవు, అమ్మ ఆజ్ఞను పాటించకుండా నన్ను ఆపేవాడివి, ఇది విపత్తు. తమ్ముడా! ఇది సరే." ఇప్పుడు మీరు నిర్ణయించుకోండి, మనం ఏమి చేయాలి? ద్రౌపదితో ఎలా ప్రవర్తించాలి?"

యుధిష్ఠిరుడు కూడా తల్లి ఆజ్ఞను ఉల్లంఘించే ధైర్యం చేయలేడు. అందుకే అర్జునుడు చెప్పిన మాటలు విని బలవంతం మీద "సరే, ఈరోజు నుండి ద్రౌపది మా ఐదుగురు అన్నదమ్ములకి భార్య అవుతుంది" అని నిర్ణయించుకున్నాడు.

అప్పుడే శ్రీకృష్ణుడు తన సోదరుడు బలరాంతో అక్కడికి చేరుకున్నాడు. శ్రీ కృష్ణుడు ఇలా అన్నాడు, "ద్రౌపది వంటి మర్యాదగల భార్యను పొందినందుకు అర్జునుడికి అభినందనలు!"

పాండవులలో శ్రీకృష్ణుడు కనిపించిన తర్వాత వారి ఆనందానికి అవధులు లేవు.

యుధిష్ఠిరుడు, "శ్రీ కృష్ణా! మేము బ్రాహ్మణ వేషధారణలో జీవిస్తున్నాము, కానీ మీరు మమ్మల్ని ఎలా గుర్తించారు?" "ఇందులో కష్టం ఏమిటి?" శ్రీ కృష్ణుడు చెప్పాడు, "వీర రాజుల చిహ్నాలు."

దాచుకోవచ్చు. స్వయంవరంలోనే మిమ్మల్నందరినీ గుర్తించాను." పాండవులు శ్రీకృష్ణుడిని హృదయపూర్వకంగా స్వాగతించారు. శ్రీ కృష్ణుడు పాండవులతో కొంతకాలం ఉండి, వారిని ఆశీర్వదించి తిరిగి వచ్చాడు.

ద్రౌపది సోదరుడు ధృష్టద్యుమ్నుడు కూడా బ్రాహ్మణులను అనుసరించి వారి ఆచూకీ తెలుసుకునేందుకు కుమ్మరుల కాలనీకి చేరుకున్నాడు. అతను శ్రీ కృష్ణుడు మరియు పాండవుల చర్చలను రహస్యంగా విన్నాడు. ఈ సంభాషణ ద్వారా అవి నిజమేనని తేలింది

పాండవులు బ్రాహ్మణులు కాదు క్షత్రియ యువరాజులు కాబట్టి తన సోదరిని రాజకుటుంబంలో వివాహం చేసుకున్నందుకు సంతోషించాడు. అక్కడ ఎక్కువసేపు ఉండలేదు. అతను రాజభవనానికి తిరిగి వచ్చి ద్రుపద రాజుకు తెలియజేసాడు, "తండ్రీ! మనం బ్రాహ్మణుడని భావించిన వాడు నిజానికి హస్తినాపురం యువకుడే. ద్రౌపది పాండు కొడుకు అర్జునుడిని ఎన్నుకుంది."

"మంచిది!" ద్రుపదుడు సంతోషంతో "ఇది చాలా శుభవార్త. ఇప్పుడు నేను ద్రోణాచార్యుని అవమానానికి చాలా సులభంగా ప్రతీకారం తీర్చుకోగలను. వివాహం యొక్క అధికారిక ఆచారాలను పూర్తి చేయడానికి ఇక్కడకు చేరుకోమని త్వరగా పాండవులకు సందేశం పంపండి."

"అలా ఉంటుంది నాన్నగారూ!" ధృష్టద్యుమ్నుడు మాట్లాడారు.

పాంచాల రాజు ద్రుపదుని నుండి పాండవులు అధికారిక వివాహం మొదలైనవాటి గురించి చర్చించడానికి వీలైనంత త్వరగా రాజభవనానికి చేరుకోవాలని సందేశం అందుకున్నారు.

పాంచాల రాజు ఆహ్వానం మేరకు పాండవులు రాజభవనానికి చేరుకున్నారు. ఐదుగురు సోదరులతో పాటు తల్లి కుంతి మరియు ద్రౌపది కూడా అక్కడే ఉన్నారు. ద్రుపదుడు అతనికి ఉత్సాహంగా స్వాగతం పలికాడు. ద్రుపదుడు వారి వాస్తవికతను తెలుసుకున్నాడని వారికి వెల్లడించలేదు. పాంచాల రాజు ప్రత్యేక విందు ఏర్పాటు చేసి పాండవులను చాలా సత్కరించాడు. తరువాత ఐదుగురు సోదరులు రాజభవనాన్ని సందర్శించారు. అతను రాజభవనంలోని ప్రతిదానిపై చాలా ఆసక్తిని కలిగి ఉన్నాడు. ముఖ్యంగా, అతను ఎక్కువ సమయం ఆర్సెనల్‌లో గడిపాడు. ఆయుధశాలలో అనేక ఆయుధాలను ఉంచారు. అతనే యోధుడు కాబట్టి ఒక్కో ఆయుధాన్ని ఎత్తుకెళ్లిన తర్వాత క్షుణ్ణంగా పరిశీలించి అందులోని గుణాల గురించి ఒకరికొకరు చెప్పుకునేవారు.

అతని ఆసక్తిని చూసిన పాంచల్ రాజు అతని నిజస్వరూపం తెలుసుకోవటానికి ఒక సాకు దొరికింది. ఐదుగురు సోదరులు రాజభవనాన్ని సందర్శించి ద్రుపదుడిని చేరుకున్నప్పుడు, పాంచాల రాజు యుధిష్ఠిరునితో ఇలా అన్నాడు, "మీ ప్రజలకు ఆయుధాల పట్ల ఉన్న అపారమైన ఆసక్తిని చూసి నాకు సందేహం కలిగింది. బ్రాహ్మణులకు ఆయుధాల పట్ల ఆసక్తి ఉండదు, అది క్షత్రియులకు." మీరు ఎప్పుడూ అబద్ధం చెప్పరు. , నిజం చెప్పు, నువ్వు ఎవరు?"

ఇప్పుడు నేను యుధిష్ఠిరుడి నుండి నా వాస్తవాన్ని దాచలేకపోయాను. అతను మెల్లగా "పాంచాల రాజా! నీ అనుమానం నిజమే. మేము బ్రాహ్మణులం కాదు, పాండు పుత్రులం. నిజానికి మేము ఇంటింటికీ తిరుగుతున్నాము, మా దాయాదులైన కౌరవుల కుట్రకు బాధితులు. వారు శత్రువులు. మా ప్రాణాలు ఇచ్చాయి.. వారణావత్‌లోని లక్క ఇంటిని తగులబెట్టి మమ్మల్ని చంపే ప్రయత్నం జరిగింది, కానీ అదృష్టవశాత్తూ మేము రక్షించబడ్డాము, గత ఏడాది కాలంగా, మేము తప్పించుకోవడానికి ఒక బ్రాహ్మణుడి వేషంలో నగరం నుండి నగరానికి తిరుగుతున్నాము. కౌరవుల నుండి

"ఓహ్! దుర్యోధనుడి దుర్మార్గం అలాంటిది. ఇది పూర్తి అన్యాయం. సరే, ఇప్పుడు నీ బాధాకరమైన గతాన్ని మర్చిపో. పాంచాల రాజు "క్షత్రియ వంశానికి చెందిన అర్జునుని ద్రౌపది

ఎన్నుకున్నందుకు సంతోషిస్తున్నాను. అర్జునుడి శౌర్యం తెలియని వారెవరు? ఇప్పుడు చింతించకండి, కౌరవులు కూడా నాకు శత్రువులు. వారు నా రాజ్యంలో సగభాగం లాక్కున్నారు. ఇప్పుడు మనం కలిసి వారి అన్యాయంపై పోరాడతాం."

కాసేపు కబుర్లు చెప్పుకున్న తర్వాత ద్రుపదుడు ఇలా అన్నాడు, "ఇప్పుడు మనం ద్రౌపది మరియు అర్జునుని వివాహం చేసుకోవాలి, తద్వారా మనం ఒకరికొకరు దగ్గరి బంధువులు అవుతాము మరియు శత్రువులను నాశనం చేయడానికి సిద్ధంగా ఉండండి.

ఒక్క క్షణం మౌనంగా ఉండి యుధిష్ఠిరుడు, "నువ్వు చెప్పింది నిజమే, ఈ శుభ కార్యం త్వరగా పూర్తి చేయాలని మనమే కోరుకుంటున్నాము, కానీ అర్జునుడు మాత్రమే ఈ వివాహంలో పాల్గొనడు."

"మీ ఉద్దేశ్యం ఏమిటి? నాకు అర్థం కాలేదు." ద్రుపదుడు ఆశ్చర్యంగా అన్నాడు.

"నేను చెప్పేది వినడం మీకు వింతగా అనిపించవచ్చు, కానీ మేము నిస్సహాయంగా ఉన్నాము."

"ఏంటి బలవంతం? వివరంగా చెప్పు."

"మేము ఐదుగురి సోదరులం ద్రౌపదిని వివాహం చేసుకుంటాము."

"ఏమిటి?" ద్రుపదుడు ఆకాశం నుండి పడిపోయాడు.

"అవును పాంచాల రాజా! ద్రౌపది మా అయిదుగురికీ భార్య అవుతుంది. మనకు ఎప్పుడు ఏ వస్తువు లభించినా దానిని మన మధ్య పంచుకున్నాం. ఈసారి కూడా అలాగే ఉంటుంది."
"అయితే ఇది అధర్మం." ద్రుపదుడు పెద్ద గొంతుతో అన్నాడు.

యుధిష్ఠిరుడు "ఇది మాకు మతం" అని నిర్మొహమాటంగా సమాధానం చెప్పాడు.

ద్రుపదుడు చాలా గందరగోళంలో ఉన్నాడు. ఒకరోజు తన కూతురు ఐదుగురు భర్తలను ఎంపిక చేసుకోవాల్సి వస్తుందని కూడా అనుకోలేదు. ద్రౌపదికి అర్జునుడి లాంటి ధైర్యవంతుడు క్షత్రియ యువరాజు భర్తగా దొరికాడని సంతోషించారు, కానీ యుధిష్ఠిరుడి మాటలు విని ద్రుపదుడు లోతైన ఆలోచనల్లో పడ్డాడు. అతను నెమ్మదిగా, "యుధిష్ఠిర్! మీరు మతపరమైన వ్యక్తి. ఒక్కసారి ఆలోచించండి, ఇది ఎంత వరకు సమర్థించబడుతుందో? ఒక మహిళ ఐదుగురు పురుషులను వివాహం చేసుకున్నట్లు ఇప్పటి వరకు వినలేదు. ద్రౌపది అయిదుగురికి భార్య అయితే ప్రపంచం ఏం చెబుతుంది?"

యుధిష్ఠిరుడే ఈ వాస్తవాన్ని గ్రహించాడు, అయినప్పటికీ అతను "నువ్వు చెప్పింది నిజమే, కానీ నేను నిస్సహాయంగా ఉన్నాను..."

"మీరు ఈ సమస్యను మరోసారి పునరాలోచించుకోవడం సముచితం...."

"మేము జాగ్రత్తగా ఆలోచించాము. ఇదే మా తుది నిర్ణయం.

"ఓహ్!" ద్రుపదుడు అతని తలపై చేయి వేసి, "ఓ ప్రభూ! ఇప్పుడు ఏమి జరుగుతుంది?"

అప్పుడే మహర్షి వ్యాసుడు అక్కడికి చేరుకున్నాడు. అక్కడున్నవారు లేచి మహర్షిని వ్యాసుని పిలిచారు.స్వాగతించారు. ద్రుపదుడు అతన్ని గౌరవంగా ఆసనంలో కూర్చోబెట్టాడు. మహర్షి "ద్రుపదా, నువ్వు చాలా కంగారుగా చూస్తున్నావు! ఏమైంది?"ద్రుపదుడు, "మహర్షీ! ఇది చాలా తీవ్రమైన సమస్య. మీరు మాత్రమే మాకు ఒక మార్గం చూపగలరు. ఒక అమ్మాయి ఐదుగురు పురుషులను వివాహం చేసుకోగలదా?"

"ఓహ్!" మహర్షి వ్యాసుడు చిరునవ్వు నవ్వి, "నీకు ద్రౌపది గురించి చింత ఉండవచ్చు, కానీ ఇది విధి మరియు మీరు దీన్ని ఆపలేరు. ద్రౌపది ఐదుగురు పురుషుల మాత్రమే ఆనందాన్ని పొందవలసి ఉంది."

"ఇది ఎలాంటి అదృష్టం, మహర్షీ?"

మహర్షి ఇలా అన్నాడు, "దీనికి ఒక పెద్ద కథ ఉంది. ద్రౌపదికి ఈ అదృష్టం ఎలా వచ్చిందో నేను చెబుతాను వినండి. ఆమె పూర్వ జన్మలో ద్రౌపది పేరు నలయణి. ఆమె చాలా ధార్మికురాలు. ఆమె భారతదేశం యొక్క ఐదుగురు ఆదర్శ మహిళల్లో లెక్కించబడుతుంది. ఆమె మౌద్గల్య అనే మహర్షిని వివాహం చేసుకుంది, అతను శారీరకంగా బలహీనంగా మరియు బలహీనంగా ఉండటమే కాకుండా, కుష్ఠురోగి మరియు వ్యాధిగ్రస్తురాలు కూడా, కానీ నలయని తన భర్తను ఎప్పుడూ ద్వేషించలేదు మరియు ఎల్లప్పుడూ తన హృదయంతో మరియు ఆత్మతో అతనికి సేవ చేసింది. ఆశీర్వదించబడింది.తన భర్త తనను ఏ స్థితిలో ఉంచినా ఆమె సంతోషంగా ఉంది.నలయణి యవ్వనంగా మరియు అందంగా ఉంది, అయినప్పటికీ ఆమె కోరికలను అణిచివేసుకుని, ఆమె తన భర్తకు నిస్వార్థంగా సంవత్సరాలు సేవ చేసింది.ఒకరోజు హఠాత్తుగా ఆమె భర్త ఆరోగ్యంగా, అందంగా మరియు బలమైన వ్యక్తిగా రూపాంతరం చెందాడు. , 'నాలయనీ!నీ సేవకు నేను చాలా సంతోషిస్తున్నాను.నిజానికి నేను కుష్ఠురోగిని, జబ్బు, వృద్ధుడు, కృశించిన వాడిని కాను.దేవతలచే పూజింపబడుతున్నాను.నిన్ను పరీక్షించడానికి పంపాను.ఈ పరీక్షలో నువ్వు పూర్తిగా ఉత్తీర్ణుడయ్యావు. .నిజమైన అర్థంలో బెటర్ హాఫ్ అంటే ఏమిటో మీరు నిజంగా నిరూపించారు.మీలాంటి భార్య ఉన్నందుకు నేను చాలా ఆశీర్వదించాను. అడగండి, ఏం కావాలి?'

నలయణి 'నువ్వు దొరికావు, అది చాలు' అని ఆనందంగా చెప్పింది.

ఆ రోజు తర్వాత భార్యాభర్తలుగా సంతోషంగా జీవించడం మొదలుపెట్టారు. ఇప్పటి వరకు లేని ఆనందాన్ని నలయణి అనుభవిస్తోంది. కొన్నాళ్లుగా ఒకరినొకరు ప్రేమించుకుంటూనే ఉన్నారు. అప్పుడు మౌద్గల్యుడు నిరాదరణకు గురైన సమయం వచ్చింది. లోకం నుంచి, లోకం నుంచి తప్పించుకుని తపస్సు చేయాలని ఆరాటపడ్డాడు. అలా ఒకరోజు నలయని విడిచిపెట్టాలని నిర్ణయించుకున్నాడు. నలయనికి తెలియగానే దిక్కుతోచని స్థితి ఏర్పడింది

ఆమె తన భర్తకు చాలా వివరించింది, కానీ అతను నలయని వినలేదు మరియుఇంటిని, లోకాన్ని వదలి తపస్సుకు వెళ్లాడు. నలయనిపై పర్వతం కూలిపోయినట్లుగా ఉంది.భర్త తప్ప మరేమీ కోరుకోలేదు కాబట్టి తపస్సు కూడా చేసింది.శంకర్‌ని ఒప్పించే ప్రయత్నం మొదలుపెట్టారు. దేవుడు తన కఠోర తపస్సు నుండి శంకర్ జాలిపడి నలయని ముందు ప్రత్యక్షమయ్యాడు. అతడు “లేవండి నలయనీ! నీ మొండితనానికి నేను సంతోషిస్తున్నాను, నీకు ఏమి కావాలి చెప్పు?' 'నాకు భర్త కావాలి - భర్త, భర్త, భర్త, భర్త...' అంటూ ఉద్వేగంగా చెప్పింది నలయణి. 'అలా ఉండు!' నీకు ఐదుగురు భర్తలే లభిస్తారు' అని శంకర్ చెప్పాడు.

'ఐదుగురు భర్తలు!' అయిదుగురు భర్తలతో నేనేం చేస్తాను' అని ఆశ్చర్యపోయింది నలయణి.

'ఎందుకు, నువ్వే ఐదుసార్లు భర్త కావాలని అడిగావు కాబట్టి ఇప్పుడు ఐదుగురు భర్తలకు భార్య అవుతావు.'

నలయణి మౌనంగా ఉండిపోయింది. దేవుడు ఏది చెబితే అది జరుగుతుంది కాబట్టి ఇప్పుడు ఏమీ జరగదని ఆమెకు తెలుసు. అందుచేత, మరుసటి జన్మలో, నలయని నీ స్థానంలో ద్రౌపదిగా జన్మించింది మరియు ఆమె గత జన్మలో వాగ్దానం ప్రకారం, ఆమెకు ఐదుగురు వరులను మాత్రమే పొందారు. ఇదంతా భగవంతుని విధి, ఎవరూ తప్పించుకోలేరు. కావున, మీరు కూడా దీనిని భగవంతుని చిత్తమని భావించి మౌనంగా అంగీకరించండి.

ద్రుపదుడు మహర్షి వ్యాసుని మాట విని ఏమీ అనలేదు. నిస్సహాయంగా భావించి యుధిష్ఠిరుడి సలహాను అంగీకరించవలసి వచ్చింది.ఐదుగురు సోదరులు కూడా ద్రౌపదిని ఆచారాల ప్రకారం వివాహం చేసుకున్నారు.

ద్రౌపది యుధిష్ఠిరుడు, భీముడు, అర్జునుడు, నకుల్ మరియు సహదేవులకు భార్య అయింది. ద్రౌపది ప్రతి భర్తతో ఒక సంవత్సరం పాటు జీవించాలని ప్రవర్తనా నియమావళి రూపొందించబడింది. ఆమె ఒక సోదరుడితో కలిసి ఉండే సంవత్సరంలో, మిగిలిన నలుగురు సోదరులు ద్రౌపది గురించి ఆలోచించరు. అంతే కాదు, ద్రౌపదితో ఉన్న సోదరుడి గదిలోకి ఎవరైనా పొరపాటున ప్రవేశిస్తే, అతన్ని పన్నెండేళ్ల పాటు ఇంటి నుండి బయటకు పంపేస్తారు.వెళ్లి పుణ్యస్నానం చేసి తపస్సు చేసుకోవాలి. (ఈ ప్రవర్తనా నియమావళి నారద ఇది సూచనపై తయారు చేయబడింది, ఇది మరింత ప్రస్తావించబడింది.) ద్రౌపది ఐదుగురు భర్తల సేవలో ఒక్కొక్కరిగా నిమగ్నమైపోయింది

(ఏడు)

పాండవులు హస్తినాపురాన్ని విడిచిపెట్టినప్పటి నుండి, విదురుడు మాత్రమే వారి క్షేమం గురించి ఆలోచించేవాడు. పాండవుల కార్యకలాపాల గురించి అతనికి నిత్యం వార్తలు వచ్చేవి.

పాంచల్ లో ఏం జరిగిందో విదురునికి తెలుసు. ద్రౌపది లాంటి అందమైన, మర్యాదగల అమ్మాయి తన వంశానికి పెళ్లికూతురు అవుతుందని సంతోషించాడు.అవును, కౌరవులు ఖచ్చితంగా కోపంగా ఉన్నారు. పాండవులు చనిపోయారని తెలిసి ఇప్పటి వరకు నిశ్చింతగా ఉన్నారు, కానీ పాండవులు జీవించి ఉండటమే కాదు, శత్రువు పాంచాల రాజుకు బంధువులు కూడా అయ్యారు.పాండవులను కాల్చి చంపడానికి కారణమైన పురోచనుడిపై దుర్యోధనుడికి కోపం వచ్చింది. ఐదుగురు తెలియని నగరవాసులతో కలిసి పురోచన్ స్వయంగా నీటిలో మరణించాడు, అయితే పాండవులు గత ఏడాది కాలంగా సజీవంగా ఉన్నారు.

ఒకరోజు విదురుడు ధృతరాష్ట్రునికి ఈ సమాచారం ఇచ్చాడు, "ఇది ఎంత సంతోషంద్రౌపది లాంటి సౌమ్యమైన అమ్మాయి మనకు పెళ్లికూతురుగా రాబోతుందన్నదే విషయం" అన్నాడు. ధృతరాష్ట్రుడు, "అలాగా ద్రౌపది దుర్యోధనుడిని పెళ్లాడిందా? అబ్బా! ఇది నిజంగా చాలా సంతోషించాల్సిన విషయమే" అన్నాడు.

"లేదు అయ్యా! నువ్వు అపార్థం చేసుకున్నావు, ద్రౌపది అర్జునుడికి వరుడిని ఇచ్చిందని." అన్నాడు విదురుడు.

ధృతరాష్ట్రుడు కొంచెం నిరుత్సాహపడ్డాడు, అయినప్పటికీ అతను మిడిమిడి ఆనందాన్ని వ్యక్తం చేసి, "అంటే ఏమిటి? పాండవులు కూడా మా వంశానికి దీపాలు. ద్రౌపది

మా కుటుంబంలో కోడలుగా వస్తోంది. ఆయనకు స్వాగతం పలికేందుకు పూర్తి స్థాయిలో సన్నాహాలు చేయాలి.తండ్రి చేసిన ఈ మాట దుర్యోధనుడికి నచ్చలేదు. ఏకాంతం దొరకగానే ధృతరాష్ట్రుడితో "ఏంటి నాన్నవి నువ్వు? శత్రువులపై నీ కుమారుల విజయంతో నీవు సంతోషిస్తున్నావు. నీకు తెలియదా, పాంచాల రాజు ద్రుపదుడు మనకు శత్రువు.

ధృతరాష్ట్రుడు తన కుమారులను అమితంగా ప్రేమించేవాడు, కానీ పాండు కుమారులపై అతనికి తక్కువ ప్రేమ లేదు. అవును, తన కుమారులు ప్రతి జాతిలోనూ పాండవుల కంటే వెనుకబడి ఉండటం చూసి అతను ఖచ్చితంగా బాధపడతాడు. అతను అంధుడిగా జన్మించాడు మరియు అతని కొడుకుల మద్దతుపై మాత్రమే ఆధారపడవలసి వచ్చింది. అందుచేత దుర్యోధనుని అసంతృప్తిని అనుభవిస్తూ, "కాదు కొడుకు! అది అలా కాదు. నువ్వు ద్రౌపదిని గెలిస్తేనే నాకు నిజమైన సంతోషం వచ్చేది. నేను విదురుని ముందు ఈ విషయం చెప్పాను. విదురుడు పాండవుల పక్షపాతి అని నీకు తెలుసు. ఆయన ముందు ఈ మాట చెప్పకపోతే పాండవుల చెవిలో గుసగుసలాడేది ఇంకేం తెలుసు.

"ఇప్పుడు మనం పాండవుల విషయంలో జాగ్రత్తగా ఉండాలి." దుర్యోధనుడు, "మళ్ళీ పాండవులను ఎలాగైనా నిర్మూలించడమే సరైనది. లేకుంటే పంచల్ రాజుతో చేతులు కలిపి మా బతుకులను కష్టతరం చేస్తారు. ఉంటే మాత్రమే! పాంచాల మీద దాడి చేస్తున్నప్పుడు ద్రుపదుడిని కూడా చంపి ఉంటాం. గురువు ద్రోణాచార్యుల కారణంగా మనం ఆయనను

సజీవంగా వదిలేయవలసి వచ్చింది. ఆ సమయంలో పాండవులు కూడా అతనిపై దాడి చేశారు, కానీ ఇప్పుడు వారు అతని అల్లుడు మరియు అతని అంతా అయ్యారు

కోపం మన మీద మాత్రమే వస్తుంది. మనల్ని ఓడించడం ద్వారా అతను తన అవమానానికి ఖచ్చితంగా ప్రతీకారం తీర్చుకుంటాడు.ధృతరాష్ట్రుడు నిస్సహాయుడైనాడు. అతను మెల్లగా, "ఏం చేయాలనుకుంటున్నావు?" అన్నాడు."పాండవులను ఇక్కడికి పిలిచి తెలివిగా చంపాలి. వాటిని విషపూరితం చేసి శాశ్వతంగా రోడ్డు నుండి తొలగించాలి.

ధృతరాష్ట్రుని గుండెల్లో వణుకు పుట్టింది, కానీ బహిరంగంగా నిరసన తెలపలేకపోయింది. అన్నాడు, "కుమారా! మీరు ఏమి చేసినా, ఆలోచనాత్మకంగా చేయండి. మీరు ఇంతకు ముందు ఒకసారి వాటిని నాశనం చేయడానికి ప్రయత్నించారు, కానీ అది ఎలాంటి ఫలితాన్ని ఇవ్వలేదు. పెద్దలను సంప్రదించడం మంచిది. భీష్ముడు, విదురుడు మరియు గురు ద్రోణాచార్యులను కలవండి, వారు మిమ్మల్ని సరైన మార్గంలో నడిపిస్తారు.

అదే సమయంలో భీష్ముడు, విదురుడు, గురువు ద్రోణాచార్యులను పిలిచారు. ధృతరాష్ట్రుడు అతనితో, "పాండవులు హస్తినాపూర్ వెలుపల ఒక సంవత్సరం నివసిస్తున్నారు, ఇప్పుడు ద్రౌపది కూడా వారితో ఉంది. దయచేసి మేము ఏమి చేయాలో మాకు చెప్పండి."దుర్యోధనుడు, "ఏదైనా ఆలోచించే ముందు, అతను మన శత్రువుకు అల్లుడు అనే విషయం మరచిపోకు" అన్నాడు.

రెప్పపాటులో భీష్మునికి విషయం అర్థమైంది. అతడు "విను దుర్యోధనా! పాండవులు అపరిచితులు కాదు, వారు కూడా మన వంశానికి చెందిన జ్యోతిష్కులే. ఇప్పటి వరకు ఏది చేసినా మతం ప్రకారం చేసాడు, ప్రజల చేత గౌరవించబడ్డాడు, అతని ధైర్యసాహసాలు మరియు తెలివితేటలు ప్రపంచంలోనే గౌరవించబడుతున్నాయి, నేడు అతను ద్రౌపది వంటి అందమైన మరియు మర్యాదగల అమ్మాయికి భర్త. వారిని చూసి మనం గర్వపడాలి. మేము అతనిని మరియు నూతన వధువును హృదయపూర్వకంగా స్వాగతించడం సముచితం. ఏడాది కాలంగా రాజధాని బయట తిరుగుతున్నారు. ఇప్పుడు మనం వారి హక్కులను న్యాయంగా వారికి అప్పగించాలి. ఈ రాజ్యంపై కౌరవులకు ఉన్నంత హక్కు వారికి కూడా ఉంది. పాండు తన కండబలంతో ఈ రాజ్యాన్ని విస్తరించాడు."

తన కోపాన్ని దాచుకుని దుర్యోధనుడు "ఏం చెప్పాలనుకుంటున్నావు? మన శత్రువులను మనమే ఇక్కడికి ఆహ్వానించాలా?""ఏ విధమైన శత్రుత్వం?" భీష్ముడు, "చిన్న చేదు స్నేహంగా మారడానికి ఎంతకాలం పడుతుంది? పాండవులను వీలైనంత త్వరగా ఇక్కడికి పిలిపించి వారి అధికారాన్ని యుధిష్ఠిరునికి అప్పగించాలి. ఇదే న్యాయము."

విదురుడు "భీష్ముడు చెప్పింది నిజమే. మనం ఇంతకుముందే పాండవులకు తక్కువ కష్టాలు ఇవ్వలేదు, కానీ వారు ఎల్లప్పుడూ కష్టాల నుండి విజయం సాధించారు. మనం

ఇప్పుడు మన తప్పును అంగీకరించాలి మరియు వారిని సమానంగా చూడాలి. ఇప్పటికే మాపై చాలా పరువు పోయింది

"మరియు మీరు ఏమి అంటున్నారు గురుదేవ్?" ద్రోణాచార్యుని వైపు ఆశగా చూస్తూ అడిగాడు దుర్యోధనుడు.

ద్రోణాచార్యుడికి పరిస్థితి అంతా బాగా తెలుసు. అన్నదమ్ముల మధ్య గొడవ జరిగితే విషయం సీరియస్ అవుతుందని వారికి తెలుసు. పాండవుల శౌర్యం తెలియని వారు ఎవరు? ఇది కాకుండా ద్వారకాధీశుడు శ్రీ కృష్ణుడు పాండవులకు సహాయకుడు. అతను అవసరమైతే పాండవులకు సహాయం చేయగలడు మరియు అతనికి పాంచాల రాజు మద్దతు ఉంది. అందుకే భీష్ముడు, విదురుడు చెప్పిన విషయాన్నే దుర్యోధనుడికి కూడా చెప్పాడు. "గత తప్పుల నుండి కొంత నేర్చుకోండి" అని కూడా హెచ్చరించారు. పోరాట మార్గం ద్వారా ఏమీ సాధించలేము, పాండవులతో సామరస్యంగా ఉండండి.

ఈ సంభాషణ ఫలితంగా దుర్యోధనుడు నోరు జారాడు. అతనికి గుండె పగిలిపోయింది. ధృతరాష్ట్రుడు, భీష్ముడు మొదలైన వారు చెప్పిన దానితో అతను విభేదించలేకపోయాడు. అతను చెప్పాడు, "సరే, మీకు ఈ ఆలోచన ఉంటే, పాండవులను కొత్త పెళ్లికూతురుతో హస్తినాపురం తీసుకురావడానికి ఏర్పాట్లు చేయాలి. విదుర్జీ! నువ్వే పాంచాలానికి వెళ్లి పాండవులను గౌరవంగా హస్తినాపురానికి రప్పించు. దయచేసి పంచల్ నరేష్‌కి కూడా మా హృదయపూర్వక శుభాకాంక్షలు తెలియజేయండి. పాండవుల రాక అనంతరం కౌరవులు, పాండవులు శాంతియుతంగా, సామరస్యంతో ఎలా జీవిస్తారో అందరూ కలిసి నిర్ణయం తీసుకుంటాం.విదురుడు ఎన్నో శుభాకాంక్షలతో, బహుమతులతో పంచల్‌కు బయలుదేరాడు.దుర్యోధనుడు రాత్రి నిద్రను, పగటిపూట ప్రశాంతతను కోల్పోతున్నాడు. హస్తినలో పాండవులను ఎట్టిపరిస్థితుల్లోనూ సహించలేడు.

కర్ణుడికి తన సందిగ్ధత అర్థమైంది. అందుకు అతడు "దుర్యోధనా! అంత కంగారు పడాల్సిన అవసరం లేదు. పెద్దల మాటలను మనం అంతగా పట్టించుకోనవసరం లేదు, విదురుడు మొదటి నుండి పాండవుల శ్రేయోభిలాషి, భీష్ముడు కూడా వారిని తన మనసులో ప్రేమిస్తాడు. మిగిలిన ద్రోణాచార్యుని మాటల సంగతేంటి? రాజకీయాలు ఎలా చేస్తారో వాళ్లకు ఏం తెలుసు, ఆయుధాలు వాడడం మాత్రమే తెలుసు. రాజకీయాల్లో తెలివిగా పని చేయాలి. పాండవులు లేదా పాంచాల రాజులు ఏదైనా అడుగు వేయకముందే మనం వారిపై దాడి చేయడం సముచితం."

"నీ ఆలోచన సరియైనదే కర్ణా!" దుర్యోధనుడు, "నీలాంటి వీరులు మాతో ఉన్నారు, కాబట్టి ఏదో ఒక రోజు మనం ఖచ్చితంగా పాండవులను ఓడిస్తాం" అన్నాడు.

విదురుడు అపారమైన శుభాకాంక్షలు మరియు విలువైన కానుకలతో పాంచాల చేరుకున్నాడు. పాంచాల రాజు ద్రుపదుడు అతనికి ఘనస్వాగతం పలికాడు. అతని రాక గురించి విని పాండవులు కూడా అతనిని కలవడానికి వచ్చారు. ద్రుపదుడు "ఎలా వచ్చాడు మహాత్మా విదురా! హస్తినలో అంతా బాగానే ఉందా?"“పాంచాల రాజా! మహారాజ్ ధృతరాష్ట్ర మరియు అతని కుమారుల తరపున నేను శుభాకాంక్షలు మరియు బహుమతులు తెచ్చాను. ఇప్పుడు మేము దగ్గరి బంధువులం అయ్యాము, కాబట్టి పాత శత్రుత్వాన్ని మరచిపోండి. నేను పాండవులను, నా కోడలిని హస్తినాపురానికి తీసుకుపోవడానికి వచ్చాను."ద్రుపదుడు కళ్ళు పైకెత్తి యుధిష్ఠిరుడి వైపు చూశాడు. యుధిష్ఠిరునికి ఏమీ మాట్లాడలేదు. కౌరవులు తమతో ఎలా ప్రవర్తించారో వారు మరచిపోలేదు. విదురుడు మాత్రమే, అతని దయతో అతను మరణం నుండి రక్షించబడ్డాడు. ఇప్పుడు అదే విదురుడు హస్తినాపురానికి తీసుకెళ్లడానికి వచ్చాడు. యుధిష్ఠిరుడు తప్ప మిగిలిన నలుగురు సోదరులు అకస్మాత్తుగా ఏమి చేయాలో, ఏమి చెప్పాలో ఆలోచించలేకపోయారు. ద్రుపదుడు “నువ్వు పాండవులను తీసుకెళ్లడానికి రావడం సంతోషించదగ్గ విషయం. అంతిమంగా, ద్రౌపది మరియు పాండవుల నిజమైన ఇల్లు హస్తినాపూర్. నా వైపు నుండి

అభ్యంతరం లేదు. పాండవులారా, వారికి తోచిన విధంగా చేయండి" అని అడిగాడు విదురుడు "ఏం ఆలోచిస్తున్నావు వత్సా! నువ్వు ఎప్పుడు వెల్దామనుకుంటున్నావు?"యుధిష్ఠిరుడు ఈ విషయం గురించి జాగ్రత్తగా ఆలోచించాలనుకున్నాడు

"ఇప్పట్లో హస్తినాపురానికి వెళ్లడం కుదరదు. ప్రస్తుతం మేం పాంచాల రాజుకు అతిధులం. ఆయన చెప్పినట్లే చేస్తాం. కాస్త సమయం ఇవ్వండి" అని బదులిచ్చాడు. విదురుడు పట్టుబట్టలేదు.పాండవులు ఒకప్పుడు కౌరవుల చేతిలో ఓడిపోయారని అతనికి తెలుసు.

మోసపోయామని, ఇప్పుడు తమ ప్రతి అడుగును జాగ్రత్తగా కాపాడుకోవాలన్నారు. ఆ రోజుల్లో, శ్రీ కృష్ణుడు కూడా పాంచల్‌కు వచ్చి రాజభవనంలో విడిది చేశాడు. ఈ విషయంలో పాండవులు అతనిని సలహా అడగగా, “మీ హక్కులు పోగొట్టుకోవడం సరికాదు. మీరు వెంటనే హస్తినాపురానికి వెళ్లాలని నేను భావిస్తున్నాను. నేను కూడా వెంట వస్తాను.'

ఇప్పుడు పాండవులకు ఎలాంటి అభ్యంతరం ఉండవచ్చు? అతను ద్రుపదుడికి వీడ్కోలు పలికి, విదురుడు మరియు శ్రీకృష్ణుడితో కలిసి హస్తినాపురం వైపు వెళ్ళాడు.ఆయన రాకతో ధృతరాష్ట్రుడు ఘన స్వాగతం పలికాడు. భార్యను ఆశీర్వదించాడు.

కొన్ని రోజులు ప్రశాంతంగా గడిచాయి.ఒకరోజు ధృతరాష్ట్రుడు యుధిష్ఠిరుని పిలిచి, “వత్సా! ఇప్పుడు నేను బతికుండగా నా కర్తవ్యాన్ని నిర్వర్తించాల్సిన సమయం వచ్చింది. నా

తర్వాత మీ బంధువుల మధ్య ఎలాంటి విభేదాలు ఉండకూడదనుకుంటున్నాను. ప్రజలైన మీ రాజ్యం మీద

సమాన హక్కు ఉంది, అందుకే నేను రాజ్యాన్ని రెండు సమాన భాగాలుగా విభజించి ఖాండవప్రస్థాన్ని మీకు అప్పగిస్తున్నాను. మీరు ఆ ప్రాంతంలో స్థిరపడండి. మీ బంధువు హస్తినలోనే ఉంటాడు. చెప్పు, నా ఈ నిర్ణయాన్ని మీరు అంగీకరిస్తారా?"

యుధిష్ఠిరుడు ఒక్క క్షణం మౌనంగా ఉండిపోయాడు. కౌరవుల నుండి రాజ్యాన్ని పొందడం అంత సులభం కాదని అతనికి బాగా తెలుసు, అందుకే ధృతరాష్ట్రుడి ఈ నిర్ణయాన్ని అంగీకరించడం తెలివైన పని. "ఇది మీ నిర్ణయం అయితే, మేము దానిని సంతోషంగా అంగీకరిస్తాము" అని వారు చెప్పారు.

ఈ విధంగా ఖాండవప్రస్థం పాండవుల వద్దకు వచ్చింది.యుధిష్ఠిరుడు తన సోదరులు, తల్లి మరియు భార్యతో ఖాండవప్రస్థానికి వచ్చాడు. ఇది కఠినమైన భూమి మరియు అడవి. అంతదూరంలో జనాభా లేదు. అయినప్పటికీ, పాండవులు తమకు నివాస స్థలం దొరికినందుకు సంతృప్తి చెందారు. కౌరవుల శత్రుత్వం ఏంటంటే వారిని హస్తిన నుంచి తరిమి కొట్టడమే కాకుండా రాజ్య భూమిపైకి అడుగు పెట్టనివ్వలేదు.

పాండవులు పారిశ్రామికవేత్తలు. ఖాండవప్రస్థాన్ని నివాసయోగ్యంగా చేస్తానని నిర్ణయించుకున్నాడు. కౌరవులు పురోచనుడు వంటి కళాకారులను పంపవచ్చని మరియు వారు అలాంటి భవనాలను నిర్మిస్తారని తెలిసిన హస్తినాపూర్ కళాకారులపై అతనికి నమ్మకం లేదు. అందువల్ల, శ్రీ కృష్ణుడి సహాయంతో, ద్వారకలోని ఉత్తమ కళాకారులను ఖాండవప్రస్థకు పిలిచారు, భూమి పూజ తర్వాత, కొత్త నగర నిర్మాణం మళ్లీ ప్రారంభమైంది.

అనతికాలంలోనే ఖాండవప్రస్థ వంటి నిర్జన ప్రాంతం రూపాంతరం చెందింది. అందమైన ప్యాలెస్‌తో పాటు, పాండవుల కోసం ఒక గొప్ప కోట కూడా నిర్మించబడింది. నగరం చుట్టూ తోటలు, ప్రార్థనా స్థలాలు, భవనాలు, విశాలమైన రోడ్లు మరియు పెద్ద మార్కెట్‌లు నిర్మించబడ్డాయి. నగర అందాలు చూడదగ్గవి. ఈ భూమి ఒకప్పుడు బంజరు అని ఎవరూ ఊహించలేరు. ఈ కొత్త నగరం పేరు అంతటా వ్యాపించింది. పాండవుల సామర్థ్యాలు, ధైర్యసాహసాలు అందరికీ తెలుసు కాబట్టి ఖాండవప్రస్థంలో స్థిరపడేందుకు దేశ, విదేశాల నుంచి ప్రజలు తరలివచ్చారు. సాధారణ పౌరులే కాకుండా బడా వ్యాపారులు ఖాండవప్రస్థాన్ని స్వీకరించారు. ఇప్పటి వరకు గడ్డు స్థితిలో ఉన్న ప్రాంతం చైతన్యవంతమైంది. శ్రీ కృష్ణుని ఆశీర్వాదంతో, యుధిష్ఠిరుడు కొత్త రాజ్యానికి బాధ్యత వహించాడు. కొత్త రాష్ట్రం పేరు ఖాండవప్రస్థ నుండి ఇంద్రప్రస్థగా మార్చబడింది.శ్రీ కృష్ణుడు తన పని ముగించుకుని ద్వారకకు వెళ్లి, బయలుదేరేటప్పుడు, "సోదరులారా! ఏదైనా విపత్తు వస్తే, నిస్సంకోచంగా నన్ను చేరుకోండి" అని చెప్పాడు

65

నారదుడు కొత్త నగర వార్త విని ఇంద్రప్రస్థ సౌందర్యాన్ని చూడటానికి వెళ్ళాడు.యుధిష్ఠిరుడు అతనికి తగిన స్వాగతం పలికాడు. నగర వైభవాన్ని, పాండవుల కీర్తిని చూసి నారదుడు చాలా సంతోషించాడు. అతను యుధిష్ఠిరునితో అన్నాడు, "మిగతా అంతా బాగానే ఉంది, కానీ ఐదుగురు సోదరులు ఒకే స్త్రీని భార్యగా తీసుకున్నారు, ఇది ఖచ్చితంగా ఆందోళన కలిగించే విషయం.""మునివర్, చింతించవలసినది ఏమిటి?" యుధిష్ఠిరుడు అన్నాడు, "మన సోదరులం ఐదు శరీరాలు మరియు ఒక ఆత్మను కలిగి ఉన్నాము. ఏ విషయంలోనూ మా మధ్య విభేదాలు వచ్చే అవకాశం లేదు."ధరంవీర్! మీరు ఒకరినొకరు హృదయపూర్వకంగా ప్రేమించే వ్యక్తుల రకం.

ఇద్దరు సోదరులు ఉన్నారు, వారి పేర్లు సుందర్ మరియు అప్సుందర్. ఒకసారి అది జరిగింది వారుఅతను తిలోత్తమ అనే అప్సర గురించి పెర్రివాడయ్యాడు. అతను లేకుండా ఎవరూ జీవించలేరు. వారి శత్రుత్వం ఎంతగా పెరిగిందంటే ఒకరోజు తమలో తాము పోట్లాడుకున్నారు. యుద్ధం వల్ల ఎవరు లాభపడ్డారు, కాబట్టి వారు ఒకరితో ఒకరు పోరాడుతూ నాశనం అయ్యారు. ఇప్పుడు సోదరులమైన మీ ఐదుగురూ కూడా ఒక స్త్రీ విషయంలో తమలో తాము పోట్లాడుకోవడం వల్ల నాశనమవుతారని నేను భయపడుతున్నాను."

యుధిష్ఠిరుడు నవ్వి, "మీరు నిశ్చింతగా ఉండండి, మునివర్! ఇది మాకు ఎప్పటికీ జరగదు."

"ఇప్పటికైనా నన్ను అనుసరిస్తే ఒకరినొకరు ఢీకొనే పరిస్థితి రాకుండా నిబంధన పెట్టండి.

"మీరే కొన్ని నియమాలు చేస్తారు."

"సరే." నారద ముని కాసేపు ఆలోచించి, "ద్రౌపది ఐదుగురు అన్నదమ్ములతో ఒక్కొక్కరితో ఒక సంవత్సరం పాటు జీవించేలా చేయి. అలాంటి సమయంలో ద్రౌపదిని మరే సోదరుడు కూడా చూడడు. ఎవరైనా ఈ నిబంధనను ఉల్లంఘిస్తే, పన్నెండేళ్ల పాటు రాష్ట్రం నుంచి బహిష్కరించాలి.

"మీ ఆదేశాలు తల మరియు కళ్ళపై ఉన్నాయి, ఇది ఇలా జరుగుతుంది."

నారద్జీ ఈ నియమం చేసిన తర్వాత వెళ్ళిపోయాడు, కానీ అర్జునుడు ఈ కఠినమైన నియమం యొక్క శిక్షను అనుభవించాల్సిన సమయం వచ్చింది.

నిజం ఏమిటంటే ఐదుగురు సోదరులు మొదటి నుండి కఠినమైన నియమాలు మరియు సంయమనంతో జీవించారు. ద్రౌపది కారణంగా వారి మధ్య ఎప్పుడూ విభేదాలు లేవు. ఒకసారి ద్రౌపది యుధిష్ఠిరుడితో గడుపుతుండగా, ఒక పేద బ్రాహ్మణుడు అర్జునుడిని కలుసుకుని ముకుళిత హస్తాలతో "మహారాజా! ఒక దొంగ నా ఆవులను దొంగిలించాడు, దయచేసి నా ఆవులను నాకు తీసుకురండి, లేకపోతే నేను నాశనం అవుతాను. నాకు ఆవులు తప్ప ఇంకేమీ లేవు.

అర్జునుడు ఆవులను దొంగల నుండి రక్షించి పేద బ్రాహ్మణునికి తిరిగి ఇచ్చాడు. అప్పుడు అర్జునుడు ఎలాంటి అధికారం లేకుండా యుధిష్ఠిరుని గదిలోకి ప్రవేశించాడని, ఇది చాలా అభ్యంతరకరమని గుర్తుచేసుకున్నాడు. ఆ క్షణంలోనే అతను యుధిష్ఠిరుని సమీపించి, "సోదరా! నేను నేరం చేశాను, అందుకే పన్నెండేళ్లపాటు అడవికి వెళ్తున్నాను" అన్నాడు.

యుధిష్ఠిరుడు "ఏం నేరం అర్జునుడివి నువ్వు నా తమ్ముడు కాబట్టి గదిలోకి ప్రవేశించడం నేరం కాదు. అవును అన్నయ్య తమ్ముడి గదిలోకి తెలియక ప్రవేశిస్తే అది ఘోరమైన నేరం. అందుకే నువ్వు అలా చేయాలి. నిశ్చింతగా మరియు పన్నెండేళ్ల వయస్సు దీని కోసం అడవికి వెళ్లవలసిన అవసరం లేదు.

“ఏం చెప్పినా అన్నయ్యా! నేను నిబంధనలను ఉల్లంఘించాను. మన నిబంధనలు సరిగ్గా పాటించకపోతే సామాన్యుల పరిస్థితి ఏంటి? నన్ను ఆపవద్దు, నా మతాన్ని అనుసరించనివ్వండి.

యుధిష్ఠిరుడు అర్జునుడి మాటలను బలవంతంగా అంగీకరించాడు. అర్జునుడు ఇంద్రప్రస్థాన్ని విడిచి పన్నెండేళ్లపాటు అడవికి వెళ్లాడు.

అర్జునుడు అరణ్యంలో గంగానది ఒడ్డున ఒక గుడిసె వేసుకుని నివసించడం ప్రారంభించాడు. చుట్టూ చాలా అందమైన వాతావరణం నెలకొంది. అర్జున్ రోజులు చాలా హాయిగా గడిచిపోతున్నాయి. కౌరవ్య పాము కుమార్తె అయిన ఉలూపి అనే నాగ సుందరి అక్కడ నివసించింది. అర్జున్ అందానికి ఆమె ముగ్ధురాలైంది.

ఇది కేవలం ఒక రోజు విషయం. అర్జునుడు గంగలో స్నానం చేస్తున్నాడు. అప్పుడు, అవకాశం పొంది, ఉలూపి అక్కడికి చేరుకుని, అర్జున్‌ని లాగి, తనతో పాటు నాగ్లోక్‌కు తీసుకెళ్లింది. అర్జున్ ఆశ్చర్యంగా ఉలూపిని అడిగాడు, “ఎవరు నువ్వు? నన్నెందుకు ఇక్కడికి తీసుకొచ్చావు?"ఉలూపి, “నేను నాగ్లోక్ కుమార్తెను. నేను నిన్ను ఇష్టపడి పెళ్లి చేసుకోవాలనుకుంటున్నాను."

"వివాహం!" "అయితే నాకు ఆల్రెడీ పెళ్ళయింది" అన్నాడు అర్జున్ భయంగా.

“నాకేమీ తెలియదు. మీరు నా అభ్యర్థనను తిరస్కరిస్తే, నేను ఆత్మహత్య చేసుకుంటాను.”

ఉలూపికి అర్జునుడు బాధపడటం ఇష్టంలేక ఉలూపిని పెళ్లి చేసుకున్నాడు.

ఉలూపి తర్వాత అర్జున్ చిత్రాంగదను కూడా వివాహం చేసుకున్నాడు. చిత్రాంగద మణిపూర్ రాజు చిత్రవాహనుడి కుమార్తె. అర్జున్ చిత్రాంగద అందానికి ముగ్ధుడై ఆమెను పెళ్లి చేసుకోవాలనే కోరికను వదులుకోలేకపోయాడు. ఈ వివాహం నుండి అర్జునుడికి వభ్రువహనుడు అనే పుత్ర రత్నం వచ్చింది. చిత్రవాహనుడి సొంతంకొడుకు లేడు, కాబట్టి వభ్రువహనుని మణిపూర్‌కు కాబోయే రాజుగా ప్రకటించారు.

ఈ రెండు పెళ్లిళ్ల తర్వాత ఈ పన్నెండేళ్లలో అర్జున్ మూడో పెళ్లి చేసుకున్నాడు. మూడవ వివాహం శ్రీ కృష్ణుని సోదరి అయిన సుభద్రతో జరిగింది.అర్జునుడు వనవాసం యొక్క చివరి సంవత్సరంలో ద్వారక చేరుకున్నప్పుడు, శ్రీ కృష్ణుడు అతని స్థానంలో అతనికి ఘన స్వాగతం పలికాడు. ఒక పండుగలో, అర్జునుడు సుభద్రను చూసి ఆమెతో మోహానికి లోనయ్యాడు. సుభద్రను శ్రీకృష్ణునితో వివాహం చేసుకోవాలని తన కోరికను తెలిపాడు.

శ్రీ కృష్ణుడు ఇలా అన్నాడు, "నాకేం అభ్యంతరం ఉంది, కానీ ఆమె హృదయంలో ఉన్నది ఎవరు చెప్పగలరు? స్వయంవరంలో, సుభద్ర మీకు బదులుగా మరొకరిని వివాహం చేసుకునే అవకాశం ఉంది, కాబట్టి మీరు సుభద్రను బలవంతంగా తీసుకెళ్లడం సరైనది. ""

శ్రీకృష్ణుని ఈ సూచనను అర్జునుడు ఇష్టపడ్డాడు. తర్వాత ఏం జరిగిందో, అర్జునుడు తన సోదరుడు యుధిష్ఠిరుడి సహాయంతో సుభద్రను అపహరించి ఇంద్రప్రస్థం చేరుకున్నాడు. వీరిద్దరూ ఇంద్రప్రస్థంలో సంప్రదాయబద్ధంగా వివాహం చేసుకున్నారు.

అర్జునుడికి సుభద్ర నుండి అభిమన్యుడు అనే కొడుకు పుట్టాడు. మరోవైపు ద్రౌపది కూడా ఐదుగురు కుమారులకు తల్లి అయింది. అతనికి యుధిష్ఠిరుని నుండి ప్రతివింధ్యుడు, భీముని నుండి శ్రుతసోము, అర్జునుడి నుండి శ్రుతకర్మ, నకుల్ నుండి శతానిక మరియు సహదేవుని నుండి శ్రుతసస్ అనే కుమారుడు జన్మించాడు.

శ్రీ కృష్ణుడు ఇంద్రప్రస్థంలో మాత్రమే ఉన్నాడు.ఒకరోజు అర్జునుడు శ్రీ కృష్ణునితో కలిసి యమునా తీరంలో ప్రయాణిస్తుండగా, ఒక తెలివైన బ్రాహ్మణుడు వచ్చి వారిద్దరి దగ్గర నిలబడ్డాడు. అతని శరీరం మొత్తం నుండి కాంతి కిరణాలు వెలువడుతున్నాయి.

శ్రీ కృష్ణుడు మరియు అర్జునుడు బ్రాహ్మణునికి నమస్కరించి, "ఓ బ్రాహ్మణ దేవా! నీవెవరు? మేము మీకు ఎలా సేవ చేస్తాము?' ''నేను అగ్నిని. నాకు బాగా ఆకలిగా ఉంది. దయచేసి నా ఆకలి తీర్చండి."

బ్రాహ్మణుడు బదులిచ్చాడు. "నీవు ఏమి తింటావు? ఏ మెటీరియల్ సమర్పించాలి?'"నేను ఖాండవ వనాన్ని కాల్చి, అందులో నివసించే జంతువులను తినాలని కోరుకుంటున్నాను, కానీ ఎంత ప్రయత్నించినా, ఇంద్రుడు పదే పదే నీటిని వర్షిస్తున్నందున నేను ఖాండవ వనాన్ని కాల్చలేకపోయాను. నేను ఖాండవ వనాన్ని కాల్చడం అతనికి ఇష్టం లేదు, ఎందుకంటే అక్కడ తక్షకుడు నాగుడు ఉంటాడు. ఇప్పుడు నువ్వు మాత్రమే ఖాండవ వనాన్ని కాల్చి నా ఆకలిని తీర్చగలవు.

అర్జునుడు "అగ్నిదేవ్! నేను నీకు ఎలా సహాయం చేయగలను? ఈ క్షణాన పైన దేవరాజ్ ఇంద్రుని వర్షాన్ని ఆపగలిగే ధనుస్సు నా దగ్గర లేదు.""అంతే." అగ్నిదేవ్, "నేను ఇప్పుడు నీకు శక్తివంతమైన విల్లును ఇస్తాను, అది నీలాంటి నైపుణ్యం కలిగిన విలుకాడు మాత్రమే

ఉపయోగించగలడు."అని చెప్పి అగ్నిదేవుడు సోమరాజు 'గాండీవ' అనే విల్లును అర్జునుడికి ఇచ్చాడు.

ఇచ్చాడు, శ్రీ కృష్ణుని సుదర్శన చక్రాన్ని కూడా ఇచ్చాడు. సుదర్శన చక్రం యొక్క ప్రత్యేకత దానితో మీరు ఎవరిపై దాడి చేసినా ఖచ్చితంగా చంపబడతారు, అపై సుదర్శన్

చక్రం తన పనిని పూర్తి చేసి ధరించిన వారి వద్దకు తిరిగి వస్తుంది.గాండీవాన్ని పొందిన తరువాత, అర్జునుడు అగ్నిదేవునితో, "ఇప్పుడు నువ్వు ఖాండవ వనాన్ని వెలిగించావు, నేను దానిని ఆరిపోనివ్వను."

అగ్నిదేవుడు ఖాండవ వనాన్ని క్షణికావేశంలో దహనం చేశాడు. ఇంద్రుడు మళ్లీ నీటి వర్షం కురిపించాడు, కానీ ఈసారి అర్జునుడు లెక్కలేనన్ని బాణాలు వేసి ఖాండవ వనంపై దుప్పటిని కప్పాడు, దాని కారణంగా ఒక్క నీటి చుక్క కూడా అడవిపై పడలేదు. అడవిలో మంటలు వ్యాపించాయి మరియు అగ్నిదేవుడు అడవిలోని జీవులను తినడం ప్రారంభించాడు. తక్షక్ నాగ్ ఆ రోజుల్లో అడవిలో లేడు, అందుకే ప్రాణాలతో బయటపడ్డాడు. తక్షకుని కుమారుడు అశ్వసేనుడు కూడా అగ్ని నుండి తప్పించుకున్నాడు.

అడవిలోనే 'మే' అనే రాక్షసుడు ఉండేవాడు. మే చాలా హై క్లాస్ బిల్డర్. ఈ భారీ అగ్నిప్రమాదం నుండి తాను తప్పించుకోలేనని చూసిన అతను తన ప్రాణాలను కాపాడమని అర్జునుని వేడుకున్నాడు. అర్జునుడు అతనిపై జాలిపడి మాయను అడవి నుండి సురక్షితంగా తరిమి కొట్టాడు.

ఈ సంఘటన నుండి అర్జునుడికి గాండీవం వంటి శక్తివంతమైన విల్లు లభించడమే కాకుండా, ఇంద్రుడు అర్జునుడికి అనేక దివ్య ఆయుధాలను కూడా ఇచ్చాడు.

అర్జునుడి దయకు మాయ ఎంతగానో పొంగిపోయి, అర్జునుడితో, “ఓ ధైర్యవంతుడా! నేను మీకు చాలా కృతజ్ఞుడను. సేవ చేసే అవకాశం కల్పించి నన్ను ఆశీర్వదించండి."ఏం పని చేయగలవు?” “నేను చాలా మంచి ఆర్కిటెక్ట్ ని.. బిల్డింగ్ కన్ స్ట్రక్షన్ లో నాకు పోటీ లేదు.

కాసేపు ఆలోచించి అర్జున్ ఇలా అన్నాడు, “ఇలా అయితే, మన కొత్త రాజధాని కట్టిన ఇంద్రప్రస్థలో, ప్రపంచంలో ఇప్పటి వరకు కట్టని భవనాన్ని మీరు మా కోసం కట్టండి. ”

“ఇది నా ఎడమ చేతికి సంబంధించిన ఆట. అది చూసి ప్రజలు ఆశ్చర్యపోయేలా నేను అలాంటి భవనాన్ని నిర్మిస్తానుఇలా చెబుతూ మైనక్ పర్వతం వైపు మే ప్రారంభించారు. మైనక్ పర్వతంపై అధిక నాణ్యత గల నిర్మాణ వస్తువులు అందుబాటులో ఉన్నాయి. మాయన్ రాక్షసుల అద్భుతమైన రాజభవనాలు అక్కడ నిర్మించబడ్డాయి. మాయ అక్కడి నుంచి నిర్మాణ సామగ్రిని తీసుకుని ఇంద్రప్రస్థానికి బయలుదేరింది.

ఆయన చెప్పినట్లే భవనాన్ని నిర్మించారు. ఇంద్రప్రస్థ మాయ యొక్క కళాత్మక చేతులతో అలంకరించబడిన తరువాత అద్వితీయమైనది. ఇంత గొప్ప మరియు అందమైన భవనాన్ని చూసి పాండవులు ఆశ్చర్యపోయారు. మే కృషి ఫలించింది.

ఇప్పుడు ఇంద్రప్రస్థం గురించి ఏం చెప్పాలి?

ఇంద్రప్రస్థం అందం, వైభవం, వైభవం గురించిన వార్త అంతటా వ్యాపించింది. యుధిష్ఠిరుని సమర్థ నాయకత్వంలో పాండవుల కొత్త రాజ్యం దినదినాభివృద్ధికి కొత్త అడుగులు వేస్తోంది.

ఒకరోజు నారదుడు పాండవుల కొత్త నగరాన్ని చూడటానికి వచ్చాడు. నగర అందాలను చూసి చాలా సంతోషించాడు. ముఖ్యంగా మేం నిర్మించిన భారీ ఆడిటోరియం అందాలను చూసి మురిసిపోయారు.

నారదుడు పాండవులతో, "నిజమే! ప్రజలైన మీ కృషి ప్రశంసనీయం. ఇంత తక్కువ సమయంలో బంజరు భూమిలో ఇంత గొప్ప రాజధానిని నిర్మించడం మీ సామర్థ్యానికి నిదర్శనం మరియు మీ ఈ ఆడిటోరియం ఎంతగానో ప్రశంసించబడదు. నేను మూడు లోకాలలోనూ ప్రయాణించాను, కానీ గంధర్వులలో గాని, అప్సరసలలో గాని నేను అలాంటి ఆడిటోరియం చూడలేదు. యక్షులు మరియు రాక్షసుల మందిరాలు దీనితో పోల్చితే చాలా తక్కువ. ఇప్పుడు ఒకే ఒక పని మిగిలి ఉంది, దాన్ని పూర్తి చేయడం ద్వారా మీరు మీ కీర్తిని సుదూర ప్రాంతాలకు వ్యాప్తి చేయవచ్చు.' యుధిష్ఠిరుడు ఆసక్తిగా అడిగాడు, "ఇదేమి పని, మునివర్? త్వరలో మాకు చెప్పండి."

"చాలు, ఇప్పుడు మీరు రాజసూయ యాగం నిర్వహించండి. ప్రపంచంలోని అన్ని ప్రాంతాల రాజులను యాగానికి ఆహ్వానించండి. వారిని మీ అధీనంలోకి తెచ్చుకోండి, అప్పుడు మీ గౌరవం చెక్కుచెదరకుండా ఉంటుంది.నారద్జీ ఇలా చెప్పి వెళ్ళిపోయాడు, కానీ అతని మాటలు పాండవుల మనస్సులో నిలిచిపోయాయి. తప్పకుండా రాజసూయ యాగం చేస్తానని నిర్ణయించుకున్నాడు. తర్వాత ఏం జరిగిందంటే, యాగానికి సిద్ధమయ్యారు. నాలుగు దిక్కుల దేశాధినేతలకు ఇంద్రప్రస్థం

వచ్చి రాజసూయ యాగంలో పాల్గొనమని ఆహ్వానించారు. ఇంద్రప్రస్థాన్ని పెళ్లికూతురులా ప్రత్యేకంగా అలంకరించారు. రాజసూయ యాగ మహోత్సవ వార్త సర్వత్రా వ్యాపించింది.

రాజసూయ సందర్భంగా రాజులు, చక్రవర్తులందరినీ ఇంద్రప్రస్థంలో పాల్గొనాలని ఆహ్వానించారు వచ్చారు. హస్తినాపూర్ నుండి కౌరవులు కూడా వచ్చారు. శ్రీ కృష్ణుడిని ప్రత్యేకంగా పిలిచారు. ఇంద్రప్రస్థ వైభవాన్ని చూసి అందరూ ఆశ్చర్యపోయారు. పెద్ద భవనాలు, విశాలమైన రోడ్లు, గొప్ప తోటలు, అందమైన సరస్సులు మరియు కళాత్మక భవనాలు అందరినీ ఆకర్షించాయి. మాయ నిర్మించిన భారీ ఆడిటోరియం విశేష పనితనం చూసి జనం ఆశ్చర్యానికి అవధులు లేవు. అందరూ పాండవుల కీర్తిని మనస్ఫూర్తిగా కొనియాడడం ప్రారంభించారు.

పాండవుల కీర్తిని చూసి ఎవరైనా అసూయపడ్డారంటే అది కౌరవులే. ముఖ్యంగా దుర్యోధనుడు పాండవుల వైభవాన్ని చూసి కన్నీళ్లు పెట్టుకున్నాడు. దుర్యోధనుడితో పాటు కౌరవుల మామ అయిన శకుని కూడా వచ్చాడు. రాజసూయ యాగం ద్వారా పాండవుల కీర్తి పెరిగింది.

యాగంలో మగధ రాజైన జరాసంధుడు, అత్యంత నిరంకుశుడు కూడా చంపబడ్డాడు. జరాసంధుని కుమార్తెను శ్రీ కృష్ణుని మేనమామ కంసుడు వివాహం చేసుకున్నాడు. అతని దౌర్జన్యాలు ఎంత వరకు ఉన్నాయో, అతను చాలా మంది రాజులను బంధించాడు మరియు వారి రాజ్యాలను ఆక్రమించాడు. శ్రీ కృష్ణుడు దానిని ఎలాగైనా ముగించాలనుకున్నాడు, అందుకే యుధిష్ఠిరునితో, "సోదరా! జరాసంధుని వంటి నిరంకుశ రాజును అంతమొందించే వరకు మీ రాజసూయ యాగం విజయవంతం కాదు.

యుధిష్ఠిరుడు శ్రీకృష్ణుని ఆజ్ఞను శిరసావహించి జరాసంధుని చంపడానికి భీముని పంపాడు. భీముడు జరాసంధుని యుద్ధంలో ఓడించి, అతనిని ముక్కలు చేసి చంపాడు.రాజసూయ యాగం పూర్తయింది.

రాజులు మరియు చక్రవర్తులందరూ పాండవులను కీర్తిస్తూ తమ తమ దేశాలకు తిరిగి వచ్చారు. అవును, దుర్యోధనుడు ఇంద్రప్రస్థ వైభవానికి ఎంతగానో ముగ్ధుడయ్యాడు, అతను మరికొన్ని రోజులు అక్కడే ఉన్నాడు.

ఒకరోజు అతను సుందరమైన భవనాల అందాలను చూడడానికి తిరుగుతున్నాడు. అతని మనసులో పాండవుల పురోగమనం చూసి అసూయ కలిగింది. అతను పాండవులను నాశనం చేయడానికి అనేక ప్రయత్నాలు చేసాడు, కానీ ఎల్లప్పుడూ విఫలమయ్యాడు మరియు ఇప్పుడు పాండవులు వారి శ్రమ మరియు సామర్థ్యంతో గొప్ప రాజధానికి యజమానులుగా మారారు. దుర్యోధనుడు పాండవుల ముందు చాలా నిస్సహాయంగా భావించాడు మరియు వారిని నాశనం చేయడానికి తన మనస్సులో చాలా ప్రణాళికలు వేస్తున్నాడు.

ఇవన్నీ ఆలోచిస్తూ దుర్యోధనుడు ఆడిటోరియం చేరుకున్నాడు, అతని పనితనం పోల్చదగినది కాదు. ఇంత అందమైన అలంకారాలను చూసిన దుర్యోధనుడి కళ్లు కన్నీళ్లు పెట్టుకున్నాయి. అప్పుడు అతను ఆడిటోరియం యొక్క ఒక వైపున ఒక చెరువును చూశాడు, అందులో అందమైన తామర పువ్వు వికసించింది. ఆ పువ్వును తెంపడానికి దుర్యోధనుడు

అతని అత్యాశను తీర్చలేకపోయింది. వెంటనే ముందుకు కదిలి తామరపువ్వు తీయడానికి ప్రయత్నించగా అతని చేయి నేలకు తగిలింది. చెరువులో ఏపుగా పెరిగిన తామరపువ్వు భవన నిర్మాణంలో పనితనానికి అత్యున్నత ఉదాహరణ అని అప్పుడు

తెలిసింది. నిజానికి, నేల చాలా పారదర్శకంగా ఉంది, దగ్గరి నుండి కూడా అది చెరువులా కనిపిస్తుంది. నేలను అలంకరించడానికి తామర పువ్వులు చెక్కబడ్డాయి.

నలువైపుల నుండి నవ్వుల కెరటం విజృంభిస్తున్న వేళ దుర్యోధనుడికి ఇంకా ప్రశాంతత రాలేదు. ఆడిటోరియంలోని సేవకులు దుర్యోధనుడి మూర్ఖత్వాన్ని చూసి నవ్వుకున్నారు. దుర్యోధనుడు కోపంతో, సిగ్గుతో వేగంగా ముందుకు కదిలాడు. ఎదురుగా ఉన్న గోడలో డోర్ చూసి అడుగు ముందుకు వేయగా, డోర్ దాటకుండా గోడకు ఢీకొట్టాడు. అతను తలుపు అని అనుకున్నది వాస్తవానికి గోడపై ప్రత్యేకమైన అలంకరణ. దుర్యోధనుని ఈ అజ్ఞానానికి కూడా చుట్టూ నిలబడి ఉన్నవారు పెద్దగా నవ్వారు. దుర్యోధనుడు చాలా ఇబ్బంది పడ్డాడు. ఇప్పుడు ఎదురుగా ఉన్న అసలు ద్వారం చూసి అది కూడా గోడేమో అని భయపడి దాటలేనంతగా తయారైంది అతని పరిస్థితి.

అతను నేలపై మరొక అద్భుతమైన సరస్సును చూసినప్పుడు అత్యంత విషాదకరమైన విధి సంభవించింది. ఇది కూడా మునుపటి సరస్సులా పారదర్శకమైన ఫ్లోర్‌తో ఉంటుందని భావించి చింతించకుండా ముందుకు సాగాడు. అప్పుడు ఏం జరిగిందంటే చప్పుడుతో సరస్సులో పడిపోయాడు. ఈసారి అతను అనుకున్న నేల సరస్సుగా మారిపోయింది. బట్టలన్నీ తడిసిపోయి నిరాశగా బయటకు వచ్చాడు.

ఈసారి ఆడిటోరియం అంతా నవ్వులతో మారుమోగింది. సేవకులే కాకుండా, పాండవులు మరియు వారి భార్యలు కూడా చాలా నవ్వారు. భీముడు "ఓ దుర్యోధనా! నీ బట్టలన్నీ తడిసిపోయాయి. సహదేవ్, వారికి పొడి బట్టలు తీసుకురా.సహదేవుడు మరుక్షణం పొడిబట్టలు తెచ్చి, నవ్వుతూ దుర్యోధనుడికి ఇచ్చాడు.అందచేసే.

ఈ అవమానానికి దుర్యోధనుడు కోపోద్రిక్తుడయ్యాడు. మనుషుల నవ్వు తట్టుకోగలదు కానీ ద్రౌపది నవ్వు గాయానికి ఉప్పు కలిపింది. అతను ఒక సిప్ రక్తం తాగడం మానేశాడు. ఈ అవమానానికి ఏదో ఒక రోజు తప్పకుండా ప్రతీకారం తీర్చుకుంటానని అనుకున్నాను. ఈ అవమానం తర్వాత ఇంద్రప్రస్థంలో ఒక్క క్షణం కూడా ఉండలేకపోయాడు. దేహంలోనూ, మనసులోనూ అసూయతో, అవమానంతో నిప్పు రాజుకుంది. ఆ సమయంలోనే అతను పాండవుల నుండి సెలవు తీసుకుని తన మామ శకునితో కలిసి హస్తినాపురానికి బయలుదేరాడు.

ఇంతవరకు పాండవులను ఓడించలేకపోయినందుకు దుర్యోధనుడికి తీవ్ర కోపం వచ్చింది. అతను పాండవులను నాశనం చేయడానికి ప్రయత్నించిన ప్రతిసారీ, పాండవులు కొత్త బలంతో వారి శిఖరానికి చేరుకున్నారు. పాండవులను చంపాడు

అతను ఉద్దేశపూర్వకంగా ఖాండవప్రస్థ వంటి నాసిరకం ప్రాంతాన్ని ఇచ్చాడు, కానీ అక్కడ కూడా అతను ఇంద్రప్రస్థ వంటి గొప్ప నగరాన్ని నిర్మించాడు, అక్కడ అతను ఆశ్చర్యపరిచే ఆడిటోరియంలో అవమానించాడు.

దారిలో శకునితో ఒక్క మాట కూడా మాట్లాడలేదు. ఓడిపోయినట్లుగా, అతను పాండవులను అంతమొందించే ప్రణాళికలలో నిమగ్నమై ఉన్నాడు. శకుని తనను తాను నిగ్రహించుకోలేక "ఏమిటి దుర్యోధనుడు?" ఇంద్రప్రస్థం నుండి బయలుదేరినప్పటి నుండి మీరు ఆలోచనలలో కూరుకుపోయారా? అంతా బాగానే ఉందా?''

"అంకుల్! గాయం మీద ఉప్పు చల్లవద్దు" అన్నాడు దుర్యోధనుడు కోపంగా "మమ్మల్ని కించపరిచేందుకే ఇంద్రప్రస్థానికి పిలిపించారని మీకు బాగా తెలుసు. పాండవులు తమ ప్రతాపాన్ని చూపి మనల్ని కాల్చివేయాలనుకున్నారు."

"ఇది పాండవుల శ్రమ ఫలితం. కావాలంటే మీ కష్టార్జితంతో హస్తినాపురాన్ని కూడా గ్రాండ్‌గా చేసుకోవచ్చు."

"పాండవుల ప్రతిష్టను నాశనం చేయడం ద్వారానే నేను సంతృప్తి చెందుతాను." దుర్యోధనుడు పళ్ళు బిగించి, "రాజులు పాండవులను ఎలా కీర్తించారో మీరు చూస్తున్నారు. ప్రపంచంలోని అన్ని ప్రాంతాల నుండి రాజులు భారీ కానుకలతో ఇంద్రప్రస్థానికి చేరుకున్నారు. ఆలోచించాల్సిన విషయమేమిటంటే, గొప్ప రాజులందరూ వారి పక్షాన చేరితే, మన పరిస్థితి ఏమిటి? మేము పూర్తిగా ఒంటరిగా ఉంటాము. మామ త్వరలో పాండవులను నాశనం చేయడానికి పరిష్కారం ఆలోచించకపోతే, వారి కీర్తి మరియు కీర్తి కొద్దికాలంలోనే పెరుగుతాయి.

"ఇదంతా ఆలోచించి ఏం లాభం దుర్యోధనా! భగవంతుని ఆశీస్సులు వారిపై ఉన్నాయి." "నువ్వు ఏది చెప్పినా, నేను వారిని దించకపోతే నాకు శాంతి దొరకదు."

"మీరు వారికి హాని చేయలేరు. ఐదుగురు సోదరులు ధైర్యవంతులు మరియు దేవతల దివ్య ఆయుధాలను కలిగి ఉన్నారు. యుద్ధంలో వారిపై గెలవడం చాలా కష్టం.'' ''కాబట్టి ఏదైనా పరిష్కారం చెప్పండి మామయ్యా! లేకపోతే నేను బ్రతకను. ఈ అవమానం తరువాత, నాకు జీవించాలనే కోరిక లేదు.

"నిరాశ చెందకు దుర్యోధనా!" కాసేపు ఆలోచించిన తర్వాత శకుని "అతనిపై గెలవాలంటే తెలివి తేటలు ఉండాలి. పాండవులను కించపరిచే ఏకైక మార్గం వంచనతో దాడి చేయడమే."

"ఏదైనా చెయ్యండి మామయ్య! కానీ ఖచ్చితంగా వారి కీర్తి అంతం. దుర్యోధనుడు, "అయ్యో! వాళ్ళు నన్ను చూసి ఎలా నవ్వుతున్నారో నేనెలా చెప్పగలను? ద్రౌపది నవ్వు నా చెవులను లావాలా కాల్చేస్తోంది." "అవును." శకుని ఇలా అన్నాడు, "నా మనసులో ఒక ప్రణాళిక ఉంది, యుధిష్ఠిరునికి జూదం అంటే చాలా ఇష్టమని మీకు తెలుసు, అతనికి జూదం అంటే చాలా ఇష్టం

వికృతంగా ఉంది. ఎలాగైనా అతన్ని హస్తినాపురానికి పిలిపించండి, అప్పుడు నేను అతనికి ఎలాంటి పరిస్థితి పెడతానో చూడండి."

శకుని పథకం దుర్యోధనుడికి నచ్చింది. "సరే, ఎలాగైనా పితాశ్రీని ఒప్పించి పాండవులను ఆహ్వానించండి, నేను వారితో మాట్లాడటం కూడా ఇష్టం లేదు" అన్నాడు.

"ఇదే జరుగుతుంది. ఇప్పుడు సంతోషంగా ఉండు. నేను హస్తినకు చేరుకోగానే నీ బాధలన్నీ తొలగిపోతాను'' అన్నాడు.

అవకాశం దొరికిన వెంటనే శకుని ధృతరాష్ట్రుడిని కలిశాడు. శకుని మనసులో పూర్తి ప్రణాళిక సిద్ధమైంది.

ధృతరాష్ట్రుడు అతనితో "చెప్పు శకునీ! ఇంద్రప్రస్థం పరిస్థితి ఏమిటి?"

"పాండవులు అద్భుతాలు చేసారు మహారాజా! ఇంద్రప్రస్థాన్ని చాలా అందంగా తీర్చిదిద్దాడు.

"మరి రాజసూయ యాగం ఎలా జరిగింది?"

"సుదూర ప్రాంతాల నుండి చాలా విజయవంతమైన రాజులు ఇంద్రప్రస్థానికి చేరుకున్నారు. అక్కడ గొప్ప ఉత్కంఠ నెలకొంది కానీ...'

"కానీ ఏమిటి?"

"దుర్యోధనుడు సంతోషంగా లేడు." శకుని మెల్లగా అన్నాడు, "ఇంద్రప్రస్థం నుండి తిరిగి వచ్చినప్పటి నుండి అతను విచారంగా ఉన్నాడు, అతని ముఖం పాలిపోయింది మరియు అతని శరీరం వాడిపోయింది. నా కళ్లలోంచి నిద్ర మాయమైంది. తినడం, తాగడం మానేశారు. "అతని మనస్సు దుఃఖంతో భారమైందని నేను భావిస్తున్నాను."

ధృతరాష్ట్రుడు భయపడ్డాడు. అన్నాడు, "ఎందుకు?"

"ఏమీ చెప్పలేను మహారాజా! దయచేసి దుర్యోధనుడిని పిలిచి విషయమేమిటని అడగండి?"

కొంతకాలం తర్వాత దుర్యోధనుడు అతని ముందు ప్రత్యక్షమయ్యాడు.

ధృతరాష్ట్రుడు "ఇంద్రప్రస్థం నుండి తిరిగి వచ్చిన తర్వాత నీకు అస్వస్థత కలిగిందని విన్నాను? ఏమిటి విషయం?''దుర్యోధనుడు ముఖం చాటేసి, "అక్కడి నుండి తిరిగి వచ్చిన తర్వాత నేను జరుపుకుంటానా? ఈ కొద్ది రోజుల్లో పాండవులు మనకు శత్రువులు అయిన తర్వాత వారు సాధించిన అభివృద్ధిని చూసి నేను ఎలా సంతోషించగలను.

"ఇది నీ భ్రమ, దుర్యోధనా!" అన్నాడు ధృతరాష్ట్రుడు, "నువ్వు చెప్పింది నిజమే

ప్రజలారా, కలిసి జీవించండి.

"ఈ సలహాను నీ దగ్గర ఉంచుకో." దుర్యోధనుడు "నేను హస్తినలో పాండవుల వంటి ఆడిటోరియం నిర్మించే వరకు విశ్రమించను. మీరు

తక్షణమే హస్తినాపూర్‌లో అలాంటి భవనాన్ని నిర్మించమని కళాకారులను ఆదేశించండి, గోడలను చూస్తే అది తలుపులా భ్రమ కలిగిస్తుంది, నేలను చూసి ప్రజలు సరస్సు ఉందని మరియు సరస్సును చూసిన తర్వాత అక్కడ ఉన్నట్లు అనిపిస్తుంది. ఒక అంతస్తు, తద్వారా ప్రజలు మోసపోతారు మరియు దానిలో పడతారు. అంతిమంగా, మనం వారి కంటే ఏ విషయంలో తక్కువ? మన శత్రువుల కంటే మనం ఉన్నతంగా ఉండాలి. ఆ తర్వాత పాండవులను కూడా ఆ ఆడిటోరియంలోకి ఆహ్వానిస్తాం.ధృతరాష్ట్రుడు కాదనలేకపోయాడు. ఇదే తరహాలో ఆడిటోరియం నిర్మించాలని ఆదేశించారు. వేలాది మంది కళాకారులు రాత్రింబవళ్లు శ్రమించి ఆడిటోరియం నిర్మించారు.ఆడిటోరియం కట్టినప్పుడు, ధృతరాష్ట్రుడు విదురుడితో, "ఇంద్రప్రస్థానికి వెళ్లి పాండవులను తీసుకురండి" అన్నాడు.దుర్యోధనుడు ఇక్కడ పాండవులపై కుట్ర పన్నాడని తెలిసి విదురుడు వెళ్ళడానికి ఇష్టపడలేదు. అతను కూడా జూద క్రీడ గురించి విన్నాడు, కానీ ధృతరాష్ట్రుడి మాటలను తప్పించడం సరికాదని, ఇంద్రప్రస్థానికి బయలుదేరాడు.

మహర్షి వ్యాసుడు ఇంద్రప్రస్థానికి వచ్చాడు. రాజసూయ యాగం విజయవంతం అయినందుకు యుధిష్ఠిరుడిని అభినందించి, "నేను భవిష్యత్తులో కొంత అశాంతిని చూస్తున్నాను. రాబోయే పదమూడేళ్లు విపత్కరం కాబట్టి జాగ్రత్తగా ఉండాల్సిన అవసరం ఉంది.యుధిష్ఠిరుడు, "ఇది చాలా ఆందోళన కలిగించే విషయం. ఒక రాజుగా, ఈ పదమూడేళ్లు ప్రశాంతంగా ఉండేందుకు ప్రయత్నించడం నా కర్తవ్యం, కాబట్టి ఈ రోజు నుండి నేను ఎవరితోనూ పరుషమైన మాటలు మాట్లాడనని వాగ్దానం చేస్తున్నాను, ఎందుకంటే కఠినమైన మాటలు కష్టాలకు దారితీస్తాయి."

విదురుడు కొన్ని రోజుల తర్వాత ఇంద్రప్రస్థం చేరుకున్నాడు.యుధిష్ఠిరుడు అతనికి స్వాగతం పలికాడు.విదురుడు, "మహారాజు ధృతరాష్ట్రుడు మీ అందరినీ ఆహ్వానించాడు. హస్తినలో గొప్ప భవనం నిర్మించబడింది. చాలా మంది రాజులు మరియు యువరాజులను అక్కడికి ఆహ్వానించారు, తద్వారా ప్రతి ఒక్కరూ భవనం యొక్క వైభవాన్ని చూసి ఆనందించవచ్చు. మీరందరూ కూడా మీ సోదరులు, భార్య మరియు తల్లితో అక్కడికి చేరుకుంటారు. ఆ కొత్త భవనంలో నువ్వు కూడా జూదం ఆడతావు."

హస్తినాపురం నుండి ఈ ఆహ్వానం ఎంత హఠాత్తుగా వచ్చిందో యుధిష్ఠిరుడు ఆశ్చర్యపోయాడు. అతనికి కొన్ని సందేహాలు ఉన్నాయి, కానీ విదుర్ స్వయంగా అతనిని పిలవడానికి వచ్చాడు, కాబట్టి అతను వెళ్ళడానికి అంగీకరించాడు.విదురుడు, "నేను మీకు అందించమని ఆదేశించిన సమాచారాన్ని అందజేశాను, కానీ ఈ కార్యక్రమం పనికిరానిదిగా భావించాను. కాబట్టి, మీరు కోరుకుంటే, మీరు కూడా మహారాజ్ ఆహ్వానాన్ని తిరస్కరించవచ్చు."

యుధిష్ఠిరుడు కొన్ని క్షణాలు మౌనంగా ఉండిపోయాడు. మహర్షి వ్యాసుడి హెచ్చరిక అతనికి ఇంకా గుర్తుంది. భవిష్యత్తులో ఏది జరగబోతోందో అది ఆపలేమని వారికి తెలుసు. అక్కడికి వెళ్లడం, జూదం ఆడడం హానికరం అని భయపడి, "ధృతరాష్ట్ర మహారాజా మీకు ఆహ్వానం పంపారు, కాబట్టి అక్కడికి వెళ్లకపోవడం అసభ్యకరం. మేము తప్పకుండా హస్తినకు వెళ్తాము."

హస్తినలో పాండవులకు ముందస్తుగా స్వాగతం పలికారు.

పాండవులు తమ బంధువుల మధ్య చేరినందుకు చాలా సంతోషించారు. మహారాజ్ ధృతరాష్ట్రుడితో సహా అందరినీ ఆప్యాయంగా కలుసుకున్నాడు.

మొదటి రోజు అందరినీ కలవడం, తినడం, తాగడంలోనే గడిపారు. రాత్రిపూట వారికి సౌకర్యవంతమైన మంచాలపై పడుకునేలా చేశారు.

మరుసటి రోజు ఉదయం, పాండవులను కొత్త భవనంలోకి జూదానికి పిలిచారు.

అతిథులందరూ హస్తినాపురం కొత్త ఆడిటోరియంలోకి వచ్చారు. ఆడిటోరియం అందాన్ని అందరూ ముక్తకంఠంతో కొనియాడారు. రాజకుటుంబ సభ్యులే కాకుండా పలువురు ప్రముఖులు కూడా అతిథుల్లో ఉన్నారు. ఒకవైపు దుర్యోధనుడు తన సోదరులతోనూ, మామ శకునితోనూ, మరోవైపు యుధిష్ఠిరుడు తన సోదరులతోనూ కూర్చున్నాడు. ధృతరాష్ట్రుడు జూద క్రీడను ప్రారంభించేందుకు అనుమతి ఇచ్చాడు. సంజయ్ అతని దగ్గరే కూర్చున్నాడు

కళ్లతో చూసినదాన్ని వివరిస్తున్నాడు. విదురుడు, భీష్ముడి కళ్లలో ఆందోళన కనిపించింది.

యుధిష్ఠిరునికి ఖచ్చితంగా జూదం అంటే చాలా ఇష్టం, కానీ ఈరోజు అతని హృదయం అలసిపోయింది. అతను కౌరవులతో అన్నాడు, "జూదం అన్యాయం కాకపోయినా, నిజాయితీ లేనిప్పుడే అది ఆనందదాయకం."

"ఏం చెప్తావు రాజన్!" అని శకుని అన్నాడు, "నువ్వే ఈ ఆటలో నేర్పరి. నైపుణ్యం ఉన్న ఆటగాళ్లను ఎవరైనా ఏ నిజాయితీని చేయగలరు? మీరు మా ఉద్దేశాలను అనుమానించినట్లయితే, జూదం ఆడవలసిన అవసరం లేదు."

"లేదు, మేము ఆహ్వానాన్ని అంగీకరించాము కాబట్టి, మేము ఆడకుండా ఇక్కడకు వెళ్ళము. యుధిష్ఠిరుడు, "మనం ఎవరితో జూదం ఆడాలి?" అన్నాడు.

దుర్యోధనుడు "శకుని మేనమామతో. అతను మా తరపున మీతో ఆడుకునేవాడు. " ఇది ఆట నియమాలకు విరుద్ధం, కానీ యుధిష్ఠిరుడు దుర్యోధనుడి ప్రతిపాదనను మౌనంగా అంగీకరించాడు.

యుధిష్ఠిరుడు జూదం ఆడటానికి వచ్చాడు, అయితే శకుని పాండవులను ఎలాగైనా ఓడించాలనే నిర్ణయంతో అప్పటికే వచ్చాడు.

యుధిష్ఠిరుడు మొదట్లో పందెం వేసినా, శకుని క్షణికావేశంలో వాటిపై పట్టు సాధించాడు. ఈ ఓటమి కారణంగా యుధిష్ఠిర్ కొత్త ఉత్సాహంతో బెట్టింగ్‌లు ప్రారంభించాడు. పోయిన ప్రతి పందెంతో అతను తన తెలివిని కోల్పోతున్నాడు. ఫలితంగా శకుని అతన్ని సులభంగా ఓడించాడు. యుధిష్ఠిర్‌ని కలవరపెట్టడానికి, అతను ఆడిన ప్రతి కొత్త పందెంతో ఆనందంగా, "నేను ఈ పందెం మాత్రమే గెలుస్తాను" అని చెప్పేవాడు మరియు నిజంగా అతను గెలిచేవాడు.

యుధిష్ఠిరుడు బంగారు నాణేలు, నగలు మొదలైన వాటిని పోగొట్టుకున్నప్పుడు, అతను ఏనుగులు, గుర్రాలు, ఆవులు మరియు గేదెలను పణంగా పెట్టాడు. శకుని వారిపై కూడా తన అధికారాన్ని స్థాపించాడు. యుధిష్ఠిరుడు అన్నీ పణంగా పెట్టాడు. శకుని మెల్లగా అన్నింటినీ తన ఆధీనంలోకి తీసుకోవడం ప్రారంభించాడు. సభ మొత్తం నిశ్శబ్దం అలుముకుంది. యుధిష్ఠిరుని ముఖం మీద గాలులు వీచాయి. అతను లోతైన ఆలోచనలలో మునిగిపోయాడు. ప్రశాంతంగా ఉన్న అతనిని చూసి శకుని "ఏమైంది రాజన్? నీ చేతిని ఎలా వెనక్కి తీసుకున్నావు? ఓహో! ఇప్పుడు నీ దగ్గర పందెం ఏమీ లేనట్లుంది. ఆట ఆపేస్తావా?"

ఓడిపోయిన జూదగాడు దీన్ని భరించలేకపోయాడు. "లేదు, ఆట కొనసాగుతుంది, నేను ఇంకా చాలా చేయాల్సి ఉంది, ఇక్కడ, నేను రాజ్యం యొక్క భూమిని పణంగా పెట్టాను." శకుని కూడా ఈ పందెం గెలిచి, “ఇప్పుడు?” అన్నాడు.

"నా సైనికులు, నా ప్రజలు, నా సేవకులు."శకుని వీటన్నింటిని కూడా గెలుచుకున్నాడు. అప్పుడు అతను ఇలా అడిగాడు, “మీరు ఇప్పుడు ఏమి నాటారు?” యుధిష్ఠిరుడు ఒక క్షణం ఆలోచనలో పడ్డాడు.

తన కుమారుల విజయంతో ధృతరాష్ట్రుడు సంతోషించాడు, కానీ అతనికి ఇదంతా నచ్చలేదు. విదురుడు మెల్లగా వారితో ఇలా అన్నాడు, “ఈ ఆట మన వంశ వినాశనంతో ముగియకుండా ఉండాలంటే ఇప్పుడే ఆపు. ఇది మాకు ఎలాంటి మేలు చేయదని నేను భావిస్తున్నాను.ధృతరాష్ట్రుడు స్వయంగా అదే అనుభవాన్ని అనుభవిస్తున్నాడు, కానీ విదురుడు చెప్పినది దుర్యోధనుడికి నచ్చలేదు. అతను చెడ్డ ముఖం చేసి, “విదుర్ ఖచ్చితంగా ఇలా చెబుతాడు. వారు మొదటి నుంచీ పాండవుల పక్షపాతి. అతని నుండి పాండవుల ఓటమిని మీరు చూసినట్లయితే

అమె వెళ్ళకపోతే వాళ్ళు ఆనందంతో ఇక్కడి నుండి వెళ్ళిపోవచ్చు. “అది నిజమే. నా సూచన మీకు నచ్చకపోతే నేను వెళ్లిపోతున్నాను." విదుర్ తన సీటులోంచి లేచి, "అయితే ఈ జూదం మంచి ఫలితాలను ఇవ్వదని గుర్తుంచుకోండి."ఇంత చెప్పిన విదురుడు ఇంకేమీ మాట్లాడలేదు, కానీ ధృతరాష్ట్రుడు తన కుమారుల ఇష్టానికి విరుద్ధంగా ప్రవర్తించడం ఇష్టంలేక ఆట కొనసాగించమని ఆదేశించాడు. విదురుడు బాధపడి మళ్ళీ కూర్చున్నాడు.యుధిష్ఠిరునికి

ఇప్పుడు వాటా ఇవ్వడానికి ఏమీ లేదు. అకస్మాత్తుగా అతని కళ్ళు సమీపంలో కూర్చున్న నకుల్ వైపు వెళ్లి, "ఇదిగో, నేను నా సోదరుడిని పణంగా పెడుతున్నాను."

ఆ మరుసటి క్షణమే నకుని శకుని జయించాడు. నకుల్ తల వంచుకుని శకుని పక్కన కూర్చున్నాడు.యుధిష్ఠిరుడు సహదేవుడిని కూడా పణంగా పెట్టాడు మరియు శకుని కూడా అతనిని పణంగా పెట్టాడు.

నా ఆస్తి చేసింది. అప్పుడు "వాహ్ రాజన్! నీ తెలివికి కూడా సమాధానం" అన్నాడు.నం. తన సవతి సోదరులను పణంగా పెట్టాడు కానీ..." అని యుధిష్ఠిరుడు కోపంగా, "శకునీ! సోదరులారా మన మధ్య విభేదాలు సృష్టించాల్సిన అవసరం లేదు. ఇక్కడ, నేను నా వీర సోదరుడు అర్జున్‌ను పణంగా పెడుతున్నాను."

"అబ్బా! నువ్వు ఆశీర్వదించబడ్డావు. నన్ను క్షమించు, తెలియక ఇలా అన్నాను." శకుని ఆట ఆడిన తర్వాత, "ఇది తీసుకో, నేను అర్జునుని కూడా గెలిచాను" అన్నాడు. అర్జునుడు కూడా మౌనంగా లేచి శకుని దగ్గర కూర్చున్నాడు.

అప్పుడు యుధిష్ఠిరుడు వారినే కాకుండా భీముడిని మరియు తనను కూడా పణంగా పెట్టి, పందెం ఓడిపోయిన తరువాత, అతను శకుని కొడుకు అయ్యాడు. శకుని ముఖంలో చెడ్డ చిరునవ్వు ఉంది. యుధిష్ఠిరుని తల వంచింది. బహుశా ఇంకేమైనా ఉంటే లైన్లో పెట్టేవాడేమో, బహుశా ఈసారి మనమే గెలిచి ఉండేవాళ్లమో అని ఆలోచిస్తున్నారేమో.

శకుని నెమ్మదిగా అన్నాడు, "ఇంకో విషయం మిగిలి ఉంది. ద్రౌపదీ! కావాలంటే, దాన్ని కూడా పణంగా పెట్టు, బహుశా ఈసారి అదృష్టం నీకు అనుకూలంగా ఉంటుంది."యుధిష్ఠిరుడు ద్రౌపదిని కూడా విజయ ఆశతో పణంగా పెట్టాడు. ద్రౌపది కూడా శకుని మాయల నుండి తప్పించుకోలేకపోయింది. మరుసటి క్షణమే ద్రౌపదిపై కౌరవులు పట్టు సాధించారు.

ఆడిటోరియంలో వింత శబ్దం. అక్కడ కూర్చున్న వారికి ఈ జూదం మాయలు నచ్చలేదు. ముఖ్యంగా ద్రౌపదిని పణంగా పెట్టడాన్ని ఎవరూ సహించలేరు, కానీ నిరసన తెలిపే హక్కు ఎవరికీ లేదు. విదురుడు, భీష్ముడు తలలు వంచుకున్నారు. కౌరవుల ముఖాల్లో విజయపు చిరునవ్వు. కర్ణుడు, దుర్యోధనుడు సంతోషించారు. సంజయుడు మౌనంగా ఉన్నాడు, ఈ సందడిలో ధృతరాష్ట్రుడు ఏం జరిగిందో అర్థం కాలేదు? అతని కుమారులు పాండవులను స్వాధీనం చేసుకున్నారా? "ఏమిటి సంజయ్? ఎందుకు ప్రశాంతంగా ఉన్నావు - పిల్లలు ద్రౌపదిని కూడా గెలిపించారా?"

"అవును రాజన్!" సంజయ్ నోటి నుండి మెల్లగా బయటకు వచ్చింది.

"ఓహ్!" కనీసం దుర్యోధనుడైనా విజయం సాధించాడని ధృతరాష్ట్రుడు సంతోషించాడు.దుర్యోధనుడు శకునిని తన చేతుల్లోకి తీసుకున్నాడు. అతను "వాహ్

మామయ్యా!" అని అరిచాడు. మీ సమాధానం లేదు, జూదంలో మీతో ఎవరూ పోటీ పడలేరు. ఇప్పుడు పాండవుల సర్వస్వం మనదే, పాండవులు కూడా మనవారే. మా బానిసలు. ద్రౌపది కూడా మా పనిమనిషి.

విదురుడు ఇదంతా సహించలేక "దుర్యోధనా! తర్వాత లేచి నిలబడలేనంత గట్టిగా మాట్లాడకండి. నువ్వు ఏం చేసినా సరిగ్గా చేయలేదు. ఒక రోజు మీరు పశ్చాత్తాపపడతారు. మీరు సింహాలను ఆటపట్టించారు.

దుర్యోధనుడు, "ఈ విషయాలలో ప్రయోజనం లేదు. ఇప్పుడు దయచేసి వెళ్లి ద్రౌపదిని పాండవులు ఓడించారని, ఆమె మనకు బానిసగా మారిందని తెలియజేయండి. వెళ్లి హాల్లోకి పిలవండి" అన్నాడు."నేను మతానికి వ్యతిరేకంగా ప్రవర్తించను." విదురుడు, "నువ్వు మానవత్వం నుండి పడిపోయావు."

"మీ బాధ నాకు అర్థమైంది." దుర్యోధనుడు, "సరే, వెళ్ళకు. ఇప్పుడే అతనికి ఫోన్ చేసి ఊడ్చమని ఆదేశిస్తాను.

ఇలా చెప్పి దుర్యోధనుడు ద్రౌపదిని పిలవడానికి ఒక సేవకుడిని పంపాడు. సేవకుడు ద్రౌపదిని సమీపించి, కళ్ళు దించుకొని జూదం గురించిన వార్తను చెప్పి, ఆడిటోరియంకు వెళ్ళమని అభ్యర్థించాడు. ద్రౌపది ఆకాశం నుండి పడిపోయినట్లు అనిపించింది, అప్పుడు ఆమె జాగ్రత్తగా చెప్పింది, "వెళ్ళు, ముందు ఆ యుధిష్ఠిరుని అడగండి.

నువ్వే ఓడిపోయావా లేక నన్ను మొదట పణంగా పెట్టావా?" సేవకుడు నిశ్శబ్దంగా తిరిగి వచ్చి దుర్యోధనుడికి ద్రౌపది ప్రశ్నను పునరావృతం చేశాడు.

దుర్యోధనుడు కోపంగా అన్నాడు, "ముందు అతనిని ఇక్కడికి రమ్మని చెప్పు, అప్పుడు అతని ప్రశ్నకు సమాధానం వస్తుంది, వెళ్ళు."సేవకుడు తల వంచుకుని నిలబడ్డాడు. మళ్ళీ ఆ సతి దగ్గరకు వెళ్ళే ధైర్యం అతనికి లేదు. మౌనంగా నిలబడి ఉన్న అతడిని చూసి దుర్యోధనుడు పూర్తిగా అదుపు తప్పాడు. అతను తన సోదరుడు దుశ్శాసనుడితో, "నువ్వు ద్రౌపది దగ్గరకు వెళ్ళు. ఈ సేవకుడు పాండవులకు భయపడి ఉండవచ్చు, కానీ పాండవులు మనకు బానిసలు, వారు మమ్మల్ని ఏమీ చేయలేరు. వెళ్ళి ద్రౌపదిని త్వరగా ఇక్కడికి తీసుకురండి. ఆమె మా పనిమనిషి అని, ఆమె రావడానికి నిరాకరిస్తే, పరిణామాలు తీవ్రంగా ఉంటాయని చెప్పండి."

దుఃశ్శాసనుడు ఒక్క క్షణం కూడా ఆగలేదు, ద్రౌపది వేగంగా నడిచింది దగ్గరకు చేరుకున్నారు. ద్రౌపది కళ్ళు పైకెత్తి అటువైపు చూసింది. "ఎందుకు వచ్చావు?" అని అడిగాడు.

"యుధిష్ఠిర్ నిన్ను జూదంలో పోగొట్టుకున్నాడు, రండి."

ద్రౌపది, "యుధిష్ఠిరుడు నన్ను ఎప్పుడు పణంగా పెట్టాడు - అతను ఓడిపోవడానికి ముందు లేదా తర్వాత నాకు సమాధానం చెప్పండి?"

"దీని ద్వారా మీ ఉద్దేశ్యం ఏమిటి?"

"అంటే!" ద్రౌపది, "యుధిష్ఠిరుడు తనను తాను పోగొట్టుకున్న తర్వాత నన్ను పణంగా పెట్టి ఉంటే, నేను వెళ్లను. ఓడిపోయిన వ్యక్తి నాకు ఎలా పందెం వేయగలడు?

"ఈ అర్థంలేని మాటలు ఆపు. ఇప్పుడు నువ్వు మా పనిమనిషివి. నాతో నిశ్శబ్దంగా రా."ద్రౌపది కదలకుండా ఉండడం చూసి దుశ్శాసనుడు ముందుకు కదిలాడు. దుశ్శాసనుడు ఆమె చేయి పట్టుకోవడానికి ప్రయత్నించగానే, ఆమె పెద్ద స్వరంతో, "జాగ్రత్త! నన్ను తాకవద్దు. నాకు రుతుక్రమం అవుతోంది, వెళ్ళలేను.

ఈ విషయాలు దుశ్శాసనుడిపై ఎలాంటి ప్రభావం చూపలేదు. అతను ద్రౌపది దగ్గరికి వచ్చాడు, కానీ ద్రౌపది పారిపోయి దూరంగా నిలబడింది. ఆమె గాంధారి వద్దకు వెళ్లి ఆశ్రయం పొందాలనుకుంది, కానీ దుశ్శాసనుడు ఆమె ప్రణాళికను అర్థం చేసుకున్నాడు. దుశ్శాసనునికి కోపంతో కోపం వచ్చింది. అతను ద్రౌపదిని జుట్టు పట్టుకుని లాగి ఆడిటోరియం వైపుకు లాగడం ప్రారంభించాడు. ద్రౌపది తన నిస్సహాయతను చూసి ఏడ్చింది. ఆమె ఏడుస్తూ, "దుశ్శాసన! ఈ దుశ్చర్య చేయకు, నా శరీరంపై ఉన్న బట్టలన్నీ కూడా లేవు."

"నాకేమీ తెలియదు, నువ్వు మా పనిమనిషివి. నువ్వు నాతో రావాలిఅంటూ ద్రౌపదిని ఆడిటోరియంలోకి లాగాడు దుశ్శాసనుడు.. దుఃశ్శాసనుడి ఈ పనికి ఆడిటోరియంలో కూర్చున్న వాళ్ళు చాలా బాధపడ్డారు.అప్పటికే పాండవులు సిగ్గుతో కిందపడిపోయారు.అవును దుర్యోధనుడు తన సోదరులు మరియు కర్ణుడితో కలిసి సంతోషంగా ఉన్నారు. భీష్ముడు, విదురుడు మరియు ఇతర పెద్దలు నిస్సహాయంగా కూర్చున్నారు.

ద్రౌపది అవమానం మరియు కరుణ యొక్క ప్రతిరూపంగా వారి మధ్య నిలిచింది. జుట్టు చిందరవందరగా, కళ్లలోంచి నీళ్లు కారుతున్నాయి. అందరూ మౌనంగా ఉండడం చూసి, ఆమె కోపంతో, "ఒక స్త్రీని బహిరంగంగా హింసిస్తున్నారు మరియు మీరు మౌనంగా కూర్చున్నారు. కారణం మరియు మానవత్వం ప్రపంచం నుండి అదృశ్యమయ్యాయా? నాకు ఒక్కొక్కరికి ఐదుగురు భర్తలు ఉన్నారు మరియు వారు కూడా నా అవమానాన్ని మౌనంగా సహిస్తున్నారు. ఏం జరిగింది

మీ అందరికి?" ద్రౌపదికి ఆడిటోరియంలో ఎవరూ సమాధానం చెప్పలేకపోయారు. అవును కౌరవుల మధ్య నవ్వుల అలలు పరిగెత్తాయి. కర్ణుడు స్వయంవరంలో తను చేసిన అవమానాన్ని ఇంకా మరచిపోలేదు, ద్రౌపదిని ఆ రూపంలో చూసి చాలా సంతోషించాడు. ఒక పనిమనిషి. అది జరిగింది. దుర్యోధనుడు, దుశ్శాసనుడు మరియు శకుని తమ విజయానికి

గర్వపడ్డారు. అవును, దుర్యోధనుడి సోదరుడైన వికర్ణుడు ఈ దారుణానికి ఖచ్చితంగా అసంతృప్తి చెందాడు. అతను ఇలా అన్నాడు, "వినండి సజ్జనులారా

ద్రౌపది అడిగిన ప్రశ్నకు ఇప్పటి వరకు అతనికి సమాధానం లేదు. మొదట ఆమె ప్రశ్నకు సమాధానం ఇవ్వండి, అప్పుడు మాత్రమే ఆమె బానిస కాదా అని నిర్ణయించవచ్చు."

దీనిపై భీష్ముడు "పాంచాలి! మీ ప్రశ్న సరైనదే, కానీ ఇప్పుడున్న పరిస్థితికి దాని వల్ల ఎలాంటి తేడా ఉండదు. యుధిష్ఠిరుడే నిన్ను ఓడించి పణంగా పెట్టాడన్నది నిజమే, అయితే ప్రతి సందర్భంలోనూ భర్త ఓడిపోయినా, ఓడిపోయినా భార్యపై అధికారం ఉంటుంది. కాబట్టి యుధిష్ఠిరునికి నిన్ను పణంగా పెట్టే హక్కు ఉంది."

"నువ్వు చెప్పింది నిజమే, కానీ పాండవులను ఇక్కడికి పిలిపించి మోసం చేసి ఓడిపోయారు. శకుని జూదంలో మోసపోయాడు. ధృతరాష్ట్రుడు తన కుమారుల క్షేమం కోసం శాంతంగా ఉన్నాడు మరియు కౌరవులు మనల్ని నాశనం చేయడానికి పూనుకున్నారు. ఇక్కడ ఎంతో మంది మేధావులు కూర్చున్నారు, మాకు ఎవరూ న్యాయం చేయలేదా?' ద్రౌపది హృదయానికి హత్తుకునే స్వరం ఆడిటోరియంలో ప్రతిధ్వనించింది. కళ్లలోంచి కన్నీళ్లు నిరంతరం కారుతున్నాయి.

ఇది భీముడికి కనిపించలేదు. అతను యుధిష్ఠిరుడిపై కోపంతో, "ఏమి జూదం ఆడాడు తమ్ముడా? నువ్వు అన్నీ పోగొట్టుకున్నావు. సంపద, ఆస్తి, రాష్ట్ర పౌరులు, మా పనిమనిషి మరియు సేవకులు, మనమందరం మరియు మా భార్యలు కూడా. నేను మీ చేతులను కాల్చాలని భావిస్తున్నాను లేదా నేను చేసిన పనిని ఈ అణచివేతదారులకు రుచి చూపించమని నన్ను ఆదేశించండి."

యుధిష్ఠిరునికి ఏమీ మాట్లాడలేదు. అర్జునుడు మెల్లగా, "భీమా! శాంతించండి, కోపంతో ప్రయోజనం లేదు. ఇలా మాట్లాడితే శత్రువులకే లాభం'' అని అన్నారు.

కర్ణుడు "ఇప్పుడు దుఃఖించి ప్రయోజనం లేదు. యుధిష్ఠిరుడు ద్రౌపదిని స్పృహతో పణంగా పెట్టాడు, ఇప్పుడు ఆమె కౌరవుల బానిస. పాండవులు మనకు బానిసలు. పాండవులు తమ రాజవస్త్రాలు విప్పడం సముచితం.",

పాండవులు తమ బట్టలు తీసేసి మామూలు బట్టలు వేసుకున్నారు. ద్రౌపది ఆడిటోరియంలో మౌనంగా నిలబడి తన విధి గురించి ఏడుస్తోంది. దుర్యోధనుడు అతని వైపు చూసి, "నువ్వు కూడా బట్టలు మార్చుకో" అన్నాడు.

"లేదు.' ద్రౌపది అరుస్తూ రెండడుగులు వెనక్కి వేసింది. "దుశ్శాసస! ఏమవుతుందో చూద్దాం." దుర్యోధనుడు "ద్రౌపది చీర విప్పండి" అన్నాడు.

ద్రౌపది యొక్క ఈ తిరస్కారాన్ని దుశ్శాసనుడు సహించలేకపోయాడు. అతను త్వరగా ద్రౌపది వద్దకు వచ్చి ఆమె చీర లాగడం ప్రారంభించాడు.

ద్రౌపది అవమానం మరియు అవమానంతో రెట్టింపు అయింది. ఆమె ఏడుస్తూ, "నా చుట్టూ గొప్ప యోధులు మరియు వృద్ధులు కూర్చున్నారు, భర్తలు కూర్చున్నారు, కానీ ఈ రోజు స్త్రీని రక్షించే వారు ఎవరూ లేరు. అయ్యో! నేను ఏమి చేయాలి? ఓ దేవుడా! మీరే నన్ను రక్షించండి.

అతని దుఃఖం దుశ్శాసనుడిపై ప్రభావం చూపలేదు. అతను చీర లాగడం ప్రారంభించాడు, కానీ దేవుడు ద్రౌపది ఏడుపు విన్నాడు. ద్రౌపది కళ్ళు సిగ్గుతో మూసుకుపోయాయి, కానీ దుఃశ్శాసనుడు చీర లాగి అలసిపోయాడు. ద్రౌపది శరీరం నుంచి చీర మొత్తం తీయలేకపోయాడు. చీర పొడవు నిరంతరం పెరుగుతూ వచ్చింది. ఆడిటోరియంలో చీరలు కుప్పలు తెప్పలుగా ఉన్నాయి, చీర తీసేటప్పుడు దుశ్శాసనుడు చెమటతో తడిసిపోయాడు, కానీ ద్రౌపది చీరలోనే ఉంది. ముసిముసిగా నవ్వుతూ ఓదార్చే అతని మూసిన కళ్ల ముందు శ్రీకృష్ణుడి రూపం కనిపించింది.

ఆడిటోరియంలో ఉన్న ప్రజలు ఈ అద్భుతాన్ని చూసి ఆశ్చర్యపోయారు. దుఃశ్శాసనుడు అలసిపోయి కూర్చున్నాడు, కాని కౌరవుల కళ్ళు ఇంకా తెరవలేదు. పాండవులను కించపరిచే ఈ అవకాశాన్ని వదులుకోకూడదనుకున్నాడు.

దుర్యోధనుడు "యుధిష్ఠిరుని ఆజ్ఞను పాటిస్తామని పాండవ సోదరులు ఈ రోజు నుండి వాగ్దానం చేస్తే, మేము వెంటనే ద్రౌపదిని విడుదల చేస్తాము."

పాండవులు మౌనంగా ఉండిపోయారు. భీముడు పళ్ళు పటపట కొరుకుతూ, "ఈ రోజు మీకు కావలసినది మీరు చేయగలరు, కానీ ఏదో ఒక రోజు నేను ఖచ్చితంగా దాని ఆనందాన్ని రుచి చూస్తాను" అన్నాడు. ప్రజలారా మిమ్మల్ని నాశనం చేయమని యుధిష్ఠిరుడు నాకు ఇప్పుడే ఆదేశాలు ఇస్తే, నేను తప్పకుండా అనుసరిస్తాను."

అతని మాటలు విని కౌరవులు నవ్వారు. దుర్యోధనుడు ద్రౌపదిని వచ్చి తన ఒడిలో కూర్చోమని సూచించాడు. భీముడు కోపంతో వణికిపోతూ "దుర్యోధనా! ఏదో ఒకరోజు నా జాపత్రితో నీ తొడలను ముక్కలుగా నరికేస్తానని గుర్తుంచుకో. ఇది నా ప్రతిజ్ఞ."

విదురుడు ఇదంతా మౌనంగా చూస్తూ ఉన్నాడు. తట్టుకోలేకపోయాను. కౌరవులారా, ఇప్పుడు ఈ నాటకాలన్నీ ఆపండి! మీరు పాండవులకు చెడు కోరుకోవచ్చు, కానీ దేవుని కోపానికి భయపడండి."

ధృతరాష్ట్రుడు తన కుమారుల పట్ల పక్షపాతంతో ఉన్నాడు, కానీ అతనికి కూడా ఇది అంతగా నచ్చలేదు. అతను ద్రౌపదితో ఇలా అన్నాడు, "పాండవులు ఇక్కడ సర్వస్వం కోల్పోయిన మాట నిజం

అయినా నువ్వు నా దగ్గర ఏది కావాలంటే అది అడగవచ్చు." ద్రౌపది ధృతరాష్ట్రుని వైపు జాలిగా చూసి, "నాకు యుధిష్ఠిరుడు విముక్తి కల్పించాలని మాత్రమే కోరుకుంటున్నాను" అంది.

"ఆమోదించబడిన. నీకు ఇంకా ఏమి కావాలి?'

"అతని మిగిలిన సోదరులను కూడా విడుదల చేయండి."

"ఇది కూడా అంగీకరించబడింది." ధృతరాష్ట్రుడు "ఇంకేం కావాలి?" అన్నాడు. "అంతే, నాకు ఇంకేమీ అక్కర్లేదు." ద్రౌపది కళ్లలో ఆనందంతో నీళ్లు తిరిగాయి.

ఈరోజు జరిగిన సంఘటన తన కుమారులకు విపత్తు తెచ్చిపెట్టవచ్చని ధృతరాష్ట్రుడు మనసులో భావించాడు. ఆడిటోరియంలో జరిగిన అద్భుతం గురించి సంజయ్‌కి విన్నాం. అతను పాండవుల శక్తి మరియు తన కుమారుల అల్పత్వం గురించి తెలుసుకున్నాడు, అందుకే అతను "యుధిష్ఠిర్! నేను ద్రౌపది యొక్క రెండు అభ్యర్థనలను అంగీకరించాను, ఇప్పుడు మీరు జూదంలో కోల్పోయినవన్నీ మీకు తిరిగి ఇస్తున్నాను. ఇక్కడ జరిగినదంతా మర్చిపో. కౌరవ సోదరుల పట్ల ఎలాంటి దురుద్దేశాలు పెట్టుకోవద్దు. అంతిమంగా మీరిద్దరూ ఒకే వంశానికి చెందినవారు, కలిసి జీవించండి. ఇప్పుడు మీరు నేరుగా ఇంద్రప్రస్థానికి వెళ్లి మునుపటిలా పాలించండి.

పాండవులు ఏమీ మాట్లాడలేదు. అతను తన బట్టలు ధరించి, ద్రౌపదిని తన వెంట తీసుకొని, అందరికీ వీడ్కోలు పలికి, తన రథంలో ఇంద్రప్రస్థం వైపు బయలుదేరాడు.

పాండవులు వెళ్ళగానే దుర్యోధనుడు, కర్ణుడు, శకుని మొదలైన వారి ముఖాలు నేలకూలాయి. ధృతరాష్ట్రుడి నిర్ణయం అతనికి నచ్చలేదు. అతను పాండవుల సమస్తాన్ని మోసం చేసి సంపాదించాడు, కానీ ధృతరాష్ట్రుడు రెప్పపాటులో అతనికి ప్రతిదీ తిరిగి ఇచ్చాడు. గెలిచిన పందెం పోయింది.

దుర్యోధనుడు చేతులు తడుముతూ ధృతరాష్ట్రునితో ఇలా అన్నాడు: "ఏం చేసావు? పాండవులు మనకు శత్రువులని మీకు బాగా తెలుసు. చేతిలో ఉన్న శత్రువులను విడిచిపెట్టడంలో జ్ఞానం ఎక్కడ ఉంది? ఇప్పుడు అవమానంతో ఇక్కడి నుంచి వెళ్లిపోయిన వాళ్లు కచ్చితంగా ప్రతీకారం తీర్చుకోవాలని చూస్తారు. అవకాశం దొరికిన వెంటనే వాళ్ళు మనల్ని ఖచ్చితంగా దెబ్బతీస్తారని నేను భావిస్తున్నాను. పాము దాని గడ్డను నలిపివేయకముందే దానిని విడిచిపెట్టడం వల్ల మీరు బాగా చేయలేదు."

శత్రుత్వాన్ని అంతం చేయడానికి ధృతరాష్ట్రుడు గౌరవపూర్వకంగా పాండవులను వెనక్కి పంపాడు, కాని దుర్యోధనుడి మాటలకు అతను మళ్లీ ఆందోళన చెందాడు. అతను మెల్లగా అన్నాడు, "కాబట్టి ఇప్పుడు ఏమి చేయాలి?"

దుర్యోధనుడు ఆలోచనలో పడ్డాడు. శకుని, కర్ణునితో కొంతసేపు చర్చించాడు. ఆఖరికి కర్ణుడు 'మనం ఏదో ఒకటి చేయాలి, లేకపోతే మనల్ని నాశనం చేస్తారు' అన్నాడు.

దుర్యోధనుడు, "కర్ణుడు నిజం మాట్లాడతాడు. ఇంద్రప్రస్థం చేరుకోగానే సైన్యాన్ని సమకూర్చుకుని హస్తినపై దాడి చేస్తాడు. పాండవులు తమ అవమానానికి ప్రతీకారం తీర్చుకుంటారు. మనందరినీ చంపిన తర్వాతే చనిపోతానని భీముడు ఇక్కడే అరుస్తున్నాడు."

ధృతరాష్ట్రుడు భయపడ్డాడు. అతనికి తన కుమారుల సామర్థ్యాలపై లేదా తన సైన్యం యొక్క సమర్థతపై విశ్వాసం లేదు. "పాండవుల దాడికి ముందు మనం పరిష్కారం ఆలోచించాలి.

అప్పుడు శకుని దుర్యోధనుని చెవిలో ఏదో గుసగుసలాడాడు

"ఒక పరిష్కారం ఉంది, రాజన్!"

దుర్యోధనుడు "ఏమిటి?"

"వారు అక్కడికి చేరుకోకముందే జూదం ఆడటానికి వారిని హస్తినాపూర్‌కు తిరిగి పిలవాలి. ఈసారి మనం తప్పించుకోవడానికి వారికి ఎలాంటి అవకాశం ఇవ్వము.

"అయితే ఈ అవమానం తర్వాత వారు మళ్లీ వస్తారా?"

"ఇంద్రప్రస్థం చేరిన తర్వాత వారు రాకపోవచ్చు, ఇప్పుడు వారు మన రాజ్య పరిధిలోనే ఉంటారు, కాబట్టి మీ ఆజ్ఞను ఉల్లంఘించే ధైర్యం వారికి ఉండదు. నీవు దూతను ఆ దిశగా త్వరగా పంపు"

"కానీ...."

"దీని గురించి చింతించకండి కానీ. మేము మొత్తం పరిస్థితిని నిర్వహిస్తాము. శకుని మామతో జూదంలో మన దగ్గర గెలవలేరు.

ఆ సమయంలోనే ధృతరాష్ట్రుడు పాండవుల వెంట ఒక దూతను పంపాడు. దుర్యోధనుడి ముఖంలో చెడ్డ చిరునవ్వు కనిపించింది. తల్లి గాంధారికి ఇదంతా నచ్చలేదు. ఆమె ధృతరాష్ట్రునితో, "ఇది అన్యాయం, ఓ రాజా! మెసెంజర్‌కు తిరిగి కాల్ చేయండి. నీ కొడుకులు కోరుకునేది మాకు మేలు చేయదు. దుర్యోధనుడు పుట్టినప్పుడు చెడు శకునాలు ఉన్నాయని మర్చిపోయారా? మన వంశ నాశనానికి దుర్యోధనుడు కారణం అవుతాడు. ఈ బిడ్డ పుట్టగానే పారేయమని విదురుడు చెప్పాడు.

ధృతరాష్ట్రుడు బలవంతంగా "నేను నా కొడుకులను అసహ్యించుకోలేను."

మరి అలాంటప్పుడు మన రాజవంశం నాశనమైపోతే ఎవరైనా ఈ చట్టాన్ని ఎలా తప్పించుకోగలరు. జూదం ఆట మరొక్కసారి జరగనివ్వండి." ఇంతలో పాండవులు దూత వారి వద్దకు వచ్చేసరికి మధ్యలోనే ఉన్నారు.

అతను యుధిష్ఠిరునితో, "రాజా! ధృతరాష్ట్ర మహారాజు నన్ను పంపాడు. మీరందరూ ఒక్కసారిగా హస్తినకు తిరిగి వచ్చి మళ్లీ జూదం ఆడండి" అని చెప్పాడు.

ఈ ఆజ్ఞ విని పాండవులు ఆశ్చర్యపోయారు. యుధిష్ఠిరునికి ఏం చేయాలో అర్థం కాలేదు. అతను ఒకసారి ద్రౌపది మరియు సోదరుల వైపు చూశాడు. యుధిష్ఠిరుడి నిర్ణయాన్ని తెలుసుకోవాలని వారు ఆసక్తిగా ఉన్నారు. జూదం వినాశనానికి మూలం, అయితే ఈసారి తన పందెం విజయవంతమవుతుందని యుధిష్ఠిర్ ఆశించాడు. యుధిష్ఠిరుడు మెల్లగా, “దేవుని సంకల్పం ఏమిటో నాకు తెలియదు. మనం హస్తినకు తిరిగి వెళ్ళి మళ్ళీ జూదం ఆడాలి. అంతిమంగా, మనం రాజు ఆజ్ఞను ఎలా విస్మరించగలం? అందుకే ఆ క్షణంలోనే హస్తినాపురానికి తిరిగి వచ్చాడు. హస్తినలో జూదానికి అన్ని సన్నాహాలు చేశారు. అంతే, పాండవులు

వేచి ఉంది. పాండవులు కూర్చున్నప్పుడు, శకుని వారికి అవతలివైపు కూర్చున్నాడు.

శకుని ఇలా అన్నాడు, "యుధిష్ఠి! పోయిన రాజ్యాన్ని మహారాజ్ ధృతరాష్ట్రుడు మీకు తిరిగి ఇచ్చాడు, దీని గురించి మేము ఏమీ చెప్పలేము, మహారాజుకు అలా చేసే హక్కు ఉంది. ఇప్పుడు మేము మళ్ళీ జూదం ఆడుతున్నాము. ఈసారి జూదంలో ఏదైనా ప్రమాదం ఉంది. అక్కడ అనేది విధించాల్సిన అవసరం లేదు కానీ, ఓడిపోయిన వ్యక్తి అనుసరించాల్సిన వాగ్దానం మాత్రమే ఉంది.

"ఏ విధమైన వాగ్దానం?"

“ఆటలో ఓడిన వాడు పన్నెండేళ్లు అడవుల్లో మామూలు మనిషిలా జీవించి పదమూడో సంవత్సరం అజ్ఞాతవాసం గడపవలసి వస్తుంది. ఓడిపోయినట్లు గుర్తిస్తే పదమూడేళ్లు అజ్ఞాతవాసం గడపాల్సి వస్తుందనే షరతు అజ్ఞాతవాస్‌లో ఉంది. నేను ఓడిపోతే కౌరవులు ఈ వాగ్దానాన్ని నిలబెట్టుకుంటారు మరియు మీరు ఓడిపోతే మీరందరూ ఈ వాగ్దానాన్ని నిలబెట్టుకుంటారు. నాకు చెప్పండి, ఇది అంగీకరించబడింది! ”

"అంగీకరించు." యుధిష్ఠిరుడు వెంటనే బదులిచ్చాడు.

"కాబట్టి, మిమ్మల్ని మీరు జాగ్రత్తగా చూసుకోండి."

ఇలా చెప్పి శకుని ఆట ఆడి మరుసటి క్షణంలో “నేను గెలిచాను” అని అరిచాడు.

యుధిష్ఠిరుడు నిరాశతో చూశాడు - పాచికలు పడ్డాయి, శకుని గెలిచాడు.ఉంది. అందుకే, అతని మాట ప్రకారం, అతను రాజ్యాన్ని విడిచిపెట్టి అడవికి వెళ్ళవలసి వచ్చింది. కౌరవులు తమ విజయంతో సంతోషించారు. పాండవులను అవమానించే ఈ అవకాశాన్ని పోగొట్టుకోవాలని దుశ్శాసనుడు అనుకోలేదు. అతడు, 'ఓ ద్రౌపదీ! నిన్ను కూడా కాపాడుకోలేని భర్తల మధ్య నువ్వు కూడా ఎలా చిక్కుకున్నావు, అంతేకానీ జూదం ఆడే ప్రమాదంలో పడ్డావు.

మీరు వారిని వదిలి మాలో ఒకరిని భర్తగా ఎంచుకుంటే మంచిది, కనీసం జూదంలో కూడా మిమ్మల్ని పణంగా పెట్టరు.

భీముడు కోపంతో విరుచుకుపడ్డాడు, "దుశ్శాసనా! ఈ దుర్మార్గపు ఆనందాన్ని ఏదో ఒక రోజు నేను ఖచ్చితంగా నీకు రుచి చూపించేలా చేస్తాను. నేను బాణాలతో నీ ఛాతీని గుచ్చుతాను.

"హో-హో-హో!" దుశ్శాసనుడు నవ్వాడు. దుర్యోధనుడు కూడా తన సెటైర్లతో పాండవుల హృదయాలను చీల్చి చెండాడాడు.

అతని చర్యకు ఐదుగురు సోదరులు కోపంగా ఉన్నారు. ఈ అవమానానికి కచ్చితంగా ప్రతీకారం తీర్చుకుంటానని మనసులో నిర్ణయించుకున్నాడు.

ఇప్పుడు హస్తినలో ఒక్క క్షణం కూడా ఉండనివ్వకుండా సామాన్యుడిలా బట్టలు వేసుకుని గురువుల దగ్గర సెలవు తీసుకున్నాడు.

విదురుడు వారిని ఆశీర్వదించి, "వత్సా! వెళ్ళు, దేవుడు మీకు సహాయం చేస్తాడు. కుంతీ తల్లిని నా ఇంట్లో వదిలివేయండి, ఆమె వనవాస బాధను భరించదు. మీరు తిరిగి వచ్చే వరకు నేను ఆమెను చూసుకుంటాను" అని చెప్పాడు.జాగ్రత్త తీసుకుంటుంది."

పాండవులు విదురుడి ఆజ్ఞలను అంగీకరించారు. తల్లి కుంతీదేవిని విదురుని వద్ద వదిలి, నిండు మనసుతో హస్తినాపూర్ నుండి బయలుదేరాడు.

పాండవులకు ఏమీ మేలు జరగలేదని ధృతరాష్ట్రుడు మనసులో అనుకుని నిస్సహాయంగా ఉన్నాడు. పాండవులను చూసి విదురుడు వచ్చినప్పుడు, ధృతరాష్ట్రుడు ఆసక్తిగా అడిగాడు, "పాండవులు వెళ్లిపోయారా? వెళ్ళేటప్పుడు అతని పరిస్థితి ఏమిటి? విదురుడు ఇలా జవాబిచ్చాడు, "మహారాజు! హస్తినాపూర్ నుండి బయలుదేరేటప్పుడు యుధిష్ఠిరుడు తల వంచి కళ్ళు కప్పాడు, ఎందుకంటే అతను కళ్ళు తెరిచి ఎక్కడైనా చూస్తే అగ్ని ప్రమాదం సంభవిస్తుంది. భీంసేనుడు తన శత్రువుల వక్షస్థలాన్ని పిడికిలితో చీల్చివేసేందుకు తహతహలాడినట్లు, తన పిడికిలిని పదే పదే బిగిస్తున్నాడు.అర్జునుడు మౌనంగా ధూళి సుడిగుండాలను వీస్తున్నాడు. ద్రౌపది - ఆవిడ వెనకే నడుస్తూంటే, కౌరవుల విధవరాలైన భార్యలు కూడా ఏదో ఒకరోజు ఇలా గట్టిగా ఏడుస్తారని చెప్పదలచుకున్నట్లు ఆమె కళ్లలోంచి నిరంతరం కన్నీళ్లు కారుతున్నాయి.నకుల్, సహదేవ్ ముఖాలపై బురద పూసుకున్నారు.ఓడ ఎక్కారు. తద్వారా అతను గుర్తించబడడు."

"ఓ ప్రభూ!" ధృతరాష్ట్రుడు భయపడి, "ఇవన్నీ వినాశనానికి సంకేతాలు. హే, ఎవరైనా పరుగెత్తండి, పాండవులను తిరిగి పిలవండి. తర్వాత అన్నీ తిరిగిచ్చి ఇంద్రప్రస్థానికి పంపిస్తాను. ఎలాంటి విపత్తు జరగకూడదనుకుంటున్నాను. కౌరవులు, పాండవులు కలిసి జీవించాలి, ఇదే నా కోరిక."

సంజయ్ దగ్గర కూర్చున్నాడు. అన్నాడు, "మహారాజా! ఇప్పుడు దుఃఖం వల్ల ప్రయోజనం ఏమిటి? ఆడిటోరియంలో జనాలు చాలా వివరించారని, అప్పుడు ఎవరి మాటలను పట్టించుకోని మీరు ఇప్పుడు ఆందోళనకు దిగుతున్నారు. ఇప్పుడు ఈ అన్యాయం యొక్క పరిణామాలను అనుభవించే అవకాశం వచ్చే రోజు కోసం వేచి ఉండండి.

(ఎనిమిది)

పాండవులు హస్తినాపురాన్ని విడిచిపెట్టినప్పుడు, నగరంలో ప్రజలు దుర్యోధనునికి చాలా కలత చెందారు. ఉంది. పెద్ద సంఖ్యలో ప్రజలు పాండవులను అనుసరించారు. నడుస్తూ గంగా నది ఒడ్డుకు చేరుకున్నాము. పాండవులు అక్కడ ఒక చెట్టు కింద రాత్రి గడిపారు. ఈ పట్టణవాసులు కూడా అక్కడే పడుకున్నారు.

మరుసటి రోజు ఉదయం, యుధిష్ఠిరుడు ఇక భరించలేనప్పుడు, అతను ప్రజలను ఇలా అడిగాడు, "మనుషులు మాతో ఎందుకు బాధపడుతున్నారు? దయచేసి వెనక్కి వెళ్లండి. ఎదురుగా భయంకరమైన అడవి ఉంది, మీరు అక్కడికి వెళ్లడం సరికాదు. మన దుస్థితికి మనమే కారణం, దాని పర్యవసానాలను మనం అనుభవిద్దాం పాండవులను విడిచిపెట్టడానికి ఎవరూ ఇష్టపడలేదు, అయినప్పటికీ కొంతమంది యుధిష్ఠిరుడి సలహాతో తిరిగి వెళ్ళారు, కాని కొంతమంది బ్రాహ్మణులు పాండవులను విడిచిపెట్టలేరు. పాండవులు ముందుకు వెళ్ళినప్పుడు, వారితో పాటు వారు కూడా కదిలారు.

యుధిష్ఠిరుడు, "ఓ బ్రాహ్మణులారా! మీ ప్రేమను కలిగి ఉన్నందుకు మేము ఆశీర్వదించబడ్డాము, కానీ మీరు ఎటువంటి కారణం లేకుండా మాతో బాధపడటం మాకు ఇష్టం లేదు. అడవిలో నివసించడానికి మరియు నిద్రించడానికి అసౌకర్యంగా ఉండటమే కాదు, తినడానికి మరియు త్రాగడానికి కూడా చాలా ఇబ్బందులు ఉన్నాయి. నా సోదరులు మీ కోసం వేటాడలేరు లేదా పండ్లు సేకరించలేరు. మీరందరూ ఇప్పుడు హస్తినాపురానికి వెళ్లడం సముచితం.

బ్రాహ్మణుడు "ధరమ్రాజా! మమ్మల్ని వెనక్కి వెళ్లమని అడగవద్దు. మేము ఆహారం మరియు పానీయాల కోసం మా స్వంత ఏర్పాట్లు చేస్తాము మరియు ప్రజలు ఎటువంటి సమస్యలను ఎదుర్కొనేందుకు అనుమతించము. అంతే, మాకు మీ కంపెనీ కావాలి." అంతకు మించి యుధిష్ఠిరునితో ఏమీ మాట్లాడలేదు. అతని హృదయం ప్రజల ప్రేమ మరియు సానుభూతితో నిండిపోయింది. యుధిష్ఠిరుని శోక భంగిమను చూసి, అతనితో పాటు ఉన్నవారు కూడా గుండెలు బాదుకున్నారు. అక్కడ నిలబడిన సైనికుడు, మేధావి, యుధిష్ఠిరునితో, "రాజా! దుఃఖం మరియు ఆనందం మానవులలో పగలు మరియు రాత్రి ఉంటాయి. బలహీనులు దుఃఖంతో విరుచుకుపడతారు, కానీ మీలాంటి ఓర్పుగల వ్యక్తి ఈ దుఃఖంతో ఎప్పటికీ విచ్ఛిన్నం కాలేడు.

యుధిష్ఠిరుడు, "నా బాధల గురించి నేను బాధపడను, నేను ఒంటరిగా ఉంటే అన్ని కష్టాలను చిరునవ్వుతో భరించేవాడిని." నా వల్ల కష్టాలు పడుతున్న నా సోదరులు మరియు ద్రౌపది గురించి నేను విచారంగా ఉన్నాను. నాతో పాటు ఈ అడవికి వచ్చిన వారికి కూడా బాధగా ఉంది. ఉంటే మాత్రమే! నేను వారికి ఆతిథ్యం ఇవ్వగలిగాను, వారికి ఆహారం ఇవ్వగలను మరియు వారికి సంరక్షణ అందించగలను."

పాండవులతోపాటు వారి కుటుంబ పురోహితుడు ధౌమ్యుడు కూడా వచ్చాడు. యుధిష్ఠిరుడి నుండి ఇది విని, "రాజా! మీరు అనవసరంగా ఆందోళన చెందుతున్నారు. సూర్య భగవానుడి సన్నిధిలో ఎవరు ఆకలితో ఉండగలరు? కేవలం సూర్యభగవానుని దయ వల్లనే ఆహారం పెరుగుతుందని, జీవరాశులు కడుపు నిండుతాయని ఎవరికి తెలియదు. కాబట్టి, సూర్యభగవానుని స్తుతించండి, అతను మీకు సహాయం చేస్తాడు. నేను నీకు సూర్యభగవానుని పేరు పెడతాను పూజకు మంత్రాలు చెబుతాను, మీరు పూజ చేయడం ప్రారంభించండి.

తరువాత ఏమి జరిగిందో, యుధిష్ఠిరుడు స్నానం చేసి స్వచ్ఛమైన శరీరం మరియు మనస్సుతో సూర్యభగవానుని స్తుతిలో మునిగిపోయాడు. కుటుంబ పూజారి ధౌమ్య ఇచ్చిన సూచనల ప్రకారం అతను సూర్యదేవుని నామాన్ని నూట ఎనిమిది సార్లు జపించాడు మరియు నదిలో మోకాళ్ల లోతు నీటిలో నిలబడి ఉపవాసం ఉన్నాడు. అతని ప్రశంసలకు సూర్య భగవానుడు సంతోషించాడు. అతడు ప్రత్యక్షమై "ధర్మవీరా! మీ కోరిక నెరవేరుతుంది. ఈ అక్షయపాత్ర తీసుకోండి, దాని నుండి మీకు నచ్చిన ఆహార పదార్థాలను పొందడం కొనసాగుతుంది. ద్రౌపది దానిని ఇతరులకు మరియు తనకు పంచినంత కాలం ఆమె తింటే తప్ప అక్షయపాత్రలోని ఆహార పదార్థాలు అయిపోవు.

యుధిష్టుని దుఃఖమంతా తొలగిపోయింది. ఇప్పుడు ప్రతిరోజు ద్రౌపది అక్షయపాత్రతో ముందుకు వచ్చిన వారికి తినిపించి, తన భర్తలకు తినిపించి, ఆపై తానూ భోజనం చేస్తుంది.

ఒకరోజు పాండవులు గంగా నదిని దాటి ద్వైత వనానికి చేరుకున్నారు. అక్కడి నివాసులు పాండవులకు స్వాగతం పలికారు. పాండవులు వారి ప్రేమ మరియు గౌరవాన్ని అందుకున్నందుకు చాలా సంతోషించారు. యుధిష్ఠిరుడు తన సోదరులు మరియు భార్యతో కొన్ని రోజులు అక్కడే ఉన్నాడు.

కొన్ని రోజుల తర్వాత మధ్యాహ్నం అయింది. పాండవులు అరణ్యంలో విశ్రాంతి తీసుకుంటుండగా, దూరం నుండి రథం వస్తున్న శబ్దం వినిపించింది. తమ ప్రియతమ మేనమామ విదురుడు రథంలో రావడం చూసి పాండవులు ఆశ్చర్యపోయారు. విదురుడు అకస్మాత్తుగా అడవిలో తనవైపు ఎందుకు వస్తున్నాడో యుధిష్ఠిరుడికి అర్థం కాలేదు. అతను తన సోదరుల వైపు చూసి, "జూద ఆటలో పాల్గొనమని మిమ్మల్ని ఆహ్వానించడానికి విదురుడు మరోసారి వస్తున్నాడు కదా? అంతిమంగా కౌరవులకు ఏం కావాలి? ఇప్పుడు

శకుని మనపై ఎలాంటి ఉపాయం ఆడాలనుకుంటున్నాడు? ఇంతవరకూ మన దగ్గర నుంచి పొందలేకపోయిన ఆ ఆయుధాలు జూదంలో ఉన్నాయా?'' అప్పటికి రథం దగ్గరకు వచ్చింది. విదురుడు రథం దిగి దగ్గరకు వచ్చాడు. వాళ్ళు

అన్నాడు, "యుధిష్ఠిర్! ధృతరాష్ట్రుడు కూడా నన్ను హస్తినాపురం నుండి వెళ్లగొట్టాడు.యుధిష్ఠిరుడు ఆశ్చర్యపోయాడు, "ఏం చెప్తున్నావ్? ఇదంతా ఎలా జరిగింది?"

"వినండి! మీరు అడవికి వెళ్ళినందుకు ధృతరాష్ట్రుడు చాలా కలత చెందాడు. మీరు వెళ్లిన తర్వాత, ఏదో అశుభం జరగబోతోందని నేను అతనితో చెప్పాను. అతను చాలా రాత్రులు మెలకువగా గడిపాడు. ఒక రోజు అతను నన్ను తన వద్దకు పిలిచాడు. మరియు అన్నాడు. - విదురా! ఏది జరిగినా నాకేమీ బాధ్యత లేదు, అయినా ఈ సంఘటనల గురించి నేను విపరీతంగా ఆందోళన చెందుతున్నాను.

ఇప్పుడు భవిష్యత్తులో ఎలాంటి అవాంఛనీయ సంఘటనలు జరగకుండా ఏదైనా పరిష్కారం చెప్పు.పాండవులకు ఏమైనా జరిగినా ధృతరాష్ట్రునికి స్పష్టంగా చెప్పాను.ఏదో జరిగింది. ఇది పూర్తిగా అన్యాయం.పాండవులను తిరిగి పిలిచి వారి రాజ్యాన్ని గౌరవంగా అప్పగించడం మంచిది.భవిష్యత్తులో ఎలాంటి అవాంఛనీయ సంఘటనలు జరగకుండా ఉండాలంటే దుర్యోధనుడిని ఇంటి నుంచి గెంటేయడమే మార్గం.నా మాట విని ధృతరాష్ట్రుడు చాలా బాధపడ్డాడు. కోపంతో.జరిగింది.సత్యం ఏమిటంటే, పిల్లలపై ఉన్న ప్రేమ వల్ల మంచిచెడుల జ్ఞానాన్ని మరచిపోయాడు.కోపంతో ఇలా అన్నాడు, 'నువ్వు పాండవుల పక్షం వహిస్తావని నాకు ముందే తెలుసు, కానీ నాకు తెలియదు.

నా కుమారులు దుర్యోధనునిపై మీకు చాలా ద్వేషం కలిగి ఉంటారు కాబట్టి మీరు అతన్ని ఇంటి నుండి వెళ్లగొట్టమని సలహా ఇచ్చారు

అస్సలు విచారం లేదు. నువ్వు మా ఊరు విడిచి వెళ్ళడం మంచిది. మీకు కావలసిన చోటికి వెళ్ళండి. ఇక మీ సలహా నాకు అవసరం లేదు.' ఇది వినగానే నేను హస్తిన నుండి బయలుదేరాను. నిజం ఏమిటంటే, ధృతరాష్ట్రుడు కూడా అనారోగ్యంతో ఉన్నప్పుడు చేదు మందులు తీసుకోని వ్యాధిగ్రస్తుడిలా ఉంటాడు. నా మంచి సలహా వారికి ఎలా నచ్చుతుంది?"

"మహాత్మా విదుర్!" యుధిష్ఠిరుడు, "మాకు ఎప్పుడూ నీ సలహా కావాలి. నువ్వు మాతో సంతోషంగా జీవిస్తావు."

విదురుడు అక్కడే ఉండిపోయాడు. విదురుని సాంగత్యం లభించిన తర్వాత పాండవుల ఆనందానికి అవధులు లేవు, కానీ విదురుని సాంగత్యం వారి భాగ్యంలో ఎక్కువ కాలం నిలవలేదు.

విదురుడు హస్తినాపురాన్ని విడిచిపెట్టిన తర్వాత ధృతరాష్ట్రునికి అశాంతి ఎక్కువైంది. విదురుని ఇంట్లోంచి బయటకి తోసేసి తను చేసిన మేలు చేయలేదనే దుఃఖం అతడిని

రాత్రింబగళ్లు వెంటాడింది. పశ్చాత్తాపం చెందడమే కాకుండా, విదురుడు పాండవుల వద్దే ఉంటాడని, అతని సలహాను పాండవులు ఉపయోగించుకుని మనపై కుట్ర పన్నారని మనసులో సందేహం కూడా కలిగింది.

ఒకరోజు ఆడిటోరియంలో ఉద్వేగంతో ధృతరాష్ట్రుడు స్పృహతప్పి పడిపోయాడు. తర్వాత స్పృహలోకి వచ్చాక మళ్లీ మళ్లీ అదే మాట చెబుతూనే ఉన్నాడు, నేను విదురుడితో పరుషమైన మాటలు చెప్పి మేలు చేయలేదు. నేను బ్రతకలేను. విదురుడు నన్ను క్షమిస్తాడా? నేను విదురుడు లేకుండా ఉండలేను. విదురుడు ఎక్కడ ఉన్నాడు? అతను బతికే ఉన్నాడో లేదో ఎవరికి తెలుసు. అప్పుడు అతను తన రథసారధి సంజయుడిని పిలిచి, "సంజయ్! ఈ సమయంలో మీరు విదురుని వెతుకుతూ వెళతారు. మీరు కలిసిన వెంటనే, తను లేకుండా నా పరిస్థితి ఏమైందో చెప్పు. వాటిని ఎలాగైనా తిరిగి పొందండి. సంజయ్! ఇప్పుడు నా జీవితం నీ చేతుల్లో ఉంది."

ఇది విన్న సంజయుడు రాజభవనం నుండి బయటకు వచ్చి రథం ఎక్కి విదురుని వెతుకుతూ వెళ్ళాడు. ద్వైతవనంలో పాండవులతో విదురుడు కనిపించి, "మహాత్మా! మీరు వెంటనే హస్తినాపురానికి వెళ్లండి, మహారాజ్ పరిస్థితి చాలా దయనీయంగా ఉంది. నిన్ను రాజభవనం నుండి తరిమికొట్టినందుకు వారు చింతిస్తున్నారు. నువ్వు కదలకపోతే ఆ బాధ భరించలేక ఆత్మహత్య చేసుకుంటారు".

ఇది విన్న విదురుడు తనను తాను నియంత్రించుకోలేకపోయాడు. పాండవులకు వీడ్కోలు పలికి ఆ క్షణంలోనే హస్తినాపురానికి తిరిగి వచ్చాడు.

ధృతరాష్ట్రుడు విదురుని తనతో తిరిగి వచ్చినందుకు చాలా సంతోషించాడు, కానీ దుర్యోధనుడు మరియు అతని సహచరులు విదురుని తిరిగి రావడం ఇష్టం లేదు. విదురుడు ఎప్పుడూ పాండవుల పక్షం వహించడం పట్ల కౌరవులు అసంతృప్తి చెందారు. విదురుడు ఇక్కడే ఉండి పాండవుల ప్రయోజనాలపై నిఘా పెడతాడేమోనని భయపడ్డాడు

కర్ణుడు దుర్యోధనునితో ఇలా అన్నాడు, "పాండవులను ఇలా వదిలేయడం సరికాదు, లేకపోతే పదమూడేళ్ళలో మనం పోటీ కూడా చేయలేనంతగా వారి ప్రతీకార పథకం చాలా గ్రాండ్‌గా తయారవుతుంది, అప్పుడు ధృతరాష్ట్ర రాజు మనసు మారితే ప్రయోజనం ఏమిటి. మరియు వారు పాండవులను పిలిచి వారికి రాజ్యాన్ని అప్పగించాలి.

"అంటే?" అడిగాడు దుర్యోధనుడు.

"పాండవులు ఎక్కడ ఉన్నారో మాకు ముందే తెలుసు." కర్ణుడు, "మేము ఇప్పుడే వచ్చి పాండవులను చితకబాదాలి."

కౌరవులు ద్వైతవనానికి వెళ్లేందుకు సిద్ధమయ్యారు.

అటువంటి సందర్భంలో మహర్షి వ్యాసుడు హస్తినాపురానికి చేరుకున్నాడు. అతడు ధృతరాష్ట్రునితో "రాజా! భవిష్యత్తులో జరగబోయే విపత్తు గురించి నాకు తెలుసు. కాబట్టి మీ కుమారులు తప్పుడు మార్గంలో ఎదగకూడదని నేను సూచిస్తున్నాను. వారు పాండవులతో సామరస్యంగా జీవించడం మంచిది, లేకపోతే పదమూడేళ్ల తర్వాత విపత్తు సంభవిస్తుంది. రాజవంశం నాశనం కావడం ఖాయం.

ధృతరాష్ట్రుడు "నేను ఏమీ అర్థం చేసుకోలేకపోతున్నాను, మీరు నా కొడుకులకు మాత్రమే సలహా ఇవ్వండి" అన్నాడు. మైత్రేయ మహర్షి దుర్యోధనుడిని చూసి, "నువ్వు పాండవులతో స్నేహంగా జీవించడం సరైనదే. ఈ రాజ్యం నుంచి పాండవులను వెళ్లగొట్టడం సరికాదు. నేను ద్వైతవనంలో నివసించే పాండవులను చూశాను. యువరాజులు తమ భార్యలతో ఇలా అడవికి అడవికి తిరుగుతుండడం సరైనదేనా?

మహర్షి మైత్రేయ సూచనకు దుర్యోధనుడు ముఖం చిట్లించి, కోపంతో అతని తొడలను కొట్టాడు. దుర్యోధనుని ఉదాసీనతకు మహర్షి మైత్రేయుడు నవ్వలేదు మరియు "ఈ రోజు మీరు కొడుతున్న తొడలను, ఒక రోజు భీముడు ఈ తొడలను ముక్కలుగా చేస్తాడు."

మైత్రేయ మహర్షి మాటలకు దుర్యోధనుడు నవ్వుతూనే ఉన్నాడు, కానీ ధృతరాష్ట్రుడు అతని హృదయంలో భయపడ్డాడు. "మహర్షీ, నా కొడుకులను ఇలా శపించకు" అన్నాడు. "నీ కుమారులు పాండవులతో స్నేహపూర్వకంగా ప్రవర్తించకపోతే, వారి నాశనము ఖాయం." అని చెప్పి మైత్రేయ మహర్షి వెళ్ళిపోయాడు.

హస్తినాపురంలో జరిగిన సంఘటనలు తెలియక పాండవులు అరణ్యంలో గడిపారు. అంతెందుకు, అతను రాజకుటుంబానికి చెందినవాడు మరియు ఇంద్రప్రస్థ పాలకుడు, అందుకే అతని స్నేహితులు మరియు శ్రేయోభిలాషులు, రాజు, అతనిని కలవడానికి అప్పుడప్పుడు అడవికి వస్తుంటారు. స్నేహపూర్వక రాజులు ఎవరూ పాండవుల ప్రస్తుత స్థితికి సంతోషించలేదు. వారు చెప్పేవారు "కౌరవుల కుతంత్రం ఎవరికి తెలియదు, వారి మాటలు విని అడవిలో నివసించడం వృధా. ఇంద్రప్రస్థానికి వెళ్లి నీ రాజ్య బాధ్యతలు స్వీకరించు.

"షరతును ఉల్లంఘించే హక్కు మాకు లేదు." యుధిష్ఠిరుడు సమాధానం చెప్పాడు.

"నువ్వు ధర్మరాజువి. ఇది మీ నుండి ఆశించేది. షరతు అన్యాయంగా ఉన్నా నువ్వు తప్పకుండా తీరుస్తావు." "మా నుంచి ఏదైనా సహాయం కావాలంటే నిస్సంకోచంగా అడగండి" అని మిత్రుడు చెప్పేవాడు.

"ఇప్పుడు కాదు." యుధిష్ఠిరుడి సమాధానం, "పదమూడేళ్ల తర్వాత, మీ సహాయం ఖచ్చితంగా కావాలి."

శ్రీ కృష్ణుడు పాండవుల వనవాస వార్తను అందుకున్నాడు. అతను కూడా ద్వైతవనానికి వచ్చి పాండవులను కలిశాడు. అతను ఇలా అన్నాడు, "ఏం జరిగిందో వినడానికి నేను చాలా

బాధపడ్డాను. నేను ఈ సందర్భంగా హాజరై ఉంటే, నేను ఈ అన్యాయాన్ని ఎప్పటికీ అనుమతించను, కానీ నేను ద్వారక నుండి బయటకు వెళ్లిపోయాను. సరే, మీరు ఈ అన్యాయాన్ని విజయవంతంగా తీర్చుకునే సమయం త్వరలో వస్తుంది."

శ్రీకృష్ణుని ఓదార్పుతో ఐదుగురు సోదరులు శాంతించారు. ద్రౌపది పక్కనే కూర్చుంది. సానుభూతితో కూడిన రెండు మాటలు విని కళ్లలో నీళ్లు తిరిగాయి. ఆమె ఏడ్చి ఏడ్చి ఇలా చెప్పింది, "నేను ఎంత దురదృష్టవంతుడినో, నాకు ఐదుగురు ధైర్యవంతులైన భర్తలు ఉన్నారు, వారి ధైర్యసాహసాలు ప్రపంచంలోనే ప్రసిద్ధి చెందాయి, అయినప్పటికీ వారు కౌరవులకు మరియు కౌరవులకు జరిగిన అన్యాయానికి వ్యతిరేకంగా ఏమీ చేయలేకపోయారు, సమావేశంలో ప్రశంసించారు. నన్ను అవమానించారు. దుశ్శాసనుడు నన్ను బట్టలు విప్పాలనుకున్నాడు. నేను ఏడ్చి అరిచాను, కానీ సభలో ఎవరూ నాకు సహాయం చేయలేదు, నాకు సహాయం చేసింది మీరు ఒక్కరే. ఆ సమయంలో అర్జునుడి గాండీవం లేదా భీముడు లేవలేకపోయాడు. జాపత్రి!"

శ్రీ కృష్ణుడు, “పాంచాలి ఏడవకు. కౌరవులు ఏమి చేసినా, వారు ఖచ్చితంగా శిక్ష అనుభవిస్తారు. దుష్ట దుర్యోధనుడు మరియు కర్ణుడు నాశనం చేయబడతారు మరియు యుధిష్ఠిరు తన కోల్పోయిన గౌరవాన్ని తిరిగి పొందుతారు.

శ్రీకృష్ణుని ఓదార్పు వల్ల పాండవులు కొత్త బలాన్ని పొందారు. శ్రీ కృష్ణుడు వెళ్ళిన తరువాత, అతను తన సమయాన్ని కొత్త ఉత్సాహంతో గడపడం ప్రారంభించాడు. ఒకరోజు సాయంత్రం ఐదుగురు సోదరులు ద్రౌపదితో కూర్చున్నారు. వారు తమ గతం, వర్తమానం మరియు భవిష్యత్తు గురించి చర్చించుకున్నారు.

ద్రౌపది తనకు జరిగిన అవమానాన్ని తలచుకుని కలత చెందేది. అకస్మాత్తుగా ఆమె “కౌరవుల క్రూరత్వానికి అంతం లేదు. ఆడిటోరియంలో మా దుస్థితిని చూసి వాళ్లు ఎంత సంతోషించారో. మేము అజ్ఞాతవాసానికి వెళ్ళినందుకు నగరం మొత్తం దుఃఖించింది, కానీ దుర్యోధనుడు, దుశ్శాసనుడు, శకుని మరియు కర్ణుడు మొదలైనవారు ఎలా నవ్వుతున్నారు. ధైర్యవంతులైన మీ ఐదుగురూ ఈ అన్యాయాన్ని శాంతియుతంగా భరిస్తున్నారని నేను ఆశ్చర్యపోతున్నాను, ఇది క్షత్రియ ధర్మం కాదు. శత్రువులను క్షమించడం పిరికితనం."

“లేదు పాంచాలీ! క్షమించడం పిరికితనం కాదు, ధైర్యవంతులకు అందం." యుధిష్ఠిరుడు, "కోపంతో మనం ఏమీ చేయకూడదు. ఇది ప్రణాళికను పాడు చేస్తుంది."

"ఇది ఎలా మరింత దిగజారుతుంది?" ద్రౌపది, "మనల్ని మరియు రాజ్యాన్ని రక్షించుకునే హక్కు మాకు ఉంది" అని చెప్పింది.

"అవును నిజమే కానీ అవకాశం కోసం ఎదురుచూడాలి. ఏ పనైనా ఆలోచించకుండా చేయడం సరికాదు."

"సమయం కోసం నిశ్శబ్ధంగా కూర్చోవడం వల్ల ఏమీ సాధించలేము." ద్రౌపది, "మన వైభవాన్ని తిరిగి పొందడానికి ఇప్పుడే ప్రయత్నాలు ప్రారంభించాలి."

భీముడే పగ తీర్చుకోవాలని తహతహలాడాడు. ద్రౌపదికి మద్దతుగా నిలిచాడు

అన్నాడు, "ద్రౌపది నిజం చెప్పింది తమ్ముడా! అంతిమంగా, మనం ఎంతకాలం మౌనంగా అన్యాయాన్ని అనుభవిస్తాము, పదమూడేళ్లు వేచి ఉండటం పనికిరానిది మరియు ఈ పదమూడేళ్లలో ఎవరు బతుకుతారో, ఎవరు చనిపోతారో ఎవరికి తెలుసు." యుధిష్ఠిరుడు, "మనం పూర్తిగా సిద్ధమయ్యే వరకు, కౌరవుల భారీ సైన్యంతో పోటీ పడటం కష్టం. కర్ణుడి కవచం అతనికి హాని కలిగించదని మర్చిపోవద్దు, దుర్యోధనుడి ధైర్యాన్ని కూడా తక్కువ అంచనా వేయవద్దు. అప్పుడు గురు ద్రోణాచార్య మరియు భీష్ముడు కూడా అతనితో ఉన్నారు.

పరిస్థితి నిజంగా భయంకరంగా ఉంది. ఐదుగురు అన్నదమ్ములకు అవకాశం కోసం ఎదురుచూడడం తప్ప మరో మార్గం లేదు. మహర్షి వ్యాసుడు అక్కడికి వచ్చినప్పుడు అతను తన ప్రస్తుత పరిస్థితిలో తీవ్రంగా కోల్పోయాడు. అతడిని చూడగానే పాండవుల బాధలు తొలగిపోయాయి. అతను గౌరవప్రదంగా మహర్షి వ్యాసుడికి సీటు ఇచ్చాడు.

మహర్షి వ్యాసుడు, "వత్సా! నీకెందుకు ఇంత చింత? కౌరవుల పక్షం నుండేనా?

భయపడి ఉండండి. వారితో పాటు పెద్ద యోధులు ఉన్నారనేది నిజం, అయితే మీరు భయపడవద్దు. ఒక రోజు అర్జున్ తన శత్రువులను నాశనం చేయగలడు. వినండి యుధిష్ఠిర్! నా దగ్గర శ్రుతి-స్మృతి అనే మంత్రం ఉంది, దానిని నేను మీకు బోధిస్తాను. నీవు అర్జునుడికి ఈ మంత్రాన్ని ఉపదేశించావు. ఈ మంత్రం ద్వారా, అర్జునుడు దేవతల నుండి దివ్య ఆయుధాలను అందుకుంటాడు, అది ఎవరితోనూ పోటీపడదు. ఇప్పుడు చింతించడం మానేసి సంతోషంగా ఉండు."

మహర్షి వ్యాసుడు ఆ మంత్రాన్ని యుధిష్ఠిరుని చెవుల్లోకి పీల్చాడు. అప్పుడు అతను "సరే వత్సా! ఇప్పుడు నేను బయలుదేరుతున్నాను, మీరందరూ కూడా ద్వైతాన్ని విడిచిపెట్టండి. సమీపంలో ఇది కామ్యక వనము, అక్కడ ఉండుము. అక్కడ మీరు సుఖాన్ని పొందుతారు.'' అని చెప్పి మహర్షి వ్యాసుడు వెళ్ళిపోయాడు. పాండవులు ద్వైతవనాన్ని వదిలి కామ్యక వనానికి వచ్చారు. కామ్యక అడవి నిజంగా అందమైన ప్రదేశం.

ఒకరోజు, ఒక శుభ సమయంలో, యుధిష్ఠిరుడు అర్జునుడికి శృతి-స్మృతి మంత్రాన్ని ఇచ్చాడు. అర్జునుడు మంత్రాన్ని తీసుకుని నేరుగా కైలాస పర్వతం వైపు వెళ్ళాడు. అర్జునుడు కైలాస పర్వతంపై దేవతలను స్తుతించాడు. అర్జునుడు ఐదు నెలలపాటు ఏకాంతంలో మంత్రాన్ని పఠిస్తూనే ఉన్నాడు.

దేవతలు సంతోషించి ఒక్కొక్కరుగా అర్జునుడికి ప్రత్యక్షమై దివ్య ఆయుధాలు ఇచ్చి సంతృప్తి పరిచారు. శంకర్ ముందుగా వచ్చి పాశుపత్ అనే ఆయుధాన్ని ఇచ్చాడు. అప్పుడు

యమ ప్రతిజ్ఞ ఇచ్చాడు. కుబేరుడు కూడా ప్రత్యక్షమై అర్జునుడికి యుద్ధాయుధాలను అనుగ్రహించాడు.అర్జున్ ప్రశంసలు విజయవంతమయ్యాయి. దివ్య ఆయుధాన్ని పొందిన తరువాత, అతను కామ్యక వనానికి బయలుదేరాడు. దారిలో తన కోసం ఎదురు చూస్తున్న ఇంద్రుడిని కలిశాడు. అర్జునుడు కూడా ఇంద్రుని కుమారుడే. ఇంద్రుడు అర్జునుని తనతో పాటు ఇంద్రపురికి తీసుకెళ్లాడు. ఇంద్రుడు అర్జునుడికి అనేక దివ్య ఆయుధాల ప్రయోగాన్ని కూడా నేర్పించాడు.

అర్జున్ చాలా సంవత్సరాలు అక్కడే గడిపాడు. అర్జున్ తన సోదరుల నుండి విడిపోయి చాలా కాలం అయ్యింది. తన ఆలస్యానికి సోదరుడు ఇబ్బంది పడతాడేమోనని ఆందోళన చెందాడు. అతను ఇంద్రునితో, "ఇప్పుడు నేను తిరిగి రావాలి" అన్నాడు.

"మీ సోదరుల గురించి చింతించకండి." ఇంద్రుడు, "నేను ఈరోజే మీ సోదరుల వద్దకు మహర్షి లోమాష్‌ని పంపుతాను, అతను మీ యోగక్షేమాలను వారికి తెలియజేసి వారికి భరోసా ఇస్తాడు."

కామ్యక వనంలో అర్జునుడు విడిపోవడం వల్ల, అతని సోదరుడు మరియు భార్య ద్రౌపది చాలా ఆందోళన చెందారు. ఒకరోజు భీముడు, "అర్జునుడు ఇన్ని సంవత్సరాలుగా కైలాస పర్వతం మీద ఒంటరిగా జీవిస్తున్నాడు, మన కోసం చాలా బాధ పడుతున్నాడు, నేను అర్జునుని తీసుకువెళుతున్నాను" అన్నాడు.

యుధిష్ఠిరుడు ఆప్యాయంగా, "సోదరా! తొందరపడకండి. అర్జునుడు తన తపస్సు పూర్తి చేయనివ్వండి, అతను మన మంచి కోసం మాత్రమే వెళ్ళాడు. పదమూడు సంవత్సరాలు గడిచిపోవడానికి ఎంత సమయం పడుతుంది, అప్పుడు మీరు కౌరవుల నుండి ప్రతీకారం తీర్చుకుంటారు.

అప్పుడు అతనికి మహర్షి లోమాష్ మరియు మహర్షి వృహదశ్వల నుండి అమరావతిలో ఇంద్రుని సాంగత్యంలో అర్జునుడు క్షేమంగా ఉన్నాడని శుభవార్త తెలిసింది. కఠోర తపస్సు వల్ల అర్జునుడు అలసిపోయాడు, ఇంద్రుడు అతనిని విశ్రాంతి కోసం తనతో తీసుకువెళ్లాడు. అర్జునుడు ఇంద్రుని నుండి ఆయుధాలను నేర్చుకోవడమే కాకుండా, కర్ణుడి కవచాన్ని ఛేదించే రహస్యాన్ని తెలుసుకోవడానికి ప్రయత్నిస్తున్నాడు.

అన్నయ్య అర్జునుడి నైపుణ్యం, ఆయుధాల ప్రావీణ్యం గురించి తెలుసుకున్న నలుగురు అన్నదమ్ముల ఆనందానికి అవధులు లేవు

ఈ సందర్భంగా మహర్షి నారదుడు కామ్యక వనానికి వచ్చి పాండవులను కలిశాడు. అతను పాండవులకు, "మీరందరూ ఇక్కడి నుండి తీర్థయాత్రలకు వెళ్లండి, మీకు మంచి సమయం ఉంటుంది మరియు నిశ్చితార్థం కూడా ఉంటుంది" అని సూచించాడు.

నారద ముని మాటలకు ద్రౌపది, నలుగురు సోదరులు సంతోషించారు. ఆ మహర్షి లోమాష్ తో తీర్థయాత్రకు వెళ్లారు. అనేక పవిత్ర స్థలాలను సందర్శించారు మరియు అనేక పుణ్యనదులలో స్నానాలు చేశారు. ముందుగా తూర్పు, గోదావరి వైపు వెళ్లారు నది ఒడ్డున ఉన్న నైమిశారణ్యలో ఉండి, గంగా-యమునా తీరానికి వెళ్ళాడు. వారు దూరంగా ఉన్నారు

దక్షిణం వైపు కూడా వెళ్లింది. నిజం ఏమిటంటే, అనేక పుణ్య క్షేత్రాలు, నదులు మరియు పర్వత శ్రేణులు ఉన్నాయి, ఆ ప్రదేశాలన్నింటిలో అతను దేవతల దీవెనలు పొందాడు. చేసాడు. ప్రభాష్ తీర్థానికి వెళ్లి శ్రీకృష్ణుడిని కలిశాడు. నారదుడు చెప్పినట్లుగా, అతని సగం సమయం గడిచిపోయింది మరియు అతని చంచలమైన మనస్సు ఒప్పందాన్ని పొందింది. అర్జున్ పేరు సంతాపం కొనసాగింది. అనతికాలంలోనే పన్నెండేళ్లు గడిచిపోయాయి.

పన్నెండవ సంవత్సరంలో వారు హిమాలయాల వైపు బయలుదేరారు. అక్కడ అర్జున్ని కలిసే అవకాశం ఉంది. అక్కడ ఐదు సంవత్సరాల విడిపోయిన తర్వాత అర్జునుడు తన సోదరులతో తిరిగి కలిశాడు. అర్జునుడు సోదరులతో ఇలా అన్నాడు, "ఇప్పుడు చింతించవలసిన అవసరం లేదు, దేవతల యొక్క అపారమైన శక్తులు మనతో ఉన్నాయి. కౌరవులు మనకు హాని చేయలేరు." దీనితో పాటు, అతను దేవతల నుండి పొందిన వివిధ రకాల దివ్య ఆయుధాల వివరాలను తన సోదరులకు వివరించాడు.

అర్జున్ విజయంతో నలుగురు సోదరులు మరియు ద్రౌపది చాలా సంతోషంగా ఉన్నారు. శత్రువులు చేసిన అన్యాయానికి ఇప్పుడు ప్రతీకారం తీర్చుకోగలరా అనిపించింది. వారు జాగ్రత్తగా ఆలోచించి ప్రణాళిక వేయాలి. అతను ఇప్పుడు ఒక సంవత్సరం ప్రవాసంలో గడపవలసి వచ్చింది, ఆ తర్వాత అతను తన హక్కులను తిరిగి పొందవలసి వచ్చింది. కౌరవులతో యుద్ధం చేయాల్సి వచ్చింది. హిమాలయాల నుండి తిరిగి కామ్యక వనానికి చేరుకున్నాడు.

శ్రీ కృష్ణుడు సత్యభామతో కలిసి కామ్యక వనంలో పాండవులను కలవడానికి వచ్చాడు. అర్జున్ సక్సెస్ వార్త విన్న వారంతా సంతోషం వ్యక్తం చేశారు. అభిమన్యుడు మరియు ద్రౌపది ఐదుగురు కుమారులు ద్వారకలో బాగా పెంచబడుతున్నారని పాండవులకు తెలియజేశాడు. అన్యాయానికి వ్యతిరేకంగా పోరాడే సమయం వచ్చినప్పుడు తప్పకుండా మద్దతు ఇస్తానని కూడా చెప్పారు.

(తొమ్మిది)

పాండవుల కార్యకలాపాల గురించిన సమాచారం హస్తినకు నిత్యం వస్తూ ఉండేది. గూఢచారులు వచ్చి పాండవులు అరణ్యంలో కాలం గడుపుతున్నారని చెప్పేవారు.

ఈ వార్తలతో దుర్యోధనుడు చాలా సంతృప్తి చెందాడు. ఒకసారి శకుని ఇలా అన్నాడు, "నేను ఈ అవకాశాన్ని ఉపయోగించుకుని వారి దయనీయ స్థితిని చూసి ఎగతాళి చేయాలనుకుంటున్నాను. వారు ప్రవాస షరతులను నెరవేర్చాలని నిశ్చయించుకున్నారు మరియు మాకు ఎటువంటి హాని చేయలేరు.

"అవును మామయ్యా! నీ పథకం చూడముచ్చటగా ఉంది." దుర్యోధనుడు "ఈ సమయంలో వచ్చి మా గొప్పతనాన్ని చూపించి అతనిని ఆటపట్టించాలి, కానీ ధృతరాష్ట్ర రాజు నుండి అనుమతి పొందడం చాలా కష్టం."

ధృతరాష్ట్రుడికి కూడా పాండవుల కార్యకలాపాలు తెలియవు. పాండవుల కుమారుల దయనీయ స్థితికి వారు ఖచ్చితంగా దుఃఖించినప్పటికీ, పాండవులు దేవతల నుండి అద్వితీయమైన ఆయుధాలను పొందిన నైపుణ్యానికి వారు కూడా తీవ్రంగా భయపడ్డారు. ఏది ఏమైనప్పటికీ, అతను తన కొడుకులకు ఎటువంటి హానిని కోరుకోలేదు. నిజమేమిటంటే, ఏది మంచి లేదా చెడు అని నిర్ణయించే అధికారం అతని అధికారంలో లేదు. సందిగ్ధంలో ఉన్న తండ్రిని చూసి దుర్యోధనుడు ఒక్కోసారి ఎందుకో ఆలోచించాడు.

తండ్రి తన మేనల్లుళ్లను తిరిగి పిలిచి మళ్లీ సింహాసనాన్ని అప్పగించకూడదని. పాండవులు పన్నెండేళ్ల వనవాసం పూర్తి చేసి ఇప్పుడు ఒక సంవత్సరం వనవాసం మిగిలి ఉంది. అజ్ఞాతవాసంలో పాండవులను కనుగొనడం చాలా కష్టం, అందుకే దుర్యోధనుడు ముందుగా వారిని ఓడించాలనుకున్నాడు. దుర్యోధనుడు తన సహచరులతో ఈ విషయం గురించి చర్చించాడు. ఈ సమయంలో వారి దుఃఖాన్ని చూసి ముసలివాడైన, బలహీనుడైన మన రాజు హృదయం వేదన చెందడం లేదన్నది దుర్యోధనుడి ఆలోచన.

"నేను నీతో ఏకీభవిస్తున్నాను దుర్యోధనా!" అని శకుని బదులిచ్చాడు, "అయితే వారిని బహిరంగంగా ఎదుర్కోవడం కష్టం, మొదటిది, వారు ప్రతీకార మంటతో రగిలిపోతున్నారు, రెండవది, అర్జునుడు అనేక మారణాయుధాలను సంపాదించాడు, బదులుగా మనం వారిపై ఎందుకు దాడి చేయకూడదు? హింసించడం ద్వారా దాన్ని ముగించండి.

"ఎలా ఉంది?"

"నువ్వు హస్తినాపురానికి మహిమాన్వితుడైన యువరాజువనీ, అతడు ఇంటింటికి భిక్షాటన చేసినట్లే. రాజ వైభవంతో వారి వద్దకు వెళ్లి వారి ప్రస్తుత పరిస్థితిని చూసి ముక్తసరిగా నవ్వండి."

దుర్యోధనుడు, కర్ణుడు మొదలైన వారికి ఈ విషయం నచ్చింది. ధృతరాష్ట్రుని నుండి బయటకు వెళ్ళడానికి అనుమతి పొందడం అంత సులభం కాదు, కాబట్టి అతనికి సాకు చెప్పే అవకాశం వచ్చింది.

ఆ రోజుల్లో, కామ్యాక్ అడవి చుట్టూ ఉన్న ఆవుల సంఖ్యను లెక్కించే అవకాశం వచ్చింది. దీనిని జాగ్రత్తగా చూసుకునే సాకుతో దుర్యోధనుడు, శకుని, కర్ణుడు మొదలైనవారు.

కామ్యక అడవికి వెళ్ళడం ప్రారంభించినప్పుడు, ధృతరాష్ట్రుడు అతనితో ఇలా అన్నాడు, “మీ బంధువులు కూడా అక్కడ విడిది చేశారని నేను విన్నాను, వారితో గొడవ పడవద్దు. ఇప్పుడు వారి దగ్గర దైవ ఆయుధాలు కూడా ఉన్నాయి కాబట్టి మీ పని ముగించుకుని నిశ్శబ్దంగా బయలుదేరండి.

“వాటితో మనకేమి సంబంధం?” దుర్యోధనుడు, “మేము లెక్కలు వేసి వెంటనే తిరిగి వస్తాము” అన్నాడు.

కౌరవులు హస్తినాపూర్‌ని నిశ్శబ్దంగా విడిచిపెట్టారు, కాని వారు పాండవులను దహనం చేయాలనే దృఢ సంకల్పంతో ఉన్నారు. అందువల్ల, అతను తన మొత్తం సైన్యంతో రాజ వైభవంతో కామ్యక అరణ్యానికి చేరుకుని, పాండవుల శిబిరానికి కొంత దూరంలో నదికి అవతలి వైపు తన శిబిరాన్ని ఏర్పాటు చేశాడు. ఇప్పుడు పగలు మరియు రాత్రి వారు అక్కడ తమ రాజ వైభవాన్ని ప్రదర్శిస్తారు, అక్కడ చాలా నృత్యం, సంగీతం మరియు లైట్లు ఉంటాయి. దుర్యోధనుడు తన రాక గురించి పాండవులకు ఎలాగైనా సమాచారం అందించాలని కోరుకున్నాడు, కాని పాండవుల నుండి ఎటువంటి కదలిక లేకపోవడంతో, దుర్యోధనుడు పాండవుల వద్దకు ఒక దూతను పంపాడు, తద్వారా వారు వచ్చి తనను కలవవచ్చు.

దూత నది ఒడ్డుకు చేరుకున్నాడు. అక్కడ గంధర్వ చిత్రసేనుడు తన అప్సరసలతో ఆనందిస్తున్నాడు. అక్కడ ఉన్న కౌరవ సైనికుడిని చూసి కోపించి ఆ సైనికుడిని అవమానించి వెనక్కి పంపాడు.

పేద దూత నిశ్శబ్దంగా దుర్యోధనుడి వద్దకు తిరిగి వచ్చాడు. చిత్రసేన్ యొక్క ధైర్యసాహసాలకు దుర్యోధనుడు చాలా కోపంగా ఉన్నాడు మరియు తన సైన్యంతో గంధర్వ సైన్యంపై దాడి చేశాడు. ఇరువర్గాల మధ్య భీకర యుద్ధం జరిగింది. గంధర్వులతో ఘర్షణ భారీగా జరిగింది. చాలా మంది కౌరవ సైనికులు హతమయ్యారు. గంధర్వులు దుర్యోధనుడిని బంధించారు. నిజానికి గంధర్వులను ఇంద్రుడు ఉద్దేశపూర్వకంగా పంపాడు, తద్వారా దుర్యోధనుడు చేసిన ఉద్దేశాన్ని అడ్డుకుని గుణపాఠం చెప్పవచ్చు.

పాండవులు దుర్యోధనుడు బంధించబడ్డారనే వార్త తెలియగానే యుధిష్ఠిరుడు చాలా ఆందోళన చెందాడు. వెంటనే దుర్యోధనుడిని గంధర్వుల చెర నుండి విడిపించమని భీముడిని, అర్జునుని ఆదేశించాడు. భీముడు దుర్యోధనుని దీనస్థితికి ముగ్ధుడయ్యాడు, కానీ అతని అన్నయ్య "ఏం జరిగినా, అతను మా రక్తం మరియు అతనిని రక్షించడం మా కర్తవ్యం" అన్నాడు, ఆజ్ఞను అనుసరించి, అతను అర్జునుడితో నిశ్శబ్దంగా వెళ్ళాడు. ఇద్దరూ గ్రామాల నుండి దుర్యోధనుడికి చెప్పారు. చిత్రసేన్ దుర్యోధనుడిని విడిపించి, "పాండవా! మీరు నా మిత్రులు, కాబట్టి దుర్యోధనుడు తన ఐశ్వర్యాన్ని ప్రదర్శించి మిమ్మల్ని అవమానించాలనే

దుర్యోధనలో విజయం సాధించాలని నేను సహించలేకపోయాను, కానీ మీరు అతనిని పాటించిన తర్వాత అతన్ని విడిచిపెడతాను. అతన్ని తీసుకెళ్లండి."

సోదరులిద్దరూ దుర్యోధనునితో పాటు యుధిష్ఠిరుని చేరుకున్నారు. యుధిష్ఠిరుడు అతనితో అన్నాడు, "ఇతరులకు చెడు కోరుకునేవాడు ఎప్పుడూ ఓడిపోతాడు.

ఉంది. సరే, ఏమి జరిగిందో మర్చిపోండి మరియు భవిష్యత్తులో ఇబ్బందికి దారితీసే ఏదీ చేయకండి."

ఈ సంఘటనతో దుర్యోధనుడు చాలా సిగ్గుపడ్డాడు. ఈ సహకారానికి యుధిష్ఠిరునికి కృతజ్ఞతలు తెలిపి, నిశ్శబ్దంగా తన సహచరులతో హస్తినాపురానికి తిరిగి వచ్చాడు.

పాండవులు కూడా ద్వైతవనానికి తిరిగి వచ్చారు.

ఈ అవమానకరమైన ఓటమికి దుర్యోధనుడు తీవ్ర మనస్తాపానికి గురయ్యాడు. తిండి, నీరు త్యజించి దుశ్శాసనుడికి రాజ్యాన్ని అప్పగించి ఆత్మహత్యకు సిద్ధపడ్డాడు.

కర్ణుడు "సోదరా! వదులుకోవద్దు. పాండవులు తమ దివ్య ఆయుధాల గురించి గర్విస్తే మనం కూడా ఎవరికీ తక్కువ కాదు. నా చతురంగిణి సైన్యంతో నేను ఏమి చేయలేను? నేను కూడా అందరినీ జయించి అందరినీ జయిస్తాను."

దుర్యోధనుడు సంతోషించి, "అందుకే మీరు దేని కోసం ఎదురు చూస్తున్నారు, మీ చతురంగిణి సైన్యాన్ని తీసుకొని దిగ్విజయ్‌కు బయలుదేరండి" అన్నాడు.

నిజానికి, ఒకరోజు కర్ణుడు తన నాలుగు చేతుల సైన్యంతో హస్తినాపూర్ నుండి బయటకు వచ్చినప్పుడు, అతను తన విజయ పతాకాన్ని నాలుగు దిక్కులకు ఎగురవేసి, ద్రుపద రాజు వంటి అనేక మంది రాజులను బంధించాడు.

కర్ణుడు దిగ్విజయ్ నుండి తిరిగి వచ్చినప్పుడు, దుర్యోధనుడు సంతోషించాడు. ఒకరోజు పాండవులను సులువుగా ఓడించగలనని ఇప్పుడు అతనికి నమ్మకం కలిగింది.

కర్ణుడి విజయాన్ని పురస్కరించుకుని కౌరవులు హస్తినాపురంలో మహాయజ్ఞం నిర్వహించారు. కౌరవులు కూడా మహాయజ్ఞంలో పాల్గొనమని పాండవులకు ఆహ్వానాలు పంపారు.

యుధిష్ఠిరుడు, "మేము రాలేము, మా అజ్ఞాతవాస కాలం కూడా ముగియలేదు." భీమసేనుడు, "పదమూడు సంవత్సరాలు ముగియనివ్వండి, ఆపై ఈ మహా యాగాన్ని యుద్ధంతో పూర్తి చేస్తాము" అని కూడా చెప్పాడు.

పాండవుల ఈ సమాధానాలకు కౌరవులు నవ్వారు. మహాయజ్ఞం దిగ్విజయంగా ముగిసింది. నేను పాండవులను ఓడించేంత వరకు తామస వస్తువులను కూడా ముట్టుకోను, ఈ సందర్భంగా ఎవరైనా నన్ను అడిగితే తప్పకుండా ఇస్తానని కర్ణుడు ప్రతిజ్ఞ చేశాడు.

ఈ వాగ్దానాన్ని సద్వినియోగం చేసుకుంటూ, ఒకరోజు ఇంద్రుడు వచ్చి కర్ణుడి నుండి కవచం మరియు చెవిపోగులు పొందాడు

పాండవుల పన్నెండేళ్ల వనవాసం ముగిసింది. ఇప్పుడు సమస్య తెలియని నివాసం.

అజ్ఞాతవాసం ప్రారంభం కాకముందే ఒక సంఘటన జరిగింది.

పాండవులు నివసించిన అడవిలో, ఒక బ్రాహ్మణుడు కూడా నివసించాడు, అతను నియమాల ప్రకారం పూజలు చేస్తూ గడిపాడు. ఒకరోజు ఒక జింక అతని గుడారం దగ్గరకు వచ్చి మంటలను వెలిగించే పరికరం 'అరణి'తో ఆడుకోవడం ప్రారంభించింది. దీంతో అరణి కొమ్ములకు ఇరుక్కుపోవడంతో అరణిని తీసుకుని అక్కడి నుంచి పరారయ్యాడు. అది చూసిన బ్రాహ్మణుడు నిప్పు లేకుండా పూజ ఎలా సాధ్యమవుతుందని ఆందోళన చెందాడు. అతను పాండవుల వద్దకు పరిగెత్తి యుధిష్ఠిరునితో ఇలా అన్నాడు, “మహారాజా! జింక నా ఆర్నితో పారిపోయింది, ఇప్పుడు మీరు మాత్రమే అతని నుండి ఆర్నిని తిరిగి పొందగలరు."

యుధిష్ఠిరుని క్షత్రియ మతం మేల్కొంది. బ్రాహ్మణుడిని రక్షించడం అతని ప్రథమ కర్తవ్యం. అందుచేత అతను అర్జునుడితో సహా నలుగురు సోదరులను ఇలా ఆదేశించాడు, “రండి! జింకను వెంబడించి బ్రాహ్మణుని ఆర్నిని తిరిగి తీసుకురండి."

నలుగురు సోదరులు యుధిష్ఠిరుడితో పాటు జింక వెంట పరుగెత్తారు, కానీ జింక వేగానికి తగ్గట్టుగా లేదు. అతను ఒక క్షణం కనిపిస్తాడు మరియు మరుసటి క్షణం అదృశ్యమవుతాడు.

ఐదుగురు సోదరులు జింక వెంట పరుగెత్తుతూ బాగా అలసిపోయారు. శరీరం చెమటలు పట్టడం ప్రారంభించింది, దాహం వల్ల గొంతు ఎండిపోయింది. నకుల్ ఆపుకోలేకపోయాడు. అతను చెప్పాడు, "మా ధైర్యం గురించి మాట్లాడవచ్చు, కానీ మేము జింక గురించి గర్వపడుతున్నాము."

పోటీ చేయలేకపోతున్నాం, ఎంత దురదృష్టం!" "అదంతా యాదృచ్ఛికం, నకుల్! మరియు పరిస్థితులను ఎవరూ నియంత్రించలేరు." యుధిష్ఠిరుడు, “నాకు దాహం వేస్తున్న తరుణంలో ఎక్కడి నుంచో నీళ్ళు ఏర్పాటు చేయి, అప్పుడు నేను కోలుకుని జింకను తరిమివేస్తాను. నకుల్! ఈ చెట్టు మీద కొద్దిగా

పైకి ఎక్కి చూడండి, దగ్గరలో ఎక్కడైనా నీరు ఉందా?

నకుల్ చెట్టు ఎక్కి చాలా దూరం చూడటం మొదలుపెట్టాడు. ఒక చోట పచ్చటి గడ్డి, కొంగలు కూడా ఎగురుతూ కనిపించాయి. అక్కడ కచ్చితంగా నీళ్లు ఉంటాయని నకుల్‌కి అర్థమైంది. నకుల్ చెట్టు దిగి నీళ్ల కోసం అక్కడికి వెళ్లాడు.

జలాశయం వచ్చినప్పుడు, నీటిని నింపడానికి నకుల్ వంగిపోయాడు. అంతలో ఎక్కడినుండో గంభీరమైన స్వరం వినిపించింది, “నకుల్! ఈ జలాశయం మీద నాకు హక్కు

ఉంది, మీరు నా ప్రశ్నలకు సరిగ్గా సమాధానం ఇస్తే, నేను మీకు నీరు తీసుకోవడానికి అనుమతి ఇస్తాను." నకుల్ చుట్టూ చూశాడు, కానీ అతను మాట్లాడుతున్న వాడు కనిపించలేదు. నకుల్ చాలా దాహంతో ఉన్నాడు, కాబట్టి అతను "మొదట నన్ను నీళ్ళు తాగనివ్వండి."

అప్పుడు నేను మీ ప్రశ్నలకు సమాధానం ఇస్తాను."

ఇలా చెప్పి నకుల్ రిజర్వాయర్‌లోని నీళ్లతో నోటిని నింపుకుని ఆ నీటిని తాగాడు. నీరు తాగిన మరుసటి క్షణం నకుల్ స్పృహ కోల్పోయి రిజర్వాయర్ ఒడ్డున అపస్మారక స్థితికి చేరుకున్నాడు.

మరోవైపు నకుల్ కోసం నలుగురు అన్నదమ్ములు ఎదురు చూస్తున్నారు. చాలా కాలం గడిచినా నకుల్ తిరిగి రాకపోవడంతో, యుధిష్ఠిరుడు సహదేవుడిని వెతకడానికి పంపాడు. తను కూడా రిజర్వాయర్ దగ్గరికి రాగానే దాహం తీర్చుకోవాలనే కోరికను అణచుకోలేకపోయాడు. కనిపించని సమాధి స్వరం అతన్ని హెచ్చరించినప్పటికీ, అతను నీరు తాగి అపస్మారక స్థితికి చేరుకున్నాడు.

భీముడు మరియు అర్జునుడు కూడా వారి సోదరులు మరియు నీటిని వెతుకుతూ వెళ్ళారు, కానీ వారు కూడా నకుల్ మరియు సహదేవునికి అదే గతి పట్టారు.

ఇప్పుడు యుధిష్ఠిరుడు భయపడ్డాడు మరియు స్వయంగా వారి కోసం వెతకడం ప్రారంభించాడు.

అతను రిజర్వాయర్ సమీపంలో తన సోదరుల కోసం వెతకగా, అక్కడ వారి అపస్మారక మృతదేహాలను కనుగొన్నాడు. సోదరుల దుస్థితిని చూసి యుధిష్ఠిరుడు ఆశ్చర్యపోయాడు. సోదరులను ఈ పరిస్థితికి ఎవరు తీసుకొచ్చారో, ఎందుకు తెచ్చారో అర్థం కాలేదు. దాహం వల్ల యుధిష్ఠిరుని గొంతు ఎండిపోతోంది. ముందు నీళ్లు తాగిన తర్వాత ఈ సమస్య గురించి ఆలోచించాలని నిర్ణయించుకున్నాడు.

యుధిష్ఠిరుడు జలాశయం ఒడ్డుకు చేరుకోగానే నీరు తీసుకోవడానికి వంగిపోయాడు.

అతనికి కూడా గంభీరమైన స్వరం వినిపించింది, "యుధిష్ఠిరా! నీళ్ళు త్రాగే ముందు నా మాటలు వినండి

నుండి వినండి. ఈ రిజర్వాయర్‌పై నాకు హక్కు ఉంది, మీరు నీరు తాగాలనుకుంటే

ముందు నా ప్రశ్నలకు సమాధానం చెప్పు. మీరు నా ప్రశ్నలన్నింటికీ సరిగ్గా సమాధానం ఇస్తే, మీరు నీరు త్రాగడానికి అనుమతిస్తారు, లేకపోతే కాదు. నా అనుమతి లేకుండా నీళ్ళు తాగడానికి ప్రయత్నిస్తే, మీ సోదరులకు వచ్చిన గతి మీకు కూడా ఎదురవుతుంది."

యుధిష్ఠిరుడు ఇలా జవాబిచ్చాడు, "ఈ సమయంలో నేను నా సోదరుల దుస్థితి మరియు నా దాహంతో చాలా బాధపడ్డాను. అందుచేత నీ ఇష్టం వచ్చినట్లు చేస్తాను. ప్రశ్నలు అడగండి."

"భూమి కంటే బరువైన వస్తువు?" అని తీవ్రమైన స్వరంతో ప్రశ్న అడిగారు.

"అమ్మా."

"స్వర్గం కంటే ఉన్నతమైనది ఎవరు?"

"నాన్న."

"గాలి కంటే వేగంగా?"

"మనసు."

"ఎవరు కళ్ళు తెరిచి నిద్రపోతారు?"

" చేప."

"ప్రపంచంలో అత్యంత అద్భుతమైన విషయం?

"అందుకే ఎవరైనా చనిపోతే ప్రజలు బాధపడతారు, వారు కూడా ఎప్పటికీ చనిపోరు, ఒక రోజు వారు కూడా చనిపోవలసి ఉంటుంది."

"చిన్న విషయం?"

"గడ్డి."

"ఎవరు ధనవంతుడు?"

"దురాశ లేని జీవి."

"ఎవరు సంతోషంగా ఉన్నారు?"

"చింతలు లేని జీవి."

"అందరికీ ఇష్టమైనది ఎవరు?"

"అహంకారం లేని జీవి."

"ఇంట్లో సుఖ దుఃఖాలకు తోడు ఎవరు?"

"భార్య."

"ప్రయాణంలో ఎవరు సహాయం చేస్తారు?"

"జ్ఞానం."

"ఎవరు తెలివైనవారు?"

"తెలివిగల వారితో ఉన్నవారు."

"చనిపోతున్న వ్యక్తి యొక్క స్నేహితుడు?"

"ధార్మికత."

"సూర్యుడు ఉదయించేలా చేస్తుంది మరియు ఎందుకు అస్తమిస్తుంది?"

"సృష్టికర్త బ్రహ్మ ద్వారా సూర్యుడు ఉదయిస్తాడు మరియు అతని మతం ద్వారా అస్తమిస్తాడు."

ప్రశ్నించేవాడు మరెవరో కాదు యక్షుడు.

ఈ విధంగా యక్షుడు యుధిష్ఠిరుని వంద ప్రశ్నలు అడిగాడు, దానికి యుధిష్ఠిరుడు తగిన సమాధానం చెప్పాడు. యక్షుడు అన్ని ప్రశ్నలను ఒకదాని తర్వాత ఒకటి అడిగాడు, దానికి యుధిష్ఠిరుడు అదే వేగంతో సమాధానం చెప్పాడు. యుధిష్ఠిరుడి సమాధానాలన్నిటితో యక్షుడు సంతృప్తి చెందాడు.

యక్షుడు, "ఓ ధరమ్వీరా! మీ సమాధానాలతో నేను సంతోషించాను. నీ నలుగురూ నీ ముందు చచ్చి పడి ఉన్నారు. ఇప్పుడు చెప్పు మీరు ఎవరిని సజీవంగా చూడాలనుకుంటున్నారు? మీరు ఎవరిని సూచించారో, నేను అతనిని తిరిగి బ్రతికిస్తాను."

"ఓ యక్షా! నువ్వు నా తమ్ముడు నకుల్‌ని బ్రతికించావు. "ఇదేమిటి? నకుల్ నీ సవతి తమ్ముడు. నీ సొంత అన్న భీమ్ అర్జున్‌ని ఎందుకు బ్రతికించకూడదనుకుంటున్నావ్?"

లేదా "నేను కుంతి నుండి ఒక కొడుకు పుట్టడానికి బ్రతికి ఉన్నాను కాబట్టి, నా కొడుకు యొక్క చిహ్నంగా నాకు మాద్రి అనే సోదరుడు జీవించాలని కోరుకుంటున్నాను."

యుధిష్ఠిరుని ఈ త్యాగాన్ని, సోదర ప్రేమను చూసి యక్షుడు ఎంతో ముగ్ధుడయ్యాడు. "యుధిష్ఠిర్! నిజంగా నువ్వు ధన్యుడివి. ఇక్కడ నీ నలుగురినీ బ్రతికిస్తాను" అన్నాడు.

యక్షుడు యుధిష్ఠిరుని నలుగురు సోదరులను తిరిగి బ్రతికించాడు. ఐదుగురు సోదరులు మళ్లీ ఒకరికొకరు దొరికినందుకు సంతోషించారు.

యక్షుడు, "యుధిష్ఠిర్! ఇప్పుడు నువ్వు నా దగ్గర వరుడిని కోరుకో."

యుధిష్ఠిరునికి వెంటనే తాను బ్రాహ్మణుడి ఆర్ని వెతుక్కుంటూ వెళ్లానని, ఇప్పుడు ఎక్కడా జింక జాడ లేదని గుర్తు చేసుకున్నారు. యుధిష్ఠిరుడు "ఓ యక్షా! నాకేమీ అక్కర్లేదు. పేద బ్రాహ్మణుని అరణిని నాకు ఇవ్వండి, తద్వారా నేను బ్రాహ్మణుడికి ఇచ్చిన మాటను నెరవేర్చగలను" అన్నాడు.

"అలా అవ్వండి."

ఈ శబ్దంతో యక్షుడు ఎదురుగా కనిపించాడు. యక్షుడు స్వయంగా ధర్మదేవుడు. యుధిష్ఠిరుని తండ్రి, కుంతీ మంత్రం ద్వారా ఆవాహన చేయబడ్డాడు. ధర్మదేవుడు యుధిష్ఠిరుని సహనాన్ని, ధైర్యాన్ని, బలాన్ని పరీక్షించాలనుకున్నాడు, అందుకే అతను జింక రూపాన్ని ధరించి బ్రాహ్మణుడి ఆర్నితో పారిపోయాడు. యుధిష్ఠిరుడు దేశాటన కష్టాలను అనుభవించి తన మతపరమైన ఆచారాల నుండి తప్పుకున్నాడో లేదో చూడాలనుకున్నారు.

యుధిష్ఠిరుడు పరీక్షలో సంపూర్ణంగా ఉత్తీర్ణత సాధించినప్పుడు, అతను యుధిష్ఠిరునికి ప్రతిదీ చెప్పి, బ్రాహ్మణుని అరణిని తిరిగి ఇచ్చి, "ఈ రోజు నేను నిజంగా చాలా సంతృప్తి

చెందాను. మీ అజ్ఞాతవాసంలో ఎవరూ మీకు హాని చేయకూడదని నేను మీ అందరినీ ఆశీర్వదిస్తున్నాను. శత్రువులు మిమ్మల్ని కనుగొనాలని కోరుకుంటారు, మీకు హాని చేయాలని కోరుకుంటారు, కానీ వారు ఓటమిని ఎదుర్కోవలసి ఉంటుంది.

ఐదుగురు సోదరులందరూ ధర్మదేవునికి సాష్టాంగపడ్డారు. ధర్మదేవుడు వారిని ఆశీర్వదిస్తాడు

అంతరాయం కలిగింది.

పాండవులు అరణితో ఆశ్రమం వైపు తిరిగి వచ్చారు.

(పది)

ఒకరోజు అరణ్యవాసులు తమ ఆశ్రమం నుండి పాండవులు అదృశ్యమైనట్లు చూశారు. వారిని వెతకడానికి ఎన్నో ప్రయత్నాలు చేసినా పాండవులు ఎక్కడా కనిపించలేదు. పాండవులు అజ్ఞాతవాసం ప్రారంభించారు, అందుకే వారు రాత్రికి అందరి దృష్టి నుండి అదృశ్యమయ్యారు.

ఒక రహస్య ప్రదేశానికి చేరుకున్న పాండవులు తమ తదుపరి ప్రణాళిక గురించి చర్చించుకున్నారు. యుధిష్ఠిరుడు, "అజ్ఞానం మనందరికీ కష్టకాలం. ఈ సందర్భంగా ఎవరైనా గుర్తించినా, చూసినా మళ్లీ వనవాసం చేయాల్సి వస్తుంది ఉంటుంది. అందువల్ల, చాలా జాగ్రత్తలు తీసుకోవడం అవసరం."

"మనమందరం వేర్వేరు దిక్కుల్లోకి వెళ్లి దాక్కుంటాము." భీముడు, "మన ఐదుగురిని ఒక స్త్రీతో కలిసి చూస్తే, ప్రజలు మనల్ని సులభంగా గుర్తిస్తారు." అన్నాడు భీముడు.

"ఇది ఒక అవకాశం, కానీ మనం విడిగా ఉండకూడదు. ఇది మన శక్తిని విభజిస్తుంది. మనం ఎవరి దృష్టిలోనూ పడకుండా ఐక్యంగా ఉండటమే మంచిది." అనుకున్నాడు యుధిష్ఠిరుడు.

"ఎలా ఉంది?" అని సోదరులు ప్రశ్నించారు.

కాసేపు ఆలోచించి యుధిష్ఠిరుడు ఇలా అన్నాడు, "మనం వేషం వేయాలి, మనం ఇక్కడ నుండి మత్స్య ప్రదేశ్ వెళ్లాము, అక్కడ రాజు విరాట్ పెద్దవాడు, అతని వద్దకు వెళ్లి పని చేయడానికి ప్రయత్నిస్తాము, ప్రజలు మనల్ని కరుణిస్తారని నేను నమ్ముతున్నాను. "ఇలా చేయడం ద్వారా వారు ఖచ్చితంగా వారి స్థానంలో మాకు ఉద్యోగం ఇస్తారు."

యుధిష్ఠిరుడి మాటలు విని ద్రౌపది ప్రస్తుత పరిస్థితులతో అప్పటికే అశాంతిగా ఉంది. ఒకప్పుడు వందలాది మంది బానిసలకు ఆశ్రయం కల్పించిన వారు నేడు ఇంటింటికీ తిరుగుతూ, మరెందరో రాజుగారి ఆస్థానంలో ఆశ్రయం పొందాల్సిన పరిస్థితి వచ్చిందని ఆమె అన్నారు.

యుధిష్ఠిరుడు అతనిని ఓదార్చాడు, "చింతించకు ద్రౌపదీ! ఇది ఎప్పటికీ ఉండదు. మనం పాత పరిస్థితికి వస్తాము. ఇప్పుడు నా ప్రణాళికను జాగ్రత్తగా వినండి. మనమందరం మారువేషాలు వేసుకుని వేర్వేరు మత్స్య రాజ్యాలలోకి ప్రవేశిస్తాము. ముందుగా నేను, విరాట రాజు నేను అతనిని కలుస్తాను, నేను జూదంలో నిష్ణాతుడినని, జ్యోతిష్య శాస్త్రంలో నిపుణుడని, కాబట్టి అతను నన్ను నియమించుకుంటే, నేను ఖాళీ సమయంలో అతనికి జూదంతో వినోదాన్ని ఇస్తాను మరియు అతనికి విధానపరంగా సహాయం చేస్తాను. జ్యోతిష్యం.విరాట్ విరాట్ ఇది విని నాకు ఖచ్చితంగా ఉద్యోగం ఇస్తారు.అక్కడ నా పేరు 'కంక్' మరియు మీరు 'భీమ్'!ఏం వేషం వేస్తారు?నీ బరువైన శరీరాన్ని చూసి జనాలు మిమ్మల్ని గుర్తించలేరేమోనని నేను భయపడుతున్నాను. "

భీమ్ అన్నాడు, "బాధపడకు బ్రదర్! నా శరీరం బరువెక్కింది కాబట్టి నేనే వంటవాడిని చేస్తాను. వంటవాళ్లు బలంగా ఉన్నారు. నేను చాలా రుచికరమైన వంటకాలు చేసి తినిపిస్తానని విరాట్‌తో చెబుతాను, అంతే, నా పని. ధృవీకరించాను. నేను నాకు 'బల్లభ్' అని పేరు పెడతాను. అక్కడ నా శక్తిని ప్రదర్శించి రాజును సంతోషంగా ఉంచుతాను. సరేనా?"

"అవును, బాగానే ఉంది." యుధిష్ఠిరుడు అర్జునుడి వైపు చూసి, "మరి మీరు ఏమనుకుంటున్నారు?"

“నేను ఒక స్త్రీ రూపాన్ని ధరించాలి, తద్వారా నేను పోరాట యోధుడనడంలో ఎవరికీ ఎటువంటి సందేహం లేదు. నా చేతులపై విల్లు గుర్తులు ఉన్నాయి, వీటిని నేను బ్యాంగిల్స్ అని పిలుస్తాను నేను దాచుకుంటాను. విరాట్ రాజు దగ్గర అంతఃపురంలో ఉద్యోగం సంపాదించి అక్కడి స్త్రీల మధ్య ఉంటూ కథలు చెబుతూ వారిని అలరిస్తాను. నా పేరు ఉంటుంది - 'వృహన్నల" అర్జున్ బదులిచ్చాడు. యుధిష్ఠిరుడు అర్జునుడి ఈ పథకం నచ్చలేదు, కానీ బలవంతం మీద అతని సమ్మతిని ఇచ్చాడు.

"మరియు నేను మహారాజు లాయానికి కాపలాదారుని అవుతాను." నకుల్ చెప్పాడు, "నాకు 'గ్రంథిక్' అని పేరు పెట్టుకుంటాను మరియు అక్కడ గుర్రాలను చూసుకుంటాను. నేను ఇంద్రప్రస్థ రాజు యుధిష్ఠిరుని అశ్వశాలలో కూడా పనిచేశాను అని రాజుతో చెబుతాను. అయినప్పటికీ, గుర్రాలను నిర్వహించడానికి నా దగ్గర సమాధానం లేదు.

“నేను విరాట్ రాజు గోశాలలో ఉద్యోగం చేస్తాను మరియు ఆవులు మరియు ఎద్దులకు సేవ చేస్తాను. ఆవులు నన్ను తాకగానే, అవి మునుపటి కంటే ఎక్కువ పాలు ఇస్తాయి." అన్నాడు సహదేప్. పన్నెండేళ్లలో మొదటిసారి అతని ఫ్లాస్‌కి ఐదుగురు సోదరులు పకపకా నవ్వారు. ఇప్పుడు ద్రౌపది మాత్రమే మిగిలిపోయింది. అందరూ ద్రౌపది వైపు చూసారు. ఆమె ఆలోచనల్లో కూరుకుపోయింది.. యుధిష్ఠిరుడు మెల్లగా అన్నాడు, "ద్రౌపదీ నీ గురించి నువ్వు ఏమనుకున్నావు? నువ్వు ఏ పనీ చేయలేదు, అప్పుడు విరాట్ రాజుని ఏ పని అడుగుతావు?"

ద్రౌపది దృఢమైన స్వరంతో "నా గురించి చింతించకు, నేను కూడా నా కర్తవ్యాన్ని నిర్వహిస్తాను. ఇంద్రప్రస్థంలో సైరంధ్రి అనే పనిమనిషి నా దగ్గర పనిచేసేదని గుర్తు. నేను సైరంధ్రి వేషం వేసి విరాట్ రాజుని కలుసుకుని ఉద్యోగం అడుగుతాను. వారు ఖచ్చితంగా వారి స్థానంలో నన్ను నియమిస్తారు మరియు నేను అంతఃపురంలోని యువరాణులు మరియు ఇతర స్త్రీలకు కూడా సేవ చేస్తాను. ఈ విధంగా నేను అక్కడ సురక్షితంగా ఉంటాను."

ఐదుగురు సోదరులకు ద్రౌపది సూచనను అంగీకరించడం తప్ప వేరే మార్గం లేదు. అతను తన వంశ పూజారి నుండి ఆశీర్వాదం పొంది మత్స్య ప్రాంతం వైపు వెళ్ళాడు.

మత్స్య ప్రదేశ్ చేరుకున్న వెంటనే, పాండవులు తమ బట్టలు మరియు ఆయుధాలను నగరం వెలుపల ఉన్న చెట్టు యొక్క ఎత్తైన కొమ్మపై దాచారు. తర్వాత మారువేషం మార్చుకుని, ఖాళీ చేతులతో విరాట్ రాజు ఆస్థానానికి చేరుకుని ఉద్యోగం కోసం అభ్యర్థించాడు. వారి ప్రత్యేక గుణాలు విన్న విరాట్ రాజు వెంటనే వారిని నియమించాడు. అతన్ని ఎవరూ గుర్తించలేకపోయారు.

ఐదుగురు సోదరులు మరియు ద్రౌపది విరాట్ రాజభవనంలో శ్రద్ధగా పనిచేస్తున్నారు. అతని సామర్థ్యానికి అందరూ చాలా సంతోషించారు - ఎవరి దృష్టిలో పడకుండా అతను చాలా సాధించాడు

నెలల తరబడి కోర్టులో ఎలాంటి ఆటంకం లేకుండా గడిపారు. పాండవులు తమ వనవాస సంవత్సరం కూడా హాయిగా గడిచిపోతుందని, అప్పుడు వారు తమ రాజ్యమైన ఇంద్రప్రస్థానికి తిరిగి రాగలుగుతారని సంతోషించారు.

ఇప్పుడు కొన్ని రోజులు మాత్రమే అజ్ఞాతవాసం మిగిలి ఉంది. ద్రౌపది మరియు ఐదుగురు సోదరులు ప్రతిరోజు లెక్కించి ఇంద్రప్రస్థానికి తిరిగి రావడానికి వేచి ఉన్నారు, పాండవులు మళ్లీ ఇబ్బందుల్లో ఉన్నారు.

విరాట్ మహారాజ్ రాజభవనంలో కీచక్ అనే రాజు ఉండేవాడు. అతను రాణి సుధేష్ణ సోదరుడు. అతను మత్స్య ప్రాంతానికి కమాండర్ మరియు చాలా శక్తివంతంగా మరియు ఆకర్షణీయంగా ఉన్నాడు. ఒకరోజు రాజభవనంలో సైరంధ్రి వేషంలో ఉన్న ద్రౌపదిని చూశాడు. ద్రౌపది మొదటి చూపులోనే అతన్ని ఇష్టపడింది. ద్రౌపది అందంగా ఉండటమే కాదు, ఆమె రాణికి సేవ చేసే భక్తికి కీచకుడు చాలా ముగ్ధుడయ్యాడు. ఇప్పుడు ఆమెను ఆకర్షించే ప్రయత్నం మొదలుపెట్టాడు.

కీచకుని చర్యలు ద్రౌపది నుండి దాచబడలేదు, పాండవులకు తెలియకుండా పోయింది, కానీ పాండవులు నిస్సహాయంగా ఉన్నారు. కీచక్ చర్యలపై అసహనం వ్యక్తం చేస్తే.. తన రహస్యం బయటపడుతుందేమోనని భయపడ్డాడు. ద్రౌపది తనను తాను నియంత్రించుకోలేక పోయినప్పుడు, ఆమె రాణి సుధేష్ణతో, "చూడండి! నన్ను ఆటపట్టించవద్దని మీ అన్నయ్యతో

చెప్పండి. ఏది ఏమైనా నాకు పెళ్లయిపోయి ఈ పనులు నచ్చక గంధర్వుడిని పెళ్లి చేసుకున్నాను. గంధర్వ కీచకుని చర్యలు అలా జరగకుండా

అతనిపై కోపించి కీచకునికి హాని కలిగించుము."

సుధేష్ణకి ద్రౌపది సాంగత్యం నచ్చింది. ఆమె ద్రౌపదిని కలవరపెట్టడం ఇష్టం లేదు, కాబట్టి ఆమె కీచక్‌ని నిషేధించింది, అయితే ఆమె సోదరుడు సోదరుడు కాబట్టి ఆమె కీచక్‌పై ఎటువంటి కఠినమైన ఆంక్షలు పెట్టలేదు. నిజం ఏమిటంటే, ద్రౌపది యొక్క అందం కారణంగా, విరాట్ రాజు కూడా తనపై మోహానికి లోనవుతాడేమోనని ఆమె హృదయంలో భయపడింది, అందుకే మధ్యలో వస్తున్న కీచకుడిని చూసి ఆమె ఉపశమనం పొందింది, ఎందుకంటే విరాట్ వృద్ధుడు మరియు కీచకుని ప్రేమిస్తున్నాడు. అణచివేయడానికి.

ద్రౌపది తన ప్రేమ ప్రతిపాదనను తిరస్కరించిందన్న విషయం కీచకుడికి తెలియగానే కోపంతో రగిలిపోయాడు. "హా! " కమాండర్ ప్రేమను తిరస్కరించినందుకు సాధారణ పనిమనిషికి ఏ గర్వం ఉంటుందో అని మనసులో అనుకుంటూ అన్నాడు. ఒకరోజు కీచక్ తన సోదరితో, "సుదేష్ణా! తానిక్ సైరంధ్రిని నా దగ్గరకు పంపు, అది ఏదో ప్రత్యేక పని" అన్నాడు. ద్రౌపది మొదట సంకోచించి, రాణి ఆజ్ఞను పాటించి నిశ్శబ్దంగా కీచకుని వద్దకు వెళ్లింది. ఆమెను చూడగానే కీచకుడు ద్రౌపదిని తన చేతుల్లోకి తీసుకున్నాడు.

కావలెను. కీచకుని ఈ ప్రవర్తన చూసి ద్రౌపది ఆశ్చర్యపోయింది. ఆమె కీచకుడిని పక్కకు నెట్టి, "నిస్సహాయ స్త్రీని హింసించినందుకు నీకు సిగ్గు లేదా? మీరు మీ జీవితాంతం గుర్తుంచుకునే మీ ఈ కార్యకలాపాల ఆనందాన్ని నేను మీకు రుచి చూస్తాను."

దానికి సమాధానంగా కీచక్ పగలబడి నవ్వాడు.ద్రౌపది కీచకుని తన మనసులోని మాటను అవమానించింది. ద్రౌపది కళ్లనుండి సిగ్గుతో, సిగ్గుతో కన్నీళ్లు కారడం ప్రారంభించాయి. తన దురదృష్టానికి ఆమె బిగ్గరగా ఏడవడం ప్రారంభించింది. తర్వాత ఆమె నేరుగా విరాట్ రాజు గదికి వెళ్లింది. విరాట్ రాజు ఆ సమయంలో యుధిష్ఠిరుడితో జూదం ఆడటంలో మునిగిపోయాడు. ద్రౌపది దగ్గరికి వెళ్లి ఏడుస్తూనే కీచకుని ప్రతి చర్యను వివరించింది.

కీచక్‌పై ఎలాంటి అడుగు వేయలేకపోవడం వల్ల విని విరాట్ రాజు పట్టించుకోలేదు. మరి యుధిష్ఠిర్? అతని ప్రతి నార కోపంతో మండుతోంది, కానీ అతను పళ్ళు బిగించి ఉండిపోయాడు. ఈ పరిస్థితులలో, అతను ద్రౌపదికి బహిరంగంగా సహాయం చేయలేడు లేదా మద్దతు ఇవ్వలేడు. అతను ద్రౌపది వైపు కూడా చూడలేదు మరియు మునుపటిలా ఆట కొనసాగించాడు. "కేర్ కేర్ రాజస్!" అన్నాడు.

వారిద్దరూ ఏమీ మాట్లాడకపోవడం చూసి ద్రౌపదికి కోపం వచ్చింది. ఆ సమయంలోనే ఆమె ఏడుస్తూ భీముని వద్దకు వచ్చి, "కీచకుడు నన్ను అవమానించడానికే మొగ్గు చూపాడు

మరియు నాకు సహాయం చేయడానికి ఎవరూ సిద్ధంగా లేరు. విరాట్ గురించి మరచిపో, యుధిష్ఠిరుడు కూడా నేను చెప్పిన మాటలను పట్టించుకోలేదు. ఇప్పుడు నువ్వు ఏదో ఒకటి చెయ్యి. ద్రౌపది మాటలు విన్న భీముని కండలు తిరిగిన శరీరం కోపంతో రెట్టింపయింది. అతడు "బాధపడకు పాంచాలీ! ఈ చర్య యొక్క ఆనందాన్ని నేను కీచక్‌కి రుచి చూపించేలా చేస్తాను. నువ్వు కొంచెం సహాయం చెయ్యాలి."

"ఏ విధమైన సహాయం?"

"మీరు కీచక్‌ని అర్ధరాత్రి డ్యాన్స్ హాల్‌కి ప్రైవేట్‌గా పిలవండి, మిగిలిన పని నేను నిర్వహిస్తాను."

భీముని మాటలకు ద్రౌపది అంగీకరించింది. తరువాత, కీచక్ ఆమెను మళ్లీ కలుసుకున్నప్పుడు, ద్రౌపది అతనిని బాగా చూసుకుంది. మారిన ద్రౌపది రూపాన్ని చూసి అరిచాడు. కోరికలు వికసించాయి. "కాబట్టి మీరు నా ప్రేమ ప్రతిపాదనను అంగీకరించారా?" అన్నాడు.

"అవును!" ద్రౌపది "పగలు ఇలా బహిరంగంగా కలగడం సరికాదు. ఎవరైనా చూస్తే ఏమంటారు? ఇలా చేయండి, ఈ అర్ధరాత్రి డ్యాన్స్ హాల్‌లో కలవండి, మేము అక్కడ మాట్లాడుతాము. కీచక్ కోరుకున్నది ఇదే. "నేను తప్పకుండా వస్తాను సైరంధ్రి!" అన్నాడు.

కీచక్ అర్ధరాత్రి నర్తనశాలకు చేరుకున్నాడు. డ్యాన్స్ హాల్ చీకటిగా మరియు ఒంటరిగా ఉంది. సైరంధ్రిని వెతుక్కుంటూ ఒక్కసారి అక్కడా ఇక్కడా చూసాడు కానీ ఎక్కడా సైరంధ్రి జాడ లేదు. ద్రౌపదికి బదులు భీముడు అక్కడ దాక్కున్నాడు. అవకాశం వచ్చిన వెంటనే భీముడు కీచకుడిని తన చేతుల్లోకి తీసుకున్నాడు. అకస్మాత్తుగా జరిగిన దాడిలో కీచకుని తేరుకునే అవకాశం కూడా లేకపోవడంతో భీముడు కీచకుడిని నేలపై పడేసి చంపాడు. కీచక్ శవం మాంసపు ముద్దగా మారిపోయింది.

మరుసటి రోజు కీచక్ మృతదేహం కనిపించినప్పుడు, ఎవరూ అతన్ని గుర్తించలేకపోయారు. మత్స్యకార పట్టణం మొత్తం భయాందోళనలు నెలకొన్నాయి. కీచక్ యొక్క బాధాకరమైన మరణం గురించి రాజు విరాట్ తెలుసుకున్నప్పుడు, అతను పూర్తిగా కలత చెందాడు. "ఇది ఏ మానవుడి పని కాదు" అని అతను చెప్పాడు. కీచకుని చంపిన రాక్షసుడు ఎవరో ఒకరు ఉండాలి."

"దెయ్యం ద్వారా కాదు." ద్రౌపది ముందుకు వచ్చి, "నా గంధర్వ భర్త అతన్ని చంపాడు. అతను నాపై చెడు కన్ను వేశాడు. నాపై చెడు ఉద్దేశం ఉన్న ఎవరికైనా ఇదే గతి అవుతుంది. ఇప్పుడు అందరూ ద్రౌపదిని అతీంద్రియ శక్తులుగా చూడటం ప్రారంభించారు. ద్రౌపదిని ఎదిరించే ధైర్యం ఎవరికీ లేదు. రాజు విరాటుడు మరియు రాణి సుధేష్ణ కీచకుని అంత్యక్రియలు ముగించుకుని రాజభవనానికి తిరిగి వచ్చినప్పుడు, సైరంధ్రి యొక్క భయం వారి మనస్సులలో నాటుకుపోయింది.

సుధేష్ణ ద్రౌపదిని పిలిచి "సైరంధ్రీ! మేము మీ సేవతో నిండిపోయాము. ఇప్పుడు నువ్వు మా ఊరి నుండి వెళ్ళిపో, నీ వల్ల నా అన్న ప్రాణాలు పోగొట్టుకోవలసి వచ్చింది, రేపు మరొకరు చనిపోయే అవకాశం ఉంది. నీ గంధర్వ భర్తకు చోటు లేదు, ఎప్పుడు ఎవరినైనా లోకం నుండి దూరం చేయగలడు. మీరు రాజభవనాన్ని వదిలి వెళ్ళడం మంచిది."

ద్రౌపది ఎక్కడికి వెళ్తుంది? కొన్ని రోజులు మాత్రమే అజ్ఞాతవాసం మిగిలి ఉంది. ఆమె, "రాణీ! కోపగించకు, కీచకుని మనస్సు పాపభరితంగా ఉంది, నా గంధర్వ భర్త అతని అకృత్యాలను ఎలా పట్టించుకోలేదు? కీచక్ నన్ను గౌరవించి ఉంటే, నా భర్త అతనిని ముట్టుకోలేదు. ఈ నిస్సహాయ స్త్రీ, నన్ను దయ చూపండి, నన్ను రాజభవనం నుండి తరిమివేయవద్దు. ఎక్కువ కాకపోతే, పదమూడు రోజులు ఉండడానికి నాకు మరింత సమయం ఇవ్వండి, అప్పుడు నేనే వెళ్తాను." "పదమూడు రోజులు మాత్రమే!" రాణి సుధేష్ణ ఆశ్చర్యంతో "పదమూడు రోజులు మాత్రమే" అని అడిగింది.

"ఈ విషయం ఇప్పుడే చెప్పలేను. నేను ఒక ప్రత్యేక ప్రయోజనం కోసం మాత్రమే ఇక్కడ ఉంటున్నానని తెలుసుకోండి.

కాసేపు ఆలోచించిన తరువాత, సుధేష్ణ, "సరే, నేను నిన్ను పదమూడు రోజులు రాజభవనంలో ఉండడానికి అనుమతిస్తాను, కానీ మీ గంధర్వ భర్తను రాజభవనానికి దూరంగా ఉంచుము" అని చెప్పింది. ద్రౌపది చిరునవ్వుతో, "వారు ఎప్పటికీ రాజభవనం దగ్గరకు రారు."

హస్తినలో దుర్యోధనుడు కలవరపడ్డాడు. పాండవుల వనవాస కాలం ముగుస్తున్న కొద్దీ దుర్యోధనుని ఆందోళనలు ఎక్కువయ్యాయి. పాండవులు క్షేమంగా తిరిగి వస్తే, వారు ఎప్పటికీ కౌరవులకు ముప్పుగా మిగిలిపోతారు. వారిని ఎలాగైనా కనిపెట్టి వారికి హాని తలపెట్టాలని దుర్యోధనుడు నిశ్చయించుకున్నాడు కానీ పాండవుల జాడ లేదు. ప్రవాస సమయంలో అతను ప్రపంచంలోని ఏ మూలలో దాక్కున్నాడో ఎవరికి తెలుసు. దుర్యోధనుడు పాండవులను వెతకడానికి గూఢచారులను ప్రతిచోటా పంపాడు, కాని గూఢచారులు కూడా నిరాశతో తిరిగి వచ్చారు.

అప్పుడు దుర్యోధనుడికి మత్స్య దేశం నుండి రాజు విరాటుడి సేనాపతి కీచకుడు చంపబడ్డాడని వార్త వచ్చింది. అతడిని ఒక గంధర్వుడు తీవ్రంగా కొట్టాడు, అతని మృతదేహాన్ని గుర్తించడం కూడా కష్టంగా మారింది. అది విన్న దుర్యోధనుడు కీచకుని చంపేదెవరు అని కంగారుపడ్డాడు. కేవలం రెండు జీవులు మాత్రమే కీచక్‌ని చంపగలిగారు - బలరామ్ మరియు భీముడు. కీచకుడిని చంపడానికి వెళ్లిన బలరాముడు ఏమయ్యాడు, భీముడు మిగిలాడు, అందుకే భీముడు కీచకుడిని చంపడం సాధ్యమైంది, ఎందుకంటే కీచకుడిని చంపడానికి కారణం సైరంధ్రి అనే దాసి అని వార్తలలో ఉంది, ఆమె రాణిగా ఉంది. రాజభవనం.ఆమె గంధర్వుని సేవలో పనిచేసింది, ఈ గంధర్వుడు ఆమె భర్త. ఈ సైరంధ్రి మరెవరో కాదు ద్రౌపది అని

దుర్యోధనుడు సందేహించాడు. ఇద్దరూ ప్యాలెస్‌లో ఉంటే, మిగిలిన నలుగురు సోదరులు కూడా అదే ప్యాలెస్‌లో ఉంటారు. వారిని ఎలాగైనా గుర్తించినట్లయితే, వారి పని సులభంగా నెరవేరుతుంది, అంటే, షరతు ప్రకారం, పాండవులు పదమూడు సంవత్సరాల అజ్ఞాతవాసం చేయవలసి వస్తుంది.

దుర్యోధనుడు తన మద్దతుదారులను త్వరగా పిలిచి మత్స్య దేశం గురించి తాజా సమాచారం అందించాడు మరియు "అవకాశం బాగుంది, మనం ఇప్పుడు మత్స్య దేశంపై దాడి చేసి పాండవులను బహిర్గతం చేయాలి" అని చెప్పాడు. కర్ణుడు, "అవును, అది సరైనదే" అని సమర్థించాడు. మనం రెండు దిక్కుల నుండి మత్స్య దేశంపై దాడి చేయాలి, కీచకుడు చనిపోయిన తర్వాత, విరాట్ రాజు మనతో యుద్ధం చేయలేడు. అటువంటి పరిస్థితిలో, పాండవుల క్షత్రియ రక్తం

ఖచ్చితంగా ఉడికిపోతారు మరియు వారు ఖచ్చితంగా విరాట్‌కు సహాయం చేయడానికి ముందుకు వెళతారు. అప్పుడే వారిని గుర్తించి మళ్లీ బహిష్కరిస్తాం.

భీష్ముడు, కృపాచార్యుడు మొదలైన వారికి ఇది నచ్చలేదు. ఈ శత్రుత్వంలో ఏమీ లేదని, పాండవులు కూడా వనవాసం ముగించుకుని తిరిగి తమ రాజ్యానికి వెళ్లనివ్వండి అని కౌరవులకు చాలా వివరించాడు, కానీ పెద్దల అభిప్రాయాన్ని పట్టించుకోలేదు. దుర్యోధనుడు పాండవులను మళ్లీ ఇంద్రప్రస్థంలో స్థాపించడానికి అనుమతించలేదు.

విరాట్ రాజుతో శత్రుత్వం ఉన్న త్రిగర్త దేశపు రాజు సుశర్మ కూడా కౌరవులకు సహాయం చేయడానికి వచ్చాడు. కీచక్ రాజు సుశర్మకు అతని కాలంలో చాలా ఇబ్బందులు కలిగించాడు, కాబట్టి అతను ఈ అవకాశాన్ని సద్వినియోగం చేసుకోవాలనుకున్నాడు.

మత్స్య దేశంపై ఉత్తరం, దక్షిణం అనే రెండు దిక్కుల నుంచి దాడి చేయాలని నిర్ణయించారు. మొదటిగా, త్రిగర్త రాజు సుశర్మ దక్షిణం నుండి మత్స్య దేశంపై దాడి చేస్తాడు మరియు ఉత్తరం నుండి విరాట్ రాజు పశువులను దోచుకుంటాడు."

సమాచారం అందుకున్న విరాట్ రాజు తీవ్ర భయాందోళనకు గురయ్యాడు. కీచక్ లాంటి సేనాధిపతిని కోల్పోయి పూర్తిగా నిస్సహాయులయ్యారు. ఇప్పుడు వారు కౌరవులు మరియు త్రిగర్త సైన్యాన్ని ఎలా ఎదుర్కొంటారు? విరాట్‌కు యువరాజు ఉత్తర అనే కుమారుడు ఉన్నాడు, అతను యుద్ధ కళ గురించి పూర్తిగా తెలియనివాడు. యువరాజు ఉత్తరే కాకుండా, రాజుకు యువరాణి ఉత్తర అనే కుమార్తె ఉంది.

రాజు విరాట్ తన గదిలో ఆందోళనతో చుట్టుముట్టాడు. కాంక్ దగ్గర కూర్చున్నాడు. కాంక్ నుండి వచ్చిన చింతను రాజు చూడలేకపోయాడు, "మహారాజా! బురద లేకపోతే ఏంటి, ఓపిక నశిస్తే పని ఎలా అవుతుంది. మీరు కోరుకుంటే, మీరు ఇప్పటికీ శత్రువులను చాలా సులభంగా ఎదుర్కోవచ్చు."

"ఎలా ఉంది?"

"చూడండి! మీ రాజభవనంలో వంటవాడు పని చేస్తాడు, వల్లభ. అతన్ని మామూలు వంటవాడిగా భావించవద్దు, అతను రుచికరమైన వంటకాలు వండగలడు మరియు శత్రువులను సమాన నైపుణ్యంతో ఓడించగలడు. అప్పుడు మీ దొడ్డిలో గ్రాంథిక్ అనే పశువుల కాపరి కూడా ఉన్నాడు, అతడు కూడా యోధుడు. గోశాలలో నియమించబడిన తంతిపాల్ అనే కొత్త ఆవుల కాపరి కూడా బాలుడు. మీరు ఆజ్ఞలు ఇస్తే, ఈ వ్యక్తులు శత్రువులతో ధైర్యంగా పోరాడగలరు మరియు మీ రాజ్యం! మీరు నన్ను కూడా అనుమతిస్తే, నేను కూడా రెండు చేతులు చూపించగలను.

రాజు విరాట్ కంక్ వైపు ఆశ్చర్యంగా చూసి, “ఏం చెప్తున్నావ్ కాంక్! త్రిగర్త, కౌరవుల సుశిక్షితులైన సైన్యం ఎక్కడ ఉంది మరియు మీరు ఎక్కడ ఉన్నారు సాధారణ ప్రజలు! మీరు వారితో ఎలా పోటీ పడతారు?"

కాంక్ ఇలా అన్నాడు, "అసలు, మేము ఒకప్పుడు పాండవులతో కూడా పనిచేశాము. పాండవుల శౌర్యం గురించి ఎవరికి తెలియదు? మేము పాండవుల నుండి కొన్ని ఔత్సాహిక యుద్ధ నైపుణ్యాలను నేర్చుకున్నాము. మహారాజ్! మీరు మాకు అవకాశం ఇస్తే, మేము మా సాధన చేయగలము. యుద్ధం. -కళను పరిచయం చేయవచ్చు."

విరాట్ రాజుకు ఎలాంటి అభ్యంతరం ఉండవచ్చు? అతను కంకను యుద్ధంలో పాల్గొనడానికి అనుమతించాడు.

త్రిగర్త రాజు సుశర్మ తన సైన్యంతో ఒకవైపు నుంచి మత్స్య దేశంపై దాడి చేశాడు. అవతలి వైపు నుండి దుర్యోధనుడు తన సహచరులైన భీష్ముడు, కృపాచార్య, కర్ణుడు మరియు దుశ్శాసనుడు మొదలైన వారితో కలిసి కవాతు చేయడానికి సిద్ధంగా ఉన్నాడు.

సుశర్మ ఉత్సాహంగా మత్స్య దేశంలోకి ప్రవేశించాడు. కీచకుని భయం లేదు, కాబట్టి అతను త్వరగా రాజు విరాట్ సైన్యాన్ని నిర్మూలించాడు మరియు విరాట్ రాజును బందీగా తీసుకొని తన రథంలో తీసుకెళ్లాడు.

అప్పుడే సుశర్మ సైన్యాన్ని ఎదుర్కోవడానికి పాండవులు వచ్చారు. భీముడు ఎంతగానో కోపోద్రిక్తుడైనాడు, శత్రు సైన్యంపై దాడి చేయాలనుకున్నాడు, ఒక చెట్టును దాని వేళ్ళతో సహా పెకిలించివేయాలని అనుకున్నాడు, అయితే యుధిష్ఠిరుడు భీముడిని ఈ చర్యతో గుర్తించగలడని భయపడి అతనిని అలా చేయకుండా అడ్డుకున్నాడు.

అందుచేత, భీముడు కేవలం విల్లు మరియు బాణంతో సుశర్మను వెంబడించాడు. భీముడికి విల్లు మరియు బాణం ఉపయోగించడంలో ప్రత్యేక అభ్యాసం లేదు, కానీ అతను సుశర్మపై దాడి చేశాడు, భీముడి ముందు సుశర్మ ఓటమిని అంగీకరించవలసి వచ్చింది.

భీముడు విరాట్ రాజును విడిపించాడు మరియు సుశర్మను బందీగా తీసుకున్నాడు. అతని చర్యలకు సుశర్మ చాలా సిగ్గుపడ్డాడు మరియు కారణం లేకుండా దాడి చేసినందుకు భీముడిని క్షమించమని వేడుకున్నాడు.

పశ్చాత్తాపపడుతున్న సుశర్మను చూసి యుధిష్ఠిరుని హృదయం ఉప్పొంగింది. వారిని గౌరవప్రదంగా వదిలేయండి అని భీముని ఆజ్ఞాపించాడు. సుశర్మకు విముక్తి లభించినప్పుడు, యుధిష్ఠిరుడు అతనితో, "నువ్వు నీ దేశానికి వెళ్ళవచ్చు. భవిష్యత్తులో నువ్వు మత్స్య దేశం వైపు చూడకూడదని గుర్తుంచుకో."

సుశర్మ అంగీకరించి తన సైన్యంతో తిరిగి వెళ్ళిపోయాడు. మరోవైపు, సుశర్మ ఓటమి గురించి తెలియని కౌరవులు మత్స్య దేశంలోని పశువులను దోచుకోవడానికి ముందుకొచ్చారు. అతను మొత్తం దేశంలోని పశువులను సేకరించి ఆవులు మరియు ఎద్దులను నడిపాడు వెళ్లాం. దేశాన్ని రక్షించడానికి ఎవరూ లేరు, ఎందుకంటే సుశర్మతో యుద్ధం చేయడానికి విరాట్ రాజు బయలుదేరాడు మరియు అతనితో పాటు భీముడు మరియు యుధిష్ఠిరుడు కూడా వెళ్ళారు.

రాజభవనంలో ఉత్తర యువరాజు మాత్రమే ఉన్నాడు. మరో వైపు దేశంలోని పశు సంపదను దోచుకుంటున్నారనే వార్త అతనికి చేరడంతో, అతను షాక్ అయ్యాడు. అతను ఇంకా చిన్నవాడు మరియు ఎక్కువ సమయం ప్యాలెస్‌లోని అందమైన మహిళల మధ్య గడిపాడు. అతను ఎప్పుడూ ఆ మహిళల ముందు తన ధైర్యసాహసాల గురించి గొప్పగా చెప్పుకునేవాడు.

ఎదురుగా జరిగిన దాడికి అతను చాలా భయపడిపోయాడు, కానీ ఆడవాళ్ళ ముందు తన పిరికితనాన్ని బయటపెట్టకూడదనుకున్నాడు, కాబట్టి అతను పెద్ద గొంతుతో, “శత్రువు మన పశువులను దోచుకోవడానికి ఎంత ధైర్యం. సరే.” అవును, నేను చేస్తాను. వారితో పోరాడండి, తీసుకురండి, నా ఆయుధాలు తీసుకురండి, నా కవచాన్ని తీసుకురండి!" తర్వాత ఏదో ఆలోచించి, “అయితే నేను ఎలా వెళ్ళాలి? నా రథాన్ని ఎవరు నడిపిస్తారు? ఉంటే మాత్రమే! నాకు నైపుణ్యం కలిగిన రథసారథి ఉంటే, నేను శత్రు సైన్యంలోకి దూసుకుపోయేవాడిని. నా ధైర్యసాహసాలు చూసి నేనేం అర్జునుడి కంటే తక్కువ కానని జనాలు నమ్ముతారు. అయ్యో! నేను ఏమి చేయాలి? రథసారథి లేకుండా నేను యుద్ధభూమికి వెళ్లడం అసాధ్యం."

అర్జునుడు బృహన్నల వేషంలో నిలబడి ఉన్నాడు. ఉత్తరుడి పెద్ద మాటలు విని యువరాజు గుండెల్లో చిరునవ్వు చిందిస్తున్నాడు. కౌరవులతో పోరాడే ధైర్యం ఈ బాలుడికి ఉండదని అతనికి తెలుసు, కానీ అతను స్వయంగా మత్స్య దేశాన్ని ఎలాగైనా రక్షించాలనుకున్నాడు. అతను ద్రౌపది చెవిలో రహస్యంగా ఇలా అన్నాడు, “ఈ బాలుడు కబుర్లు చెబుతూ కాలక్షేపం చేస్తాడు మరియు కౌరవులు తమ పశువులు మరియు సంపదతో

పారిపోతారు. మీరు వెళ్లి, బృహన్నలకు రథం నడపడంలో చాలా అభ్యాసం ఉందని యువరాజు ఉత్తరుడికి భరోసా ఇవ్వండి. మీరు అర్జునుడి రథాన్ని చాలాసార్లు నడిపారని, ఒకసారి ఖాండవ వనంలో అగ్నిప్రమాదం జరిగినప్పుడు, మీరు రథాన్ని అతివేగంతో నడిపి అర్జునుడి ప్రాణాన్ని రక్షించారని కూడా చెప్పుకుందాం. ఒకవేళ ఇది

నీ మాట వింటే కౌరవులు ఓడిపోవచ్చు." ద్రౌపది ఆ క్షణంలోనే వెళ్లి యువరాజు ఉత్తరునికి ఇదంతా చెప్పింది. ఇప్పుడు యువరాజు ఎలా తిరస్కరించాడు? అందుకని బృహన్నలని పిలిచి, "అవును. కాబట్టి మీరు కూడా అద్భుతమైన రథసారధివి. చాలా బాగుంది! కాబట్టి ఆలస్యం ఏమిటి? నన్ను త్వరగా యుద్ధభూమికి తీసుకెళ్లు. నేను కౌరవులకు తగిన గుణపాఠం చెబుతాను మరియు నా పశువులను కూడా తిరిగి తీసుకువస్తాను."

మొదట బృహన్నల చాలా అయిష్టంగా ఉండి, "నేను రథాన్ని ఎలా నడపగలను? అమ్మాయిలకు పాటలు, డ్యాన్స్ నేర్పిస్తాను. యుద్ధభూమిలో రథాన్ని నడపడం నా శక్తి కాదు.

"అబద్ధం చెప్పకు బృహన్నలా!" అని సమాధానమిచ్చాడు యువరాజు, "సైరంధ్రి నీ గురించి అంతా చెప్పింది, ఇప్పుడు సాకులు చెప్పడం పనికిరాదు, నువ్వు నాతో రావాలి, వెంటనే యుద్ధ వేషం వేసుకో, నేను కూడా సిద్ధమవుతాను. "

ఇలా చెప్పి ఉత్తర యువరాజు తన ఆయుధాలను తీసుకుని కవచాన్ని ధరించాడు. బృహన్నల రథసారథిగా కదలలేరని, యుద్ధభూమికి వెళ్లే బాధను ఆమె భరించదని అతను నమ్మాడు. అయినా అతను బృహన్నలతో, "త్వరపడండి సోదరా! కౌరవులు తమ అకృత్యాలలో విజయం సాధించకుండా సిద్ధంగా ఉండు" అన్నాడు.

బృహన్నల యుద్ధభూమికి వెళ్లాలంటే ఘోరంగా భయపడినట్లు వేషం వేయడం ప్రారంభించింది. తన నిజస్వరూపాన్ని ఎవరూ ఊహించలేనంతగా కవచం మొదలైన వాటిని కూడా తలకిందులుగా ధరించాడు. బృహన్నల తొందరపాటు, భయాందోళనల వల్ల అక్కడ నిలబడిన స్త్రీలు బృహన్నలని ఎగతాళి చేశారు.

కొద్దిసేపటికే యువరాజు ఉత్తరుడు, బృహన్నలు సిద్ధమై బయటకు వచ్చి రథం ఎక్కి యుద్ధభూమికి బయలుదేరారు. యువరాజు ఉత్తర వంటి వికృతమైన బాలుడు యుద్ధంలో ఎలా పోరాడగలడో అని బృహన్నల భయపడి, యుద్ధంలో ఎలా ప్రవర్తించాలో పదే పదే వివరించింది. ఉత్తర యువరాజు బిగ్గరగా అరిచాడు, "బాధపడకు, బృహన్నలా! మీరు రథాన్ని తెలివిగా నడపండి. నువ్వు అర్జునుడి రథసారధివి కాబట్టి భయపడాల్సిన పనిలేదు. సరే, ఒకసారి నేను యుద్ధభూమికి చేరుకున్నాక, కౌరవులను ఎలా ఓడించి రాజధానికి బందీలుగా తీసుకువస్తానో చూడండి. మహారాజ్ విరాట్ నా ధైర్యసాహసాల గురించి తెలుసుకున్నప్పుడు, అతను తన కొడుకు సాధించిన విజయానికి ఎంతగానో సంతోషిస్తాడు."

ఈ చర్చల మధ్య రథం యుద్ధభూమికి చేరుకుంది. ఉత్తర యువరాజు దూరంగా నిలబడి ఉన్న కౌరవ సైన్యాన్ని చూడగానే అతని శౌర్యం అంతా మాయమైంది. దుర్యోధనుడు సైన్యం ముందు నిలబడి ఉన్నాడు, అతనితో పాటు కర్ణుడు, భీష్ముడు, దుశ్శాసనుడు మరియు కృపాచార్యుడు వంటి యోధులు ఉన్నారు. ప్రిన్స్ ఉత్తర్‌కి భయంతో చెమటలు పట్టడం ప్రారంభించాడు. అతను వణుకుతున్న స్వరంతో "ఏయ్ బృహన్నలా! రథాన్ని అంత వేగంగా నడపకు. రథాన్ని ఇక్కడే ఆపు. వీళ్లతో ఫ్రంట్ ఎలా ఏర్పరచుకోవాలో కాసేపు ఆలోచిద్దాం" అన్నాడు.

బృహన్నలకు యువరాజు భయపడుతున్నాడని అర్థం చేసుకోవడానికి ఎక్కువ సమయం పట్టలేదు. ఈ స్థాయికి చేరుకున్న తర్వాత, యువరాజు ఉత్తరుడు తన అడుగులు వేస్తే, మత్స్య దేశాన్ని రక్షించడం కష్టం, కాబట్టి అతను ఉత్తర యువరాజు ఏమి చెప్పినా పట్టించుకోకుండా రథాన్ని వేగంగా ముందుకు నడిపించాడు. యువరాజు ఉత్తర

బృహన్నల ఈ ధైర్యసాహసాలు చూసి అతడు మరింత ఉగ్రరూపం దాల్చాడు. అన్నాడు, "రథాన్ని ఆపమని చెబుతున్నాను. మీరు నా ఆజ్ఞను వినలేదా?

"భయపడకు యువరాజు!" అని వృహన్నల సమాధానమిచ్చాడు, "నేను రథాన్ని వేగంగా సైన్యం మధ్యలోకి తీసుకువెళతాను, అప్పుడు కౌరవ సైన్యం ఎలా భయాందోళనకు గురవుతుందో చూడండి. నిజం ఏమిటంటే, నేను రథం పగ్గాలు పట్టుకున్న తర్వాత, రథాన్ని గమ్యస్థానానికి తీసుకెళ్లిన తర్వాత మాత్రమే నేను శ్వాస తీసుకుంటాను. నువ్వు నన్ను కౌరవ సైన్యంలోకి వెళ్ళమని ఆజ్ఞాపించావు, ఇప్పుడు నా రథం అక్కడ ఆగుతుంది."

యువరాజు ఉత్తర శరీరమంతా చెమటతో తడిసిపోయింది. అతను "వద్దు-వద్దు, నువ్వు రథాన్ని ఇక్కడే ఆపు. విను, అకస్మాత్తుగా నా ఆరోగ్యం క్షీణించింది. నేను కౌరవులతో యుద్ధం చేయలేకపోవచ్చు. నువ్వు రథాన్ని తిరిగి రాజధానికి తీసుకెళ్లడం మంచిది. అది నీకు తెలుసు" అన్నాడు. మేము సైన్యాన్ని కూడా తీసుకురాలేదు, సైన్యం మొత్తం రాజు విరాట్ సుశర్మతో పోరాడటానికి వెళ్ళింది.

"ఇప్పుడు వెనక్కి వెళ్లడం అసాధ్యం. మేము పోరాడటానికి వచ్చాము, మేము పోరాడుతూనే ఉంటాము." బృహన్నల దృఢమైన స్వరంతో, "అయితే మీరు ఎందుకు అంత కంగారు పడుతున్నారు? పోరాటం ఇంకా ప్రారంభం కాలేదు మరియు మీరు అనవసరంగా ఆందోళన చెందుతున్నారు. నువ్వు యుద్ధం చేయకుండా ఇక్కడి నుండి తిరిగి వెళితే రాజభవనంలోని స్త్రీలు నిన్ను ఎంతగా ఎగతాళి చేస్తారో ఒక్కసారి ఆలోచించండి. ఇప్పుడు మనం పశువులను శత్రువుల చేతుల నుండి విడిపించుకున్న తర్వాతే రాజధానికి తిరిగి రావాలి.

"మహిళలను నవ్వనివ్వండి. పశువుల గురించి చింతించడం మానేయండి. ఇక్కడ నుండి పారిపోండి.కౌరవులు నా దేశాన్ని జయించనివ్వండి, వారితో యుద్ధం చేయడం నాకు

ఇష్టం లేదు. రథాన్ని తిప్పండి." కానీ బృహన్నల అతని మాటలు పట్టించుకోకుండా రథాన్ని వేగంగా ముందుకు నడిపాడు. కౌరవ సైన్యం మధ్య రథాన్ని తీసుకెళ్లిన తర్వాతే బృహన్నలు అంగీకరిస్తారని యువరాజు ఉత్తరుడు చూసి, అతను కళ్ళు మూసుకుని రథం నుండి దూకాడు. చచ్చిపోయి రాజధాని వైపు పరుగులు తీశారు.

అర్జునుడు బలవంతంగా రథాన్ని ఆపాడు. అతను రథం నుండి దూకి యువరాజు ఉత్తరుడి వెంట పరుగెత్తాడు. అతను కేవలం రెండు జంప్‌లలో ప్రిన్స్ ఉత్తర్‌ను పట్టుకున్నాడు. యువరాజు సమాధానం కోసం వేడుకున్నాడు, కానీ అర్జునుడు అతన్ని రథంపైకి లాగి రథాన్ని మళ్లీ ప్రారంభించాడు. బృహన్నల నుండి విముక్తి పొందడం అసాధ్యమని ఉత్తర యువరాజు అర్థం చేసుకున్నాడు. బృహన్నల అతనికి రక్షణ కల్పించి, "వినండి రాకుమారా! నువ్వు ఎలాంటి చింత లేకుండా రథంలో కూర్చో. నువ్వు యుద్ధం చేయనవసరం లేదు, నేను కౌరవ సైన్యాన్ని ఒంటరిగా ఎదుర్కొంటాను."

యువరాజు ఉత్తరుడు సజీవంగా వచ్చాడు, కానీ కౌరవ సైన్యంలోని వీరులు అతని కళ్ళ ముందు మెరుస్తున్నప్పుడల్లా, అతను తీవ్రంగా వణికిపోయాడు, "ఈ అబ్బాయి!

"నేను కౌరవులతో ఒంటరిగా పోరాడతాను" అని అర్జునుడు అనుకున్నాడు. అందుకు దైవ ఆయుధాలు కావాలంటూ ఓ చెట్టు కొమ్మపై దివ్య ఆయుధాల మూటను ఉంచారు. బృహన్నల తన రథాన్ని ఆ చెట్టు వైపు నడిపాడు.

చెట్టు రాగానే బృహన్నల రాజు ఉత్తరుడితో "రాకుమారా! ఈ చెట్టు ఎత్తైన కొమ్మ మీద ఉంచిన కట్టను దించి తీసుకురండి." యువరాజు చెట్టు వైపు చూసి, "ఏంటి బృహన్నలా! యువరాజు కూడా కొన్నిసార్లు చెట్టు ఎక్కుతాడు. ఆపై ఈ కట్టలో ఎవరి మృతదేహం పడి ఉందని నేను విన్నాను. నేను కట్టను కూడా ముట్టుకోను." "

'"కాదు కాదు! ఇది శవం కాదు యువరాజు!'' బృహన్నల "నిజం ఏమిటంటే ఈ మూటలో పాండవుల దివ్య ఆయుధాలు పడి ఉన్నాయి. ఇవి చేతికి వస్తే కౌరవులను ఓడించడం సులభమవుతుంది. త్వరగా చెట్టు ఎక్కి కట్ట దించు."

ఉత్తర యువరాజు బలవంతంగా చెట్టు ఎక్కి కట్టను దించాడు. బృహన్నల వెంటనే మూట విప్పి దివ్య ఆయుధాలను బయటకు తీశాడు. అతను గాండీవాన్ని తన భుజానికి వేలాడదీసి, "ఈ గాండీవ ఆయుధం, శత్రువుల పెద్ద ఆయుధాలు దాని ముందు పాలిపోతాయి. మిగిలిన ఆయుధాలను కూడా దేవతలు సంతోషించి పాండవులకు ఇచ్చారు. వారితో సహాయం చేయండి, మేము త్వరలో శత్రువులను ఓడిస్తాము." ఓడిస్తాము."

ఉత్తర యువరాజు ఆశ్చర్యంతో కొన్నిసార్లు బృహన్నల వైపు మరియు కొన్నిసార్లు మెరుస్తున్న ఆయుధాల వైపు చూస్తున్నాడు. అప్పుడు " వృహన్నలా ! ఈ ఆయుధాలను చూసి మనం ఓడిపోలేమని కూడా నమ్ముతాను. నా పిరికితనం కూడా పోయిందనేది సత్యం,

అయితే నువ్వు రథం, ఆయుధాలు రెండింటినీ కలిపి ఎలా నడుపుతావు? సరే.. నేను నడిపిస్తాను. రథం మరియు మీరు ఆయుధాలను నడుపుతారు, ఎందుకంటే అర్జునుడి సహవాసంలో జీవించడం ద్వారా మీరు వాటిని ఉపయోగించడం నేర్చుకున్నారు." అర్జున్ అంగీకరించాడు. పారుతున్న జుట్టును అల్లుకుని ఆయుధాలు ధరించి రథం ఎక్కాడు.

యువరాజు రథంలోని గుర్రాలను కొరడాతో కొట్టి, "ఇప్పుడు నేను ఈ రథాన్ని కౌరవ సైన్యం మధ్యలో ఆపుతాను" అన్నాడు. బృహన్నల సంతోషించి తన శంఖాన్ని ఊదాడు, ఆ గంభీరమైన శబ్దం వాతావరణం అంతా నిండిపోయింది. శంఖం పెద్ద శబ్దానికి యువరాజు భయపడి భయంతో వణికిపోయాడు

బృహన్నల, "ఏయ్, నీకు వణుకు ఎందుకు వచ్చింది? ఇది శత్రువులను భయపెట్టడానికి ఆడబడింది."

'"అయ్యో! ఈ శంఖం ఎంత భయంకరమైన శబ్దం చేస్తుంది. దాని స్వరం పది దిక్కులకు ప్రతిధ్వనించింది మరియు భూమి కంపించింది." "ధైర్యంగా ఉండు యువరాజు!" బృహన్నల "రథాన్ని సరిగ్గా నడపండి మరియు మీ హృదయాన్ని బలపరచుకోండి. శత్రువులను భయపెట్టడానికి మళ్ళీ శంఖం ఊదుతున్నాను."

అర్జునుడి శంఖం ధ్వని మరొక్కసారి చాలా దూరం వ్యాపించింది. యువరాజు ఉత్తరుడు మరోసారి వణికిపోయాడు, కానీ అతను గుర్రం పగ్గాలపై తన పట్టును సడలించలేదు. శంఖం యొక్క పెద్ద శబ్దం కౌరవ సైన్యంలో కూడా ప్రతిధ్వనించింది. ద్రోణాచార్యుడు శంఖం ధ్వనిని వెంటనే గుర్తించాడు. అతను "హే, ఇది నిస్సందేహంగా అర్జునుడి శంఖం ధ్వని." అంటే, అతను ఎక్కడో సమీపంలో ఉన్నాడు. మాకు పోటీగా వస్తున్నాడు. దుర్యోధనా! అతనితో పోరాడటానికి సిద్ధంగా ఉండు."

దుర్యోధనుడు సంతోషంతో "అతను పోరాడటానికి వస్తున్నాడు, మేము ఆట గెలిచాము, వారు వనవాసం తర్వాత ఒక సంవత్సరం అజ్ఞాతవాసంలో ఉండటానికి కట్టుబడి ఉన్నారు. వారి వనవాస కాలం ఇంకా ముగియలేదు. అతను మాతో పోరాడటానికి వస్తే. , అప్పుడు మేము అతనిని గుర్తిస్తాము" అని వెళ్ళిపోతాము మరియు పాండవులు మళ్ళీ అజ్ఞాతవాసానికి బయలుదేరవలసి ఉంటుంది. మేము పాండవులను ఉద్దేశపూర్వకంగా వెతకడానికి రాలేదు. పాండవులు మత్స్య దేశంలో నివసిస్తున్నారని కూడా మాకు తెలియదు. మేము సహాయం చేయడానికి వచ్చాము. త్రిగర్త రాజు మరియు అతని దోపిడిని సేకరించండి, వారు ఆవులను తిరిగి తీసుకువెళ్లడానికి వచ్చారు, ఇప్పుడు మనం ఎందుకు యుద్ధం చేయాలి, పాండవులు కనిపించిన తరువాత యుద్ధంలో ఓడిపోయారు, మీ అభిప్రాయం ఏమిటి, తాతా?"

"అంత తొందరపడకు దుర్యోధనా! భీష్ముడు, "జ్యోతిష్య గణనలు వనవాసం ముగించి వారం గడిచిపోయిందని చెప్పింది." కర్ణుడు దుర్యోధనుడి అభిప్రాయాలను సమర్థించాడు.

ద్రోణాచార్యుని కుమారుడు అశ్వత్థామ, "మేము పాండవులతో యుద్ధం చేయడానికి రాలేదు, పాండవులు మాట నిలబెట్టుకున్నారు. అవసరం ఏమిటి? వారితో పోరాడాలా?'

భీష్ముడు, "నువ్వు యుద్ధం చేయడానికి వచ్చావు కాబట్టి, మనమందరం కలిసి అర్జునుడితో యుద్ధం చేయడం మంచిది" అన్నాడు.

దుర్యోధనుడు మౌనంగా ఉండిపోయాడు. అర్జునుడి దివ్య ఆయుధాలను ఎదుర్కోవాలనుకోలేదు. పాండవుల వనవాసం పూర్తికాకుండానే అని ఆయన ఇప్పటికీ అభిప్రాయపడ్డారు వారు కనిపించినందున, వారు మళ్ళీ తెలియని ఉనికి కోసం బయలుదేరాలి."

అప్పటికి అర్జునుడి రథం కౌరవ సైన్యానికి ఇంకా కొంత దూరంలో ఉంది. అర్జునుడు దుర్యోధనుడు మొదలగు ఆలోచనలలో మునిగి ఉన్నాడని గుర్తించినప్పుడు, అతను తన రథాన్ని ఒక చోట ఆపాడు. దుర్యోధనుడి వైపు దృష్టిని కేంద్రీకరించాడు. దుర్యోధనుడు ఎలాంటి చర్యలు తీసుకుంటాడో చూడాలి.

కొంత సేపు మౌనంగా ఉండి, అర్జున్ తన వైపు నుండి చొరవ తీసుకున్నాడు. అతను విల్లు నుండి బాణాలు వేశాడు, వాటిలో కొన్ని ద్రోణాచార్యుని చెవుల నుండి వెళ్ళాయి మరియు కొన్ని అతని పాదాలపై పడ్డాయి. ద్రోణాచార్యుడు సంతోషించి, "అర్జునుడు ఎంత గొప్ప విలుకాడు! కొన్ని బాణాలతో నా చెవులకు సందేశాన్ని అందించాడు మరియు కొన్ని బాణాలతో నా పాదాలకు నమస్కారం చేశాడు.

"అర్జున్ ఏం సందేశం పంపాడు?" దుర్యోధనుడు అడిగాడు.

"గురువు ద్రోణాచార్య బాణం వేస్తే తప్ప, అర్జునుడు యుద్ధం ప్రారంభించడు" అన్నాడు ద్రోణాచార్యుడు.

ఇలా చెప్పి ద్రోణాచార్యుడు బాణాన్ని ప్రయోగించి అర్జునుడికి యుద్ధం ప్రారంభించేందుకు అనుమతి ఇచ్చాడు. అర్జునుడు ద్రోణాచార్యుని బాణాన్ని ప్రయోగించి రక్షించాడు. ఇరువర్గాల నుంచి ఆయుధాల మార్పిడి మొదలైంది.

ద్రోణాచార్యుడే కాకుండా, కృపాచార్య మరియు భీష్ముడు కూడా అర్జునుడి పోరాట పటిమకు ముగ్ధులయ్యారు, అయితే వారు కౌరవ పక్షంగా ఉన్నారు. అందువల్ల, వారు అర్జునుడిపై ఆయుధాలను ప్రయోగించవలసి వచ్చింది, కానీ వారి దాడులలో ద్వేషం లేదా ఉన్మాదం లేదు. ఇది కళాత్మక యుద్ధం యొక్క ప్రదర్శన మాత్రమే. అవును, కర్ణుడు మరియు దుర్యోధనుల ప్రతి దాడిలో శత్రుత్వం కనిపించింది.

కానీ అర్జునుడి దివ్య ఆయుధాల ముందు ఎవరూ నిలబడలేకపోయారు. కర్ణుడి ఆయుధాలు నిరుపయోగంగా మారాయి మరియు దుర్యోధనుడు అక్కడి నుండి పారిపోవడమే

మంచిదని భావించాడు. అర్జునుడు తన మంత్ర నిరూపితమైన ఆయుధాల సహాయంతో శత్రువులకు ఘోర పరాజయాన్ని అందించిన సందర్భం ఇది. అర్జునుడు యువరాజు ఉత్తరుడితో, "రాకుమారా! మేము గెలిచాము, యుద్ధం ముగిసింది. మీరు ఇక్కడ శత్రువుల శరీరాల నుండి కొన్ని బట్టలు తీసుకుంటారు, తద్వారా మీరు రాజభవనంలో విజయాన్ని చూపించి స్త్రీల చప్పట్లను దొంగిలించవచ్చు." ఉత్తర యువరాజు కూడా అలాగే చేశాడు. తర్వాత తమ పశువులను తీసుకుని రాజధాని వైపు వెళ్లారు. తిరిగి వచ్చిన తర్వాత, అర్జున్ తన ఆయుధాలను ఇంతకు ముందు ఉంచిన చెట్టులోనే మళ్లీ దాచాడు.

రాజభవనం దగ్గరికి రాగానే, ఉత్తర యువరాజు అర్జునుడితో, "ఓ పార్థా నన్ను క్షమించు, ద్రౌపదితో పాటు వీర పాండవులు మారువేషంలో మా రాజభవనంలో తలదాచుకున్నారని నాకు తెలియదు. "వినండి ప్రిన్స్! మన వాస్తవికత ఎవరికీ తెలియకుండా జాగ్రత్తపడండి. మీరు ఒంటరిగా యుద్ధంలో గెలిచారని అందరికీ చెప్పండి.

కౌరవ సైన్యం ఓడిపోయిందని, ఉత్తర యువరాజు పశు సంపదతో విజయం సాధించి తిరిగి వస్తున్నాడని మత్స్య దేశానికి వార్తలు వచ్చాయి. కొడుకు కీర్తి కథ విన్న విరాట్ రాజు ఆనందానికి అవధులు లేవు. విరాట్ రాజు రాజ్యమంతా వేడుకలు జరుపుకోవాలని ఆదేశించి, ఆనందంతో ఇలా అన్నాడు, "నా కొడుకు అద్భుతాలు చేశాడు. కౌరవ సైన్యంతో పెద్ద యోధులు వచ్చారు, కాని నా కొడుకు ఒంటరిగా వారందరినీ ఓడించాడు.

సమీపంలో యుధిష్ఠిరుడు నిలబడి ఉన్నాడు. అతను, "అవును, బృహన్నల రథసారథి అయితే, అతను ఎలా విజయం సాధించలేడు!" అన్నాడు. యుధిష్ఠిరుని ఈ మాట రాజుకు నచ్చలేదు, కానీ ఆ సమయంలో అతను యుధిష్ఠిరుడు చెప్పినదానిపై ప్రత్యేక శ్రద్ధ చూపకుండా తన కొడుకు విజయంతో మత్తులో ఉన్నాడు.

నగరమంతా పండుగ వాతావరణం నెలకొంది. యువరాజు ఉత్తరా తన రథాన్ని అధిరోహించి నగర వీధుల నుండి బయటకు వచ్చినప్పుడు, ప్రజలు అతనిని ఉత్సాహపరిచారు, ప్రజలు అతనికి స్వాగతం పలికేందుకు వీధులకు ఇరువైపులా గుమిగూడారు. విరాట్ రాజు తన విజయ కుమారుడిని స్వాగతించడానికి రాజభవనంలో వేచి ఉన్నాడు. సమయం గడపడానికి, అతను అయిష్టంగానే యుధిష్ఠిరుడితో జూదం ఆడాడు. ఆడుతూనే కొడుకుని పదే పదే పొగిడేవాడు. విరాట్ రాజు యొక్క ప్రతి ప్రశంసకు ప్రతిస్పందనగా, యుధిష్ఠిరుడు వృహన్నలను ప్రశంసించడంలో ఎప్పుడూ విఫలం కాదు. యుధిష్ఠిరుడు బృహన్నలను స్తుతించడాన్ని విరాట్ రాజు సహించలేకపోయాడు, కాని ఉత్తర యువరాజు అతనిని ప్రశంసిస్తూ ఒక్క మాట కూడా మాట్లాడలేదు. అతని కోపానికి అవధులు లేవు. అతను కాడిలోని ఒక పైసాను అందుకుని యుధిష్ఠిరుడిపై విసిరి, "బృహన్నల కీర్తనను ఆపు! ఏమి యువరాజు

ఉత్తరాది ధైర్యసాహసాలకు నీ దృష్టిలో విలువ లేదా?" కొరీ యుధిష్ఠిరుని తలకు తగిలి అక్కడ నుండి రక్తం కారసాగింది. అది చూసిన ద్రౌపది అతని దగ్గరికి పరిగెత్తి తన బట్టతో రక్తాన్ని తుడవడం ప్రారంభించింది. భూమిపై ఒక్క రక్తపు బొట్టు కూడా పడకండి, ఎందుకంటే భూమిపై యుధిష్ఠిరుని రక్తాన్ని ఎవరు చిందిస్తే వారు చంపబడతారు అని యుధిష్ఠిరునికి వరం ఉంది.

అప్పుడే యువరాజు గదిలోకి ప్రవేశించాడు. విరాట్ ముందుకొచ్చి కొడుకు అన్నాడు

అతను యుధిష్ఠిరుని కౌగిలించుకున్నాడు, కానీ యువరాజు యుధిష్ఠిరుని తల నుండి రక్తం ప్రవహించడం చూసినప్పుడు, అతని ఉత్సాహం అంతా మాయమైంది. అతను బాధతో అడిగాడు, 'ఏయ్! అతని తల ఎలా గాయపడింది?" "పిల్లాడా!" విరాట్ రాజు "కంకుడిని శిక్షించింది నేనే. అతనికి గుణపాఠం చెప్పాల్సిన అవసరం వచ్చింది" అని సమాధానమిచ్చాడు.

ఇది ఉత్తర యువరాజుకు నచ్చలేదు. అతను పాండవుల గురించి నిజం తెలుసుకున్నాడు, కానీ అర్జునుడి నిషేధం కారణంగా, అతను రహస్యాన్ని వెల్లడించలేకపోయాడు. అప్పుడే అన్నాడు, “రాజ్! బ్రాహ్మణుని రక్తాన్ని చిందించడం వల్ల నువ్వు ఏ మేలు చేయలేదు. బ్రాహ్మణుని దురదృష్టం వల్ల మనకు నష్టం జరగకపోవచ్చు."

తన కుమారుడిని సంతోషపెట్టడానికి, విరాట్ రాజు యుధిష్ఠిరునికి క్షమాపణ చెప్పి అతని గాయానికి కట్టు కట్టాడు. యుధిష్ఠిరుడు మెల్లగా, “నువ్వు రాజువి, మేము సేవకులం. మాకు క్షమాపణ చెప్పి మమ్మల్ని ఇబ్బంది పెట్టకండి, మమ్మల్ని శిక్షించే హక్కు మీకు ఉంది.

అతని మాటలకు విరాట్ రాజు స్పందించలేదు. అతను తన కొడుకుని అడిగాడు, "అవును, యువరాజు! చెప్పు, యుద్ధంలో ఎలా గెలిచావు?" "తండ్రీ! నేను యుద్ధంలో ఏమీ చేయవలసిన అవసరం లేదు. అప్పుడే, ఒక దేవదూత యుద్ధభూమికి వచ్చాడు మరియు అతని సహాయంతో నేను కౌరవులను ఓడించాను.ఇచ్చాడు."

"మంచిది!" విరాట్ రాజు ఆశ్చర్యంతో “ఆ దేవదూత ఎక్కడ ఉన్నాడు? దయచేసి నన్ను కూడా చూడనివ్వండి." "యుద్ధం ముగిసే సమయానికి, అతను వెంటనే అదృశ్యమయ్యాడు, కానీ ఖచ్చితంగా ఒక రోజులో మళ్లీ కనిపిస్తాడు."

ఒక సంవత్సరం అజ్ఞాతవాసం ముగిసింది.పాండవులు ఇప్పటికీ విరాట్ రాజభవనంలోనే ఉన్నారు. విజయోత్సవ వేడుక తర్వాత అతను ఇప్పుడు కనిపించాలని నిర్ణయించుకున్నాడు. ఒకరోజు బట్టలు మార్చుకుని రాజ వైభవంతో రాజాస్థానానికి చేరుకున్నాడు. అక్కడ సింహాసనంపై యుధిష్ఠిరుడు కూర్చున్నాడు, సైరంధ్రి రూపాన్ని విడిచిపెట్టిన ద్రౌపది కూడా సమీపంలో కూర్చుంది. మిగిలిన సోదరులు అతని పక్కన కూర్చున్నారు.

కొంత సమయం తరువాత, విరాట్ రాజు రాజ సభలోకి ప్రవేశించాడు. సింహాసనంపై కూర్చున్న కంకుడిని చూసి వారు ఆశ్చర్యపోయారు - ఆశ్చర్యం కంటే కోపం ఎక్కువ. అతను

ఏదైనా దుర్భాషలాడగానే, అర్జున్ తన సీటులోంచి లేచి, "మహారాజా! కోపం తెచ్చుకోకు. సింహాసనాన్ని ఆక్రమించే వ్యక్తి సింహాసనానికి పూర్తిగా అర్హుడు. అతడే ఇంద్రప్రస్థ రాజు ధర్మరాజు యుధిష్ఠిరుడు."

"ధరమ్‌రాజ్ యుధిష్ఠిర్?" విరాట్ రాజు ఆశ్చర్యంతో, "ఇతను ధర్మరాజ్ యుధిష్ఠిరైతే, అతని మిగిలిన సోదరులు ఎక్కడ ఉన్నారు, రాణి ద్రౌపది ఎక్కడ ఉన్నారు?" అని అన్నాడు.

అర్జునుడు "మహారాజా! మేమంతా ఇక్కడే ఉన్నాం. మేము మీ స్థలంలో వేర్వేరు వేషాలతో అజ్ఞాతంలో జీవిస్తున్నాము. మేము ఐదుగురు సోదరులం ఇక్కడ కాంక్, వల్లభ, బృహన్నల, గ్రాంథిక్ మరియు తంత్పాల్గా నియమించబడ్డాము మరియు ద్రౌపది అంతఃపురంలో సైరంధ్రిగా పని చేసేవారు. ఉత్తర యువరాజుతో రథసారథిగా యుద్ధరంగానికి వెళ్లి కౌరవులను ఓడించిన సహాయకుడిని నేనే."

అసలు విషయం తెలుసుకున్న విరాట్ రాజు చాలా సంతోషించాడు. "నీలాంటి ధైర్యవంతుడు నా రాజభవనంలో నివసించడం నా అదృష్టం. ప్రజలారా మీకు జరిగిన అన్యాయం నాకు తెలియనిది కాదు. మీ కీర్తిని సాధించడానికి నా నుండి మీకు కావలసిన మద్దతు ఇవ్వడానికి నేను సిద్ధంగా ఉన్నాను, బదులుగా మీకు మరియు నాకు మధ్య ఉన్న సంబంధం విడదీయరాని సంబంధంగా మారాలని నేను కోరుకుంటున్నాను. మన రాజ్య రక్షణ కోసం అర్జునుడు చేసిన పనులకు నేను అతనికి కృతజ్ఞుడను. అర్జున్ మరియు యువరాణి ఉత్తర వారిని వివాహం చేసుకోవడం ద్వారా వారి ప్రేమ బంధాలను విచ్ఛిన్నం చేయాలని నేను కోరుకుంటున్నాను. ఎందుకు ధర్మరాజు యుధిష్ఠిరుడా! మీరు ఏమనుకుంటున్నారు?" "అర్జున్ మాత్రమే దీనికి సమాధానం చెప్పగలడు." యుధిష్ఠిరుడు అన్నాడు. అర్జునుడు కొంచెం సేపు ఆలోచించి, "నేను యువరాణి ఉత్తరాను వివాహం చేసుకోలేను - నేను ఆమెను ఈ కోణంలో చూడలేదు. అంతఃపురంలో నివసిస్తున్నప్పుడు, నేను ఆమెను ఎప్పుడూ నా కుమార్తెగా భావించాను. అవును, నా భార్య సుభద్ర నుండి జన్మించిన అభిమన్యుడు యువరాణి ఉత్తరకు ఖచ్చితంగా అర్హుడు. కావాలంటే వాళ్ళు పెళ్ళి చేసుకోవచ్చు" విరాట్ రాజుకు ఎలాంటి అభ్యంతరం ఉండవచ్చు?

వెంటనే పెళ్లికి సన్నాహాలు మొదలుపెట్టారు. ద్వారక నుండి శ్రీ కృష్ణుడు అభిమన్యుడు, బలరాముడు, సాత్యకి మరియు ఇతర యాదవ వీరులతో కలిసి మత్స్య దేశానికి చేరుకున్నాడు. ద్రుపదుడు కూడా తన కొడుకు ధృష్టద్యుమ్నుడితో కలసి వివాహ వేడుకకు హాజరయ్యాడు. ప్రతీకార మంటల్లో రగిలిపోతున్న శిఖండి కూడా వచ్చింది. ఇది కాకుండా, యుధిష్ఠిరుకి చాలా మంది స్నేహితులు కూడా వచ్చారు, వారిలో కాసిరాజ్ మరియు శివరాజ్ కూడా ఒక్కొక్కరు ఒక్కో అక్షౌహిణి సైన్యాన్ని తీసుకువచ్చారు. ఉత్తర, అభిమన్యుల వివాహం అంగరంగ వైభవంగా జరిగింది. పెళ్లి తర్వాత మరిన్ని ప్లాన్స్‌పై చర్చించారు

ఇలాంటి కష్ట సమయాల్లో పాండవులకు అన్ని విధాల సహాయ సహకారాలు అందించడానికి సిద్ధంగా ఉన్నామని పాండవుల స్నేహపూర్వక రాజులందరూ హామీ ఇచ్చారు. అందరినీ ఉద్దేశించి శ్రీ కృష్ణుడు ఇలా అన్నాడు, "పాండవులకు జరిగిన అన్యాయం మీకందరికీ బాగా తెలుసు. జూదంలో మోసం చేసి యుధిష్ఠిరుని ఓడించి, అతని వైభవం అంతా దోచుకున్నారు మరియు పాండవులు తమ వాగ్దానాన్ని నిలబెట్టుకుని, గత పదమూడు సంవత్సరాలుగా ఇంటింటికీ తడబడుతున్నారు. ఇప్పుడు అతను తన వాగ్దానాన్ని విజయవంతంగా నెరవేర్చాడు, అతను తన రాజ్యాన్ని మరియు కీర్తిని తిరిగి పొందాలి. దీని తర్వాత మాత్రమే మేము తదుపరి దశను తీసుకోగలము. ముందుగా మన దూతను కౌరవుల వద్దకు పంపాలని నేను భావిస్తున్నాను. ఈ సమయంలో దుర్యోధనుడు మొత్తం రాజ్యంపై అధికారం కలిగి ఉన్నాడు. సగం రాజ్యాన్ని పాండవులకు అప్పగించమని మన దూత సూటిగా అభ్యర్థిస్తాడు. దుర్యోధనుడి సమాధానం వచ్చే వరకు వేచి చూస్తాం.

"పాండవుల అభ్యర్థనను దుర్యోధనుడు అంగీకరిస్తాడని నేను అనుకోను." బలరాం అభిప్రాయం ఏమిటంటే, "కౌరవులు పాండవులకు హాని చేయాలని ఎప్పుడూ కోరుకుంటారు మరియు పరిస్థితి పూర్తిగా వారికి అనుకూలంగా ఉంది, వారు పాండవులను రాజ్యంలోకి కూడా అనుమతించరు."

సాత్యకి, "దుర్యోధనుడు మా అభ్యర్థనను తిరస్కరించినట్లయితే, మేము పోరాట మార్గాన్ని అవలంబిస్తాము, యుధిష్ఠిరుడు చిత్తశుద్ధితో సర్వం కోల్పోయాడు, ఇప్పుడు పోరాట మార్గం మాత్రమే మిగిలి ఉంది." ద్రుపదుడు కూడా "దుర్యోధనుడు పాండవులకు మౌనంగా ఏమీ ఇవ్వడు. మన దూత దుర్యోధనునితో ధైర్యంగా మాట్లాడి నిర్ణయం తీసుకోవాలి" అంతిమంగా ముందుగా కౌరవుల వద్దకు తగిన దూతను పంపాలని నిర్ణయించారు.

చర్చల తరువాత, శ్రీ కృష్ణుడు ద్వారక వెళ్ళడానికి అంగీకరించాడు. వెళ్ళేటప్పుడు యుధిష్ఠిరునితో ఇలా అన్నాడు, "మా మొదటి ప్రయత్నం కౌరవులతో స్నేహం చేయడమే. కౌరవులు మా అభ్యర్థనను తిరస్కరిస్తే, మీరు నేరుగా నా వద్దకు వస్తారు, అప్పుడు మీరు మీ సహచరులతో తదుపరి ప్రణాళిక గురించి చర్చిస్తారు.

పాండవులు నిర్భయ దూతగా ఒక పురోహితుడిని హస్తినాపురం వైపు పంపారు. దూత యొక్క అభ్యర్థనను దుర్యోధనుడు ఖచ్చితంగా తిరస్కరిస్తాడని మరియు యుద్ధాన్ని బెదిరిస్తాడనే నమ్మకంతో యుధిష్ఠిరుడు చాలా మంది స్నేహపూర్వక రాజులకు సహాయం కోరుతూ సందేశం పంపాడు. దుర్యోధనుడు కూడా మౌనంగా లేడు. పాండవుల ప్రతి చర్యపై అతని దృష్టి

ఉంది. అతను తన పక్షాన ఉన్న రాజులను కూడా యుద్ధానికి సిద్ధంగా ఉండమని కోరాడు. అప్పుడు దుర్యోధనుడికి అర్జునుడు శ్రీకృష్ణుని సహాయం కోసం ద్వారకకు వెళ్తున్నాడని

తెలుసుకున్నాడు. దుర్యోధనుడు క్షణం కూడా వృధా చేయకుండా ద్వారకకు కూడా బయలుదేరాడు. అంతిమంగా శ్రీ కృష్ణుడికి శక్తివంతమైన సైన్యం ఉంది. పాండవులు దానిని స్వాధీనం చేసుకుంటే, వారి సైనిక శక్తి పెరుగుతుంది మరియు ఇది దుర్యోధనుడు కోరుకునేది కాదు. దుర్యోధనుడు మరియు అర్జునుడు దాదాపు ఒకే సమయంలో ద్వారక చేరుకున్నారు.

ఆ సమయంలో శ్రీకృష్ణుడు తన పడకగదిలో నిద్రిస్తున్నాడు. దుర్యోధనుడు ముందుగా పడకగదిలోకి ప్రవేశించాడు. నిద్రపోతున్న శ్రీకృష్ణుడిని చూసి, మౌనంగా కూర్చోవడం సముచితమని భావించాడు. దుర్యోధనుడు తనకు తగిన సీటు కోసం చుట్టూ చూశాడు. శ్రీ కృష్ణుని తల దగ్గర ఒక ఆసనం ఉంది, అతను దానిపై కూర్చున్నాడు. అర్జునుడు రాగానే శ్రీకృష్ణుని పాదాల దగ్గర కూర్చోవడం సముచితమని భావించి పాదాల దగ్గర కూర్చున్నాడు.

కొంతసేపటికి శ్రీకృష్ణుడు మేల్కొన్నాడు. కళ్ళు తెరవగానే అతని చూపు ఎదురుగా కూర్చున్న అర్జునుడి మీద పడింది. అర్జునుడి అతన్ని పలకరించాడు.

"అర్జునుడి ఎలా వచ్చాడు?" అని అడిగాడు శ్రీ కృష్ణుడు.

అర్జునుడు మాట్లాడకముందే, దుర్యోధనుడు "శ్రీకృష్ణా! నేను ముందుగా వచ్చాను, అందుకే ముందుగా నాతో మాట్లాడటం సముచితం. నువ్వు కౌరవులను, పాండవులను కూడా సమానంగా చూడాలి, అర్జునుడి పట్ల అభిమానం చూపడం సరికాదు" అన్నాడు. "సరే! నువ్వు ముందుగా వచ్చావు" అన్నాడు శ్రీ కృష్ణుడు, "అయితే నేనేం చెయ్యాలి, అర్జునుడే నాకు ముందుగా చూపించాడు. సరే! నువ్వు ఎలా వచ్చావో చెప్పు?" దుర్యోధనుడు, "భవిష్యత్తులో యుద్ధం జరిగే అవకాశం ఉందని నేను భావిస్తున్నాను

నేను యుద్ధంలో మీ మద్దతు కోరడానికి వచ్చాను." శ్రీ కృష్ణుడు కొంచెం సేపు ఆలోచించి, "చూడు దుర్యోధనా! మొదట ఎవరు వచ్చారో నాకు తెలియదు. నా దృష్టి మొదట అర్జునుడి మీద పడింది కాబట్టి, నిబంధనల ప్రకారం నేను మొదట అర్జునుడి కోరికను గౌరవించాలి. మీరిద్దరూ నా సహాయం కోసం వచ్చారు. ఇద్దరినీ సమానంగా చూస్తాను. నా దగ్గర చాలా పెద్ద సైన్యం ఉంది, అందులో గొప్ప యోధులు ఉన్నారు, వారు శత్రువులను క్షణంలో తుడిచిపెట్టగలరు. ఒక వైపు ఈ సైన్యాన్ని పొందుతుంది మరియు మరొక వైపు నన్ను ఒంటరిగా పొందుతుంది. అవును అర్జునుడి! ముందుగా చెప్పు నీకేం కావాలి? నేనా లేక నా శక్తివంతమైన సైన్యా?

అర్జునుడి చేతులు జోడించి, "నాకు నువ్వు మాత్రమే కావాలా? మీరు దానిని పొందినట్లయితే, మీరు ప్రతిదీ పొందుతారు." "ఏవమస్తు." శ్రీ కృష్ణుడు చిరునవ్వు నవ్వి, "నీకు దుర్యోధనుడు ఏమి కావాలి?"

అర్జునుడి కోరిక మొదట నెరవేరుతుందని దుర్యోధనుడు భయపడ్డాడు, ఎందుకంటే అతను శ్రీ కృష్ణుడి భారీ సైన్యంపై నియంత్రణ సాధించలేడు. అతను సంతోషించి, "మీ సైన్యాన్ని

కలిగి ఉన్నందుకు నేను సంతృప్తి చెందాను" అని చెప్పాడు. ఈ విధంగా ఇద్దరూ తమ తమ వస్తువులను పొంది తిరిగి వచ్చారు.

పాండవుల రెండవ తల్లి అయిన మాద్రి తండ్రి శల్యుడు చాలా శక్తివంతమైన రాజు. యుద్ధం జరగవచ్చనే పుకారు కూడా అతని చెవులకు చేరింది. అతను పాండవుల క్షేమాన్ని కోరుకుంటున్నాడని స్పష్టమైంది, కాబట్టి అతను ఒక రోజు తన విశ్వసనీయ సహచరులు మరియు సైన్యంతో యుధిష్ఠిరుతో చర్చించడానికి బయలుదేరాడు. ఈ విషయం తెలిసిన దుర్యోధనుడు భయపడ్డాడు. శల్యుని తోడ్పాటును ఎలాగైనా పొందాలనుకున్నాడు, అందుకే దుర్యోధనుడు శల్యుడి సవారీ వెళ్ళే ప్రతి మార్గాన్ని అలంకరించాడు, శల్యుడిని సత్కరించాడు మరియు రుచికరమైన ఆహార పదార్థాలతో అందరినీ సంతృప్తి పరిచాడు. శల్యుడు యుధిష్ఠిరుడు ఇదంతా నిర్వహించాడని భావించి, ఒకరోజు నిర్వాహకులతో ఇలా అన్నాడు, "నా స్వాగతానికి ఇంత అద్భుతమైన ఏర్పాట్లు చేసిన వ్యక్తిని నేను కలవాలనుకుంటున్నాను. అతన్ని నా దగ్గరకు పిలవండి, నేను కూడా అతనికి ఏదైనా ఇవ్వాలనుకుంటున్నాను."

సేవకులు హస్తినాపురానికి వెళ్లి దుర్యోధనుడిని పిలిచారు. శాలికి తెలియగానే

దుర్యోధనుడు ఇదంతా నిర్వహించాడని నేను ఆశ్చర్యపోయాను. దుర్యోధనుడికి ఉంది అన్నాడు, "నువ్వే నాకు ఏదైనా ఇస్తానని వాగ్దానం చేసావు

నీ వాగ్దానాన్ని నెరవేర్చు" అని అడిగాడు. అప్పటికే వణుకు నుండి బాణం వచ్చింది. శల్యుడు "మాట్లాడండి! నా నుండి నీకు ఏమి కావాలి?" "యుద్ధం జరిగినప్పుడు మీ సైన్యం నా ఆధీనంలో ఉండాలని నేను కోరుకుంటున్నాను." దుర్యోధనుడు "అంతే, ఇది తప్ప నాకు ఇంకేమీ అక్కర్లేదు" అన్నాడు.

"సరే, యుద్ధంలో నా సైన్యాన్ని మీకు అప్పగిస్తానని వాగ్దానం చేస్తున్నాను." ఆ తర్వాత శల్యుడు యుధిష్ఠిరుడి వద్దకు వెళ్లి అంతా చెప్పాడు. ఇది విన్న యుధిష్ఠిరుడు ఒక్క క్షణం ఆలోచించి ఇలా అన్నాడు. "మహారాజా! మీరు ఇచ్చారు. ఆ వాగ్దానాన్ని మీరు ఖచ్చితంగా పాటించాలి, అవును, నేను కూడా ఒక అభ్యర్థన చేయాలనుకుంటున్నాను, యుద్ధం జరిగినప్పుడు, మీరు కర్ణుని రథసారధిగా మారండి, అప్పుడు యుద్ధభూమిలో, కర్ణునికి కోపం తెప్పించే విషయం చెప్పండి, అందుకే అర్జున్ ఆ అవకాశాన్ని సద్వినియోగం చేసుకొని అతన్ని చంపగలడు. ఇదంతా చెప్పడం అస్సలు తగదు, కానీ అర్జునుడు కర్ణుడిపై గెలవాలని కోరుకుంటున్నాను. నువ్వు తప్పకుండా మాకు సహకరిస్తావని ఆశిస్తున్నాను."

శల్యుడు తన ఒప్పుకోలు ఇచ్చాడు.పాండవులు మత్స్య దేశానికి సమీపంలోని ఉపలవ్య అనే నగరంలో స్థిరపడ్డారు. ఇప్పుడు దాగి ఉండాల్సిన అవసరం లేదు, ఎందుకంటే అజ్ఞాతం ముగిసింది. కౌరవులతో మాట్లాడేందుకు హస్తినాపురానికి వెళ్లిన తన దూత తిరిగి వస్తాడని ఎదురు చూస్తున్నాడు.

(పదకొండు)

పాండవుల దూత హస్తినాపురానికి చేరుకోగానే ఆస్థానంలో అతనికి తగిన స్వాగతం లభించింది. దూత తన ఆసనం తర్వాత, 'మనకు యుద్ధం వద్దు అని చెప్పడానికి నేను పాండవుల తరపున వచ్చాను. రాష్ట్రంలో మన హక్కులు గౌరవించబడాలని కోరుతున్నాం. మీరు పోరాటానికి తొందరపడితే మేం కూడా వెనకడుగు వేయం. ఆ సాధ్యమైన యుద్ధానికి మేము పూర్తి సన్నాహాలు కూడా చేసాము. ఏడు అక్షౌహిణి సైన్యాలు యుద్ధానికి సిద్ధంగా ఉన్నాయి, ఇది కాకుండా, అనేక స్నేహపూర్వక రాజుల వందలాది అక్షౌహిణి సైన్యాలు ఆదేశాల కోసం వేచి ఉన్నాయి. మీ సమాధానం ఏమిటి?"

ఒక్క క్షణం రాజ సభలో నిశ్శబ్దం అలుముకుంది. దూత యొక్క మొద్దుబారిన మాటలు విని, పెద్ద పెద్దలు ఒకరినొకరు చూసుకోవడం ప్రారంభించారు. దూత వైపు చూసి భీష్ముడు నెమ్మదిగా అన్నాడు, 'నీవు విన్నాము, పాండవులు ఈ విషయమంతా శాంతియుతంగా పరిష్కరించుకోవాలనుకోవడం సంతోషకరం. పాండవులకు న్యాయమైన వాటా దక్కాలని కూడా కోరుకుంటున్నాం. కర్ణుడి నుంచి భీష్ముడు తట్టుకోలేకపోయాడు. అతనికి కోపం వచ్చింది

నేనే అన్నాను, "పాండవులకు న్యాయమైన వాటా ఎంత? జూదంలో పాండవులు సర్వస్వం పోగొట్టుకున్నారని ఎవరికి తెలియదు. ఇది అదృష్టం, దుర్యోధనుడు ఆటలో ఓడిపోయి ఉంటే, అతను కూడా వనవాసం మరియు అజ్ఞానం అనుభవించాల్సి వచ్చేది. ఇందులో అన్యాయం ఏమిటి? పాండవులు తమ రాజ్యాన్ని కోరుకుంటే, వారు వాగ్దానం చేసిన విధంగా మొత్తం వనవాసం మరియు వనవాసం పూర్తి చేసి ఉండాలి. వారు యుద్ధం చేయడానికి చాలా ఉత్సాహంగా ఉంటే, మేము కూడా మా చేతుల్లో కంకణాలు ధరించడం లేదు. యుద్ధానికి యుద్ధంతో ప్రతిస్పందిస్తారు. దూత! మీరు మా సందేశాన్ని పాండవులకు తెలియజేయండి."

"ఆగండి, మెసెంజర్!" భీష్ముడు అడ్డుకున్నాడు, "కర్ణా! శాంతియుతంగా పని చేయడం మంచిది. అర్జున్ చాలా మందితో ఒంటరిగా పోరాడగలడని మర్చిపోవద్దు. యుద్ధం ఎవరికీ ప్రయోజనం కలిగించదు. మత్స్య దేశంలో ఒకసారి ఓడిపోయినా నువ్వు ఏమీ నేర్చుకోలేదా?

కర్ణుడి గుండె పగిలిపోయింది. సింహాసనంపై మౌనంగా కూర్చున్న ధృతరాష్ట్రుడు అన్నీ వింటున్నాడు. పరిస్థితి చేయిదాటిపోవడం చూసి కాస్త తడబడ్డాడు. అంతిమ నిర్ణయం తీసుకోవాల్సింది అతనే కానీ, ప్రస్తుతానికి సమాధానం చెప్పే అధికారం అతడికి లేదు. అతను దూతతో ఇలా అన్నాడు, "దూత వినండి! మీరు అందించిన సందేశాన్ని పరిశీలిద్దాం. త్వరలో నా రథసారధి పాండవులను సమాధానముతో కలుస్తారు, ఇప్పుడు మీరు వెళ్ళవచ్చు.' దూత

వెళ్ళిపోయాడు. ధృతరాష్ట్రుడు సంజయుడిని తన వద్దకు పిలిచాడు. కొంతసేపు చర్చ కొనసాగింది. పాండవులకు ఏం సందేశం పంపాలో ధృతరాష్ట్రుడు అర్థం చేసుకోలేకపోయాడు. అప్పుడు అతను సంజయ్‌తో, "సంజయ్! నువ్వు వెళ్లి పాండవులను కలుసుకో. ఇరుపక్షాల మధ్య శాంతి నెలకొనాలని నా అభిప్రాయం. ఈ ఉత్సాహం పోయేలా ప్రవర్తించండి."

సంజయ్ ఉపలవ్య నగర్ చేరుకున్నాడు. పాండవులు సంజయుడిని హృదయపూర్వకంగా స్వాగతించారు. తన బంధువుల యోగక్షేమాలు ఇచ్చిపుచ్చుకున్న తర్వాత యుధిష్ఠిరుడు "సంజయ్! ఎలా వచ్చావు?"

"ఓ ధర్మరాజా!" సంజయుడు, "మహారాజు ధృతరాష్ట్రుడు నన్ను మీ వద్దకు పంపాడు. యుద్ధ మేఘాలు తొలగిపోవాలని ఆయన కోరుకుంటున్నాడు. కౌరవులు మరియు పాండవుల మధ్య శాంతిని కోరుకుంటున్నాడు. యుద్ధంలో విధ్వంసం తప్ప, ఎవరికీ ఏమీ లభించదు."

"యుద్ధం జరగకూడదని మనమే కోరుకుంటున్నాము." యుధిష్ఠిరుడు అన్నాడు, "అయితే దుర్యోధనుడు యుద్ధ భాషలోనే మాట్లాడాలనుకుంటున్నాడు, మాకు అధికారం ఇవ్వండి, మేము యుద్ధం చేయము, మహారాజ్ ధృతరాష్ట్రుడికి కూడా మొత్తం నిజం తెలుసు, కానీ అతను చూడలేదు. అది తన కళ్లతోనే.కానీ కట్టు కట్టారు, కొడుకు ప్రేమ ముందు నిస్సహాయులయ్యారు.వెళ్లి చెప్పండి, మా ఇంద్రప్రస్థం మాకు ఇప్పించండి, లేకపోతే యుద్ధరంగంలో నిర్ణయం తీసుకుంటాం.

"మీ డిమాండ్ న్యాయమైనది." సంజయ్ మాట్లాడుతూ, "అయితే యుద్ధ ఆలోచనను విరమించుకోవాలని నా సూచన. యుద్ధం ఎవరికీ ప్రయోజనం కలిగించదు. యుద్ధం ద్వారానే రాజ్యాన్ని పొందాలంటే పదమూడేళ్ల పాటు ఎక్కడెక్కడికో తిరుగుతూ ఉండాల్సిన అవసరం ఏముంది. దుర్యోధనుడు తన వాటాను నీకు ఇవ్వడానికి నిరాకరిస్తే, ఈ పెద్ద ప్రపంచంలో ఎక్కడికైనా వెళ్లి కండబలంతో మీ రాజ్యాన్ని స్థాపించండి. "ఇది జరగదు." యుధిష్ఠిరుడు, "నేను క్షత్రియుడను మరియు కోల్పోయిన తన రాజ్యాన్ని తిరిగి పొందడం క్షత్రియుడి మొదటి కర్తవ్యం" అన్నాడు

"సహోదరుల మధ్య పోట్లాడటం ఎంత వరకు సముచితమో ఒక్కసారి ఆలోచించండి! మీ పెద్దలు భీష్ముడు, ద్రోణాచార్యుడు, కృపాచార్య మొదలైన వారిపై మీరు ఆయుధాలు తీసుకుంటారా? ఇది అధర్మం మహారాజ్!" అన్నాడు సంజయ్.

శ్రీ కృష్ణుడు అక్కడ కూర్చున్నాడు. వారిని ఎదిరించలేకపోయారు. అన్నాడు, "సంజయ్! ఈరోజు నీ నోటి నుండి మతం మాటలు వింటే ఆశ్చర్యం, పెద్దల ప్రార్థనలు వింటే ఆశ్చర్యం, పాండవులు ఇంతవరకూ ఓపిక పట్టడం ఎవరికీ దాపరికం కాదు. మీరు విజ్ఞప్తి చేసే పెద్దలు ఇప్పటివరకు ఏ ఆదర్శంగా ఉంచారు? ఫుల్ కోర్ట్ ముందు ద్రౌపదిని వివస్త్రను చేసి అవమానించినప్పుడు, ఈ పెద్దలు ఎందుకు అంతగా రెచ్చిపోయారు, ఎవరూ ముందుకు వచ్చి

దుర్యోధనుడిని లేదా దుశ్శాసనుని ఈ దుశ్చర్య నుండి ఎందుకు ఆపలేదు? ఇప్పటికీ పాండవులు తమ వైపు నుంచి ఎలాంటి చొరవ తీసుకోరు. సంజయ్ ! నువ్వు వెళ్లి పాండవులకు ఇంద్రప్రస్థం ఇవ్వమని ధృతరాష్ట్ర రాజుతో చెప్పు, అతని సమాధానం తర్వాతే నిర్ణయం తీసుకుంటాను."

యుధిష్ఠిరుడు, "అవును, మనం ఖచ్చితంగా ఇంత చేయగలం, వారు మనకు మొత్తం రాజ్యాన్ని ఇవ్వకపోతే, ఐదుగురు సోదరులకు కనీసం ఐదు గ్రామాలైనా ఇస్తాము. అంతే, మనకు ఇంకేమీ అవసరం లేదు. అప్పుడు శాంతి తప్పకుండా నెలకొల్పబడుతుంది."

సంజయుడు హస్తినకు తిరిగి వచ్చాడు. ధృతరాష్ట్రుడు అడిగాడు, "సంజయ్! మీరు ఏ సమాధానం తెచ్చారు?

"ఏ ధరకైనా వారికి సొంత రాష్ట్రం కావాలి. వారు మీ అర్థరహిత శాంతి ప్రణాళికలో పడరు." సంజయుడు ధృతరాష్ట్రునికి మొదటి నుండి చివరి వరకు అన్నీ వివరించాడు. ధృతరాష్ట్రుడు కంగారుపడ్డాడు. పాండవులు తమ రాజ్యం కోసం తమ డిమాండ్‌ను వదులుకుని శాంతి మార్గాన్ని అవలంబిస్తారు, అయితే ఇప్పుడు ఏమి చేయాలన్నది అతని ఆలోచన. దుర్యోధనుడు పాండవులకు తన అధికారాన్ని ఎప్పటికీ వదులుకోడు మరియు వారు కొడుకును ఎదిరించలేరు.

ఆ క్షణంలోనే విదురుని పిలిచాడు. మహాత్మా విదుర్ ఎల్లప్పుడూ అతనికి సంక్షోభ సమయాల్లో తగిన సలహాలు ఇచ్చేవాడు. ధృతరాష్ట్రుడు దాన్ని పూర్తిగా అమలు చేయలేకపోయాడన్నది వేరే విషయం.

విదురుడు వచ్చినప్పుడు, ధృతరాష్ట్రుడు బాధతో ఇలా అన్నాడు, "పాండవులకు న్యాయం జరగాలని మరియు కౌరవులకు ఎటువంటి హాని జరగకూడదని నేను కోరుకుంటున్నాను, కాని నా రాత్రి నిద్ర మరియు పగటి ప్రశాంతత హానికరమైన భయంతో నాశనం చేయబడింది. ఏమి చేయాలో, ఏమి చేయకూడదో నాకు అర్థం కాలేదు?

"దాని గురించి ఇంకా ఆలోచించాల్సిన అవసరం ఏముంది?" అన్నాడు విదురుడు, "జోపరిస్థితి ఏర్పడింది, దానికి మీరే బాధ్యులు. నీకు బాధ్యత అప్పగించి కన్నుమూసి శకుని, కర్ణుడు, దుశ్శాసనుడు వంటి వారితో కలిసి దుర్యోధనుడు రాజ్యాన్ని చేజిక్కించుకుంటున్నాడు. మీ తప్పును సరిదిద్దుకోవడానికి ఇంకా సమయం ఉంది. పాండవులకు వారి రాజ్యం ఇవ్వడం ద్వారా నిశ్చింతగా ఉండండి. అప్పుడు మీరు న్యాయం నుండి మీ కళ్ళు తిప్పుకున్నారని కూడా ఎవరూ అనరు.

ధృతరాష్ట్రుడు ప్రశాంతంగా ఉన్నాడు. అలా చేయడం అతని శక్తిలో లేదు. దుర్యోధనుడికి కోపం తెప్పించినంత మాత్రాన అతను వణికిపోయాడు.

విదురుడు ఇలా అన్నాడు, "నువ్వు ఎందుకు మౌనంగా ఉన్నావు? మీరు నా సూచనను అంగీకరించకపోతే, ఈ యుద్ధాన్ని నివారించడం అసాధ్యం మరియు యుద్ధంలో అన్యాయమైనవారు మాత్రమే మరణాన్ని ఎంచుకోవలసి ఉంటుంది. యుద్ధం ముగింపులో అలా జరగకుండా ఉండేందుకు , మీ "మీ కుమారుల మరణ వార్త తెలియగానే మీరు రక్తపు కన్నీళ్లు పెట్టుకున్నారు. అంతిమంగా, పాండవులకు వారి హక్కులు ఇవ్వడంలో మీకేమి అభ్యంతరం?"

ధృతరాష్ట్రుని కళ్లముందు చీకటి అలుముకుంది. అతను ఇలా అన్నాడు, "నేను నా మాటలను కాదనలేను. నా హృదయంలో పాండు కుమారుల పట్ల నాకు అపారమైన ప్రేమ ఉంది, కానీ దుర్యోధనుని ఇష్టానికి విరుద్ధంగా ప్రవర్తించే అధికారం నాకు లేదు. ఏది జరగాలని అనుకున్నా, బాధపడాల్సి వస్తుంది. మీ మాటలు కలత చెందిన నా మనసుకు శాంతిని కలిగిస్తున్నాయి. "ఇంకా మాట్లాడు, నేను మీ ఆలోచనలను వింటున్నాను."

విదురుడు ఆశ్చర్యపోయాడు. నిజం తెలిసినా ధృతరాష్ట్రుడు సరైన నిర్ణయం తీసుకోలేకపోయాడు.

అతను రాత్రంతా ధృతరాష్ట్రునికి వివరిస్తూనే ఉన్నాడు మరియు ధృతరాష్ట్రుడు మౌనంగా అతనిని వింటూనే ఉన్నాడు.

మరుసటి రోజు ఉదయం ధృతరాష్ట్రుడు భీష్ముడు, ద్రోణాచార్యుడు, సంజయుడు, కృపాచార్య మొదలైన వారిని పిలిచాడు. దుర్యోధనుడు తన సోదరులతో పాటు కర్ణుడు, శకుని మొదలైన వారితో కూడా వచ్చాడు.

ధృతరాష్ట్రుడు మాట్లాడటం ప్రారంభించాడు, "సంజయుడు పాండవులను కలవడానికి వచ్చాడు. పాండవులు యుద్ధానికి పెద్ద ఎత్తున సన్నాహాలు చేసుకున్నారని సంజయుడి మాటలను బట్టి తెలుస్తోంది. వారు తమ రాజ్యాన్ని పొందాలని నిశ్చయించుకున్నారు. రాత్రి విదురుడు కూడా తన వాటాను అతనికి అప్పగిద్దాం అని చెప్పాడు. అందుచేత పాండవులను తిరిగి ఇంద్రప్రస్థానికి చేర్చి ఈ వివాదాన్ని శాశ్వతంగా ముగించాలని నేను భావిస్తున్నాను.

భీష్ముడు, విదురుడు, ద్రోణాచార్యుడు మొదలైన వారు కూడా కోరుకున్నది ఇదే. పెద్దలు వెంటనే ధృతరాష్ట్రుని ఆలోచనను సమర్థించారు.

తండ్రి మాటలు దుర్యోధనుడికి అస్సలు నచ్చలేదు. అతను కోపంగా అన్నాడు, "వాళ్ళు యుద్ధానికి సన్నాహాలు చేసుకుంటే మనం భయపడాల్సిన అవసరం లేదు. మనం కూడా ఎవరికీ తక్కువ కాదు. మనతో పాటు గొప్ప వీరులు కూడా ఉన్నారు. గురుదేవ్ ద్రోణాచార్య, భీష్మ పితామహ, కృపాచార్య, కర్ణ మరియు అశ్వత్థామా.మనం బ్రతికి ఉండగా పాండవుల బెదిరింపులకు ఎలా భయపడతాం.. రాజ్యాన్ని మన చేతుల్లోకి వదిలేయడం పిరికితనం.. ఇంద్రప్రస్థం తిరిగి ఇవ్వము.. మన ప్రతాపానికి ఎంత భయపడి.. అయిదు మాత్రమే

అడుగుతున్నారు. గ్రామాలు.మన ఉద్దేశ్యంలో మనం దృఢంగా ఉంటే, వారు అలాగే ఉంటే, వారి ఐదు గ్రామాల డిమాండ్ మిగిలి ఉండదు, యుద్ధం యొక్క ప్రశ్న మిగిలి ఉంది, వారు యుద్ధంలో మనతో పోటీపడలేరు."

కొడుకు మాటలు విని ధృతరాష్ట్రుడు బాధపడ్డాడు. అతను కోపంతో, "ఇప్పుడు దుర్యోధనుడికి ఎవరు వివరిస్తారు? ఈ మూర్ఖుడు పాండవుల శౌర్యాన్ని చిన్నచూపు చూస్తున్నాడు. తన వద్ద దివ్య ఆయుధాలు ఉన్నాయని, అర్జునుడి వద్ద గాండీవం ఉందని కూడా తెలియదా. పాండవులు తమ హక్కులను మాత్రమే డిమాండ్ చేస్తున్నారు. నాకు అది కావాలి

ఇంద్రప్రస్థం ఇవ్వడం ద్వారా ఈ యుద్ధ ప్రమాదాన్ని నివారించి, దాయాదులను శాంతిగా, గౌరవంగా జీవించనివ్వండి." దుర్యోధనుడు కోపించి, "మీరు పాండవుల శక్తికి భయపడుతున్నారు.

ఉన్నాయి. అర్జునుడికి గాండీవం మరియు దివ్యాస్త్రాలు ఉన్నాయి మరియు మనకు కర్ణుడు ఉన్నాడు. యుద్ధ గురువు ఆచార్య పరశురాముడి నుండి కూడా కర్ణుడు దివ్య ఆయుధాలను పొందాడు.

"అవును, నా దగ్గర బ్రహ్మాస్త్రం కూడా ఉంది." కర్ణుడు గర్వంతో, "బ్రహ్మాస్త్రంతో

పాండవ సైన్యం యొక్క అన్ని జాడలను నేను ఒక్కడినే తుడిచివేయగలను." భీష్ముడు బిగ్గరగా అన్నాడు, "అంత అహంకారం వద్దు కర్ణా! ఈ అహంకారమే మనిషికి అతి పెద్ద శత్రువు, ఇంతకు ముందు కూడా నువ్వు అర్జునుడితో యుద్ధం చేశావు. మత్స్య దేశంలో, మీరు ఇప్పటికే ఓడిపోయారు మరియు ఇప్పుడు యుద్ధం జరిగితే, శ్రీ కృష్ణుడు మీ బ్రహ్మాస్త్రాన్ని కూడా నాశనం చేస్తాడు."

"హ్మ్. కాబట్టి నేను కేవలం విషయాలను రూపొందిస్తున్నానని మీరు అర్థం చేసుకున్నారు. కర్ణుడు, "తీసుకో! ఈ రోజు నేను నా మరణం వరకు పోరాడుతానని ప్రతిజ్ఞ చేస్తున్నాను మరియు ఓ భీష్మ పితామా! నువ్వు బ్రతికి ఉన్నంత కాలం నా ఆయుధాలను కూడా తాకను. యుద్ధభూమిలో మీ నైపుణ్యాలను పరీక్షించుకున్న తర్వాత మీరు శాంతించారు, అప్పుడు నా పని ప్రారంభమవుతుంది."

అంటూ కర్ణుడు వేగంగా అడుగులు వేస్తూ అక్కడి నుంచి వెళ్లిపోయాడు

(పన్నెండు)

యుద్ధ భయం క్రమంగా పెరిగింది.

హస్తినలో ఏం జరిగినా పాండవుల దగ్గర పూర్తి సమాచారం ఉంది

చేరుకునేది. కౌరవులు యుద్ధం లేకుండా ఇంద్రప్రస్థం తిరిగి రాకూడదని నిర్ణయించుకున్నప్పుడు, వారు ఈ కొత్త పరిస్థితి గురించి తీవ్రంగా ఆలోచించారు. యుధిష్ఠిరుని ముందు ఒకటే ప్రశ్న, సమస్యను శాంతియుతంగా పరిష్కరించలేమా? వివరణకు యుద్ధం ఒక్కటే ఆధారమా?

యుధిష్ఠిరుడు అకస్మాత్తుగా శ్రీ కృష్ణుడిని ఇలా అడిగాడు, "ఈ యుద్ధంలో నాకు ఎటువంటి ప్రయోజనం కనిపించడం లేదు. ఈ యుద్ధం మానుకోలేమా? మనం ఖచ్చితంగా గెలుస్తాము, అయినా నేను ఈ యుద్ధానికి అనుకూలంగా లేను." సరే, మనం ఏమి చేస్తాము. యుద్ధంలో గెలిచి లాభం - రాజ్యమా? భూమి? కీర్తి?కౌరవులు మా కోడలు, మన పెద్దలు, బంధువులు అందరూ వారి పక్షాన ఉన్నారు, వారందరినీ యుద్ధంలో చంపి రాజ్యాన్ని పొందడం ద్వారా మనం సుఖం పొందగలమా?నాకు మనం కావాలి మరోసారి శాంతియుతంగా జీవించాలి. కౌరవులు యుద్ధానికి కట్టుబడి ఉన్నారనేది నిజం, యుద్ధం లేకుండా ఐదు గ్రామాలను కూడా ఇవ్వకూడదనుకుంటున్నారు, నేను క్షత్రియుడిని మరియు పోరాడటం నా మతం, అయినప్పటికీ యుద్ధం వల్ల ఎటువంటి హాని లేదు. "నేను. నేను క్షేమం చూసుకోను."

శ్రీకృష్ణుని పెదవులపై చిరునవ్వు కనిపించింది. అతను "ధరమ్రాజా! నేను మీ మనోభావాలను గౌరవిస్తాను. కౌరవులతో శాంతి చర్చలు జరపడానికి మీరు మరొక ప్రయత్నం చేయాలనుకుంటే, నేను వ్యక్తిగతంగా హస్తినకు వెళ్లి కౌరవులను కలుస్తాను. మీ ఇద్దరితో శాంతిని ఏవిధంగానూ పాడుచేయకుండా ప్రయత్నిస్తాను. ఆసక్తులు. నేను పార్టీల మధ్య శాంతిని నెలకొల్పగలను."

"నువ్వు వెళ్తున్నావు, కానీ హస్తినాపురంలో నీకు హాని జరుగుతుందని నేను భయపడుతున్నాను." యుధిష్ఠిరుడు "దుర్యోధనుడు అక్కడ ఉంటాడు, అతని దుష్ట సహచరులు ఉంటారు, వారి మధ్య ఒంటరిగా వెళ్లడం ప్రమాదకరం" అని సందేహం వ్యక్తం చేశాడు.

"నా గురించి చింతించకు యుధిష్ఠిర్!" శ్రీ కృష్ణుడు "నన్ను నేను రక్షించుకుంటాను. శాంతి కోసం నా ఈ చివరి ప్రయత్నం విజయవంతం కావాలని మరియు కౌరవులు మరియు పాండవుల మధ్య శాంతి నెలకొనాలని నేను కోరుకుంటున్నాను" అని చెప్పాడు.

మరుసటి రోజు ఉదయం శ్రీ కృష్ణుడు హస్తినాపురానికి వెళ్లేందుకు సిద్ధమయ్యాడు. సాత్యకి అతని కోసం రథాన్ని సిద్ధం చేసి, శ్రీ కృష్ణుడి గద, చక్రము, శంఖం మరియు ఇతర ఆయుధాలను ఉంచాడు. అప్పుడు శ్రీ కృష్ణుడు తనతో పాటు పది మంది యోధులను, వెయ్యి మంది పాద సైనికులను, వెయ్యి మంది అశ్విక దళ సైనికులను తీసుకుని హస్తినాపురానికి బయలుదేరాడు. దుర్యోధనుడి మోసానికి భరోసా లేదు.

శ్రీకృష్ణుని రాక గురించి ధృతరాష్ట్రుడికి సమాచారం అందింది. వారికి ఆనందం

ఈ సంక్షోభ సమయంలో శ్రీ కృష్ణుడు వస్తున్నాడు. అతను తన సేవకులను ఆజ్ఞాపించాడు, "వెళ్లండి! శ్రీ కృష్ణుడిని స్వాగతించడానికి సన్నాహాలు చేయండి. దారిలో ఎక్కడా ఎలాంటి ఇబ్బంది రాకూడదని గుర్తుంచుకోండి. ప్రతిచోటా వారి విశ్రాంతి మరియు ఆహారానికి మంచి ఏర్పాట్లు చేయండి."

అదే జరిగింది. శ్రీకృష్ణుడు వచ్చే మార్గంలో సకల సౌకర్యాలు ఏర్పాటు చేసి హస్తినాపురం సర్వాంగ సుందరంగా ముస్తాబైంది.

విదురుడు ధృతరాష్ట్రుడికి సూచించాడు, "మహారాజా! శ్రీ కృష్ణుడు కోరుకుంటే అంతా సవ్యంగా సాగుతుంది. అతను వృకభూమికి చేరుకున్నాడు, అతను ఇక్కడికి వచ్చినప్పుడు, కౌరవులు మరియు పాండవుల సంక్షేమానికి మీరు అతనిని పరిష్కారం అడగాలి.

"అవును." ధృతరాష్ట్రుడు "నాకు కూడా అదే కావాలి" అన్నాడు. రేపటిలోగా హస్తినకు చేరుకుంటారు. చూడండి, రాజభవనంలో అతనికి ఎలాంటి ఇబ్బంది జరగలేదు. దుఃశ్శాసనుడి గదిలో అతన్ని ఉంచడం సముచితం, ఎందుకంటే ఆ గది చాలా గొప్పది మరియు శ్రీ కృష్ణుడికి పూర్తిగా సరిపోతుంది.

శ్రీ కృష్ణుడు వస్తున్నాడని దుర్యోధనుడికి తెలుసు, ఇది విన్న క్షణం నుండి, అతని మనస్సు అతని కొత్త ప్రణాళికలలో మునిగిపోయింది. అతను తన తండ్రితో, "మహారాజా! శ్రీ కృష్ణుడు హస్తినకు వస్తున్నాడు, ఈ అవకాశాన్ని మనం పోగొట్టుకోకూడదు. శ్రీ కృష్ణుడిని పట్టుకుని బందీగా చేయాలి. పాండవులు ఈ వార్తను అందుకోగానే, వారు తమ యుద్ధ సంకల్పాన్ని విడిచిపెడతారు."

ధృతరాష్ట్రుడు కోపంతో ఉగ్రరూపం దాల్చాడు. అతడు "ఏం చెప్తున్నావు దుర్యోధనా? శ్రీ కృష్ణుడు హస్తినకు దూతగా వస్తున్నాడు. అతను మా గౌరవ అతిథి. వాళ్లను జైల్లో పెట్టడం గురించి మాట్లాడటానికి సిగ్గు లేదా? ఎవరైనా ఇలా మెసెంజర్‌తో తప్పుగా ప్రవర్తిస్తారా? దుర్యోధనుడు "ఇదేనా రాజకీయమా?" అన్నాడు.

"మౌనంగా ఉండు దుర్యోధనా!" అని భీష్ముడు గర్జించాడు, "ఈ కుట్ర ఏదో ఒకరోజు నీ మరణానికి దారి తీస్తుంది. ధృతరాష్ట్రా! దుర్యోధనుడు శ్రీ కృష్ణుడికి ఏదైనా హాని చేయాలని ప్రయత్నిస్తే, అతను అతని మరణాన్ని ఆహ్వానిస్తున్నాడని అర్థం చేసుకోండి.

అని చెప్పి భీష్ముడు అక్కడి నుండి వెళ్లిపోయాడు. శ్రీ కృష్ణుడు హస్తినాపురం చేరుకోగానే ఆయనకు ఘన స్వాగతం లభించింది. భీష్ముడు, ద్రోణాచార్యుడు, కృపాచార్యుడు మొదలైనవారు ముందుకు వచ్చి నమస్కరించారు. అతన్ని చూసేందుకు నగరమంతా గుమిగూడింది.

శ్రీ కృష్ణుడు మొదట రాజభవనానికి వెళ్లి ధృతరాష్ట్రుడిని కలిశాడు. ధృతరాష్ట్రుడు అతన్ని ఆప్యాయంగా ఆలింగనం చేసుకున్నాడు.

అక్కడి నుండి శ్రీ కృష్ణుడు నేరుగా పాండవుల తల్లి కుంతి నివసించే విదురుని ఇంటికి వెళ్ళాడు. శ్రీ కృష్ణుడు తనతో ఉన్నందుకు కుంతి చాలా సంతోషించింది. శ్రీ కృష్ణుడు కుంతికి తన కుమారులు మరియు కోడళ్ల యోగక్షేమాలను తెలియజేశాడు. కుంతి పదమూడేళ్లుగా తన కొడుకులకు, కోడళ్లకు దూరంగా ఉంటూ వచ్చింది. అతని యోగక్షేమాలు తెలుసుకుని సంతోషించడమే కాకుండా, "చూడండి వాడు చాలా బాధపడ్డాడు. ఇచ్చిన హామీని నెరవేర్చిన తర్వాత కూడా వారి హక్కులను కాలరాస్తున్నారు.

"బాధపడకు." శ్రీ కృష్ణుడు చెప్పాడు, "నీ కుమారులు భూమికి యజమానులుగా ఉంటారని మరియు వారి శత్రువుల పేర్లు మరియు జాడలు కూడా చెరిపివేయబడతాయని మీరు మీ కళ్ళతో చూసే సమయం రాబోతుంది."

శ్రీ కృష్ణుడు దుర్యోధనుడిని కలిసినప్పుడు, దుర్యోధనుడు ఇలా అన్నాడు, "హస్తినాపురానికి స్వాగతం. దయచేసి ఈరోజు భోజనం నాతో తీయండి.'

"లేదు, నేను నీ ఆహ్వానాన్ని అంగీకరించలేను." అన్నాడు శ్రీకృష్ణుడు."ఎందుకు?" దుర్యోధనుడు ఆశ్చర్యపోయాడు.అతను శ్రీకృష్ణుడిని లొంగదీసుకోవడానికి వచ్చాడు మరియు శ్రీకృష్ణుడు అతనిపై చేయి కూడా చేయనివ్వలేదు.

శ్రీ కృష్ణుడు ఇలా అన్నాడు, "ప్రజలు ఆహారం కోసం ఆహ్వానాలను స్వీకరించడానికి రెండు కారణాలు ఉన్నాయి. ఒకటి, పరస్పర ప్రేమ ఉన్నందున, రెండవది ఆహ్వానించబడిన వ్యక్తి ఆకలితో మరియు పేదవాడు. నేను ఆకలితో మరియు పేదవాడిని కాదని మరియు మీరు నన్ను ప్రేమించరని మీకు తెలుసు. నిజం ఏమిటంటే 'పాండవులను ద్వేషించేవాడు నన్ను ద్వేషిస్తాడు, పాండవులను ప్రేమించేవాడు నన్ను ప్రేమిస్తాడు. కాబట్టి నన్ను క్షమించండి, నేను మీతో భోజనం చేయలేను."

దుర్యోధనుడి ముఖం మసితో నిండిపోయింది.

అతన్ని అక్కడ వదిలి శ్రీ కృష్ణుడు విదురుని ఇంటికి వెళ్లి అక్కడ భోజనం చేసాడు. విదురుడు ఇలా అన్నాడు, "మూర్ఖుడైన దుర్యోధనుడు తన నిర్లక్ష్యంలో విజయం సాధిస్తాడని అనుకుంటాడు. అతను ఎవరి మాట వినడు. కర్ణుడు మరియు శకుని మాటలను అనుసరించి, అతను భారీ సైన్యాన్ని సమీకరించాడు మరియు యుద్ధం చేయడానికి నిశ్చయించుకున్నాడు. అటువంటి పరిస్థితిలో, మీరు శాంతి కోసం ఒక ప్రతిపాదనతో ఇక్కడకు వచ్చారు, మీ మాట ఎవరు వింటారు? ఈ దుర్మార్గునికి దూరంగా ఉండటమే మంచిది."

'నేను కౌరవుల క్షేమం కోసం ఇక్కడికి వచ్చాను' అని శ్రీ కృష్ణుడు చెప్పాడు, 'కౌరవులు నా ప్రతిపాదనను అంగీకరిస్తే, వారు అకాల మరణం నుండి రక్షించబడతారు, లేకపోతే వారి మరణం ఖాయం. దుర్యోధనుడు నాకు ఏదైనా హాని చేయాలని ప్రయత్నిస్తే, దాని పరిణామాలు చాలా తీవ్రంగా ఉంటాయి.

మరుసటి రోజు రాజాస్థానంలో సమావేశం జరిగింది. ధృతరాష్ట్రుడితో సహా ప్రతి ఒక్కరికీ వారి స్వంతం ఉంది వారు సీటులో కూర్చున్నారు. భీష్ముడు, ద్రోణుడు మరియు ఇతర పెద్దలతో పాటు, గౌరవనీయులైన ఋషులు కూడా ఉన్నారు.

శ్రీ కృష్ణుడు అందరినీ ఉద్దేశించి, "నేను శాంతి కోసం చివరి ప్రయత్నం చేయడానికి ఇక్కడకు వచ్చాను. ఒక సంధి ప్రతిపాదనను సమర్పించమని పాండవులు నన్ను పంపారు. రాజ్యాన్ని పాండవులకు అప్పగించి యుద్ధ ప్రమాదాన్ని నివారించాలన్నది న్యాయ డిమాండ్ అని నా అభిప్రాయం. అలా చేయకపోతే కురు వంశం నాశనం అవుతుంది."

సభలో ఉన్న చాలా మందికి ఇదే అభిప్రాయం ఉంది, కానీ దుర్యోధనుడికి ఈ విషయాలపై కోపం వచ్చింది. "పాండవుల మీద ఇంత సానుభూతి ఎందుకు ఉంటుందో అర్థం కావడం లేదు.. ఏది జరిగినా నిబంధనల ప్రకారమే జరిగింది. ఒక్కసారి ఓడిపోయి మళ్లీ జూదం ఆడాల్సిన అవసరం ఏముంది.. మొదటి సారి అన్నీ తిరిగి ఇచ్చేశాం. వారు ఓడిపోయారు, కానీ ఇప్పుడు వారికి ఏమీ ఇవ్వడానికి నేను ఇష్టపడను, వారు మాతో పోరాడాలనుకుంటే, మేము కూడా సిద్ధంగా ఉన్నాము."

శ్రీ కృష్ణుడు ఇలా అన్నాడు, "దుర్యోధనా! యుద్ధంలో నువ్వు గెలుస్తావు అనే ఈ ఆలోచనను నీ మనస్సు నుండి తొలగించు. యుద్ధం చేయకుండా ఏ నిర్ణయం తీసుకోకూడదనుకుంటే, అర్జునుడు నీ పరమవీరుడితో, అతని విజయంతో యుద్ధం చేయడమే మంచిది. లేదా ఓటమి అనేది నిర్ణయం." అనవసరంగా పెద్ద యుద్ధాన్ని నిర్వహించడం ఏమిటి? నిశ్శబ్దంగా పాండవులకు వారి హక్కులు ఇచ్చి కలిసి జీవించడం ఉత్తమం." భీష్ముడు కూడా దుర్యోధనుడికి వివరించాడు, "శ్రీ కృష్ణుడు చెప్పేది సరైనది, కలిసి జీవించడం మంచిది."

అందరూ శ్రీ కృష్ణుడికి మద్దతు ఇవ్వడం చూసి దుశ్శాసనుడు భయపడ్డాడు. అతను తన సోదరుడు దుర్యోధనుడి చెవిలో గుసగుసలాడాడు, "సోదరా! ఇక్కడ గంగ రివర్స్‌లో ప్రవహిస్తోంది. శ్రీకృష్ణుడి మాట వినకపోతే, పాండవులతో సంధి చేసుకోకపోతే, ద్రోణుడు, భీష్ముడు, పితాశ్రీలు అందరూ కలిసి మనల్ని పాండవులకు అప్పగిస్తారు." దుర్యోధనుడి శరీరం మొత్తం కోపంతో వణికిపోయింది. ఒక్కసారి చూసాడు. అందరూ తీక్షణమైన చూపుతో, కుదుపుతో లేచి ఆడిటోరియం నుండి బయలుదేరారు.అతనితో పాటు కర్ణుడు, శకుని, దుశ్శాసనుడు మొదలైనవారు కూడా గౌరవప్రదమైన దూతతో మాట్లాడకుండా వెళ్ళిపోయారు.

సంభాషణ మధ్యలో లేచినందుకు అందరూ బాధపడ్డారు. ఈ గందరగోళం కారణంగా ధృతరాష్ట్రుడు తన ఆసనంలో మెలికలు తిరుగుతున్నాడు.

శ్రీ కృష్ణుడు ధృతరాష్ట్రునితో ఇలా అన్నాడు, "దుర్యోధనుడి అహంకారం భరించలేనిది. అతనికి రాజ్యాన్ని దూరం చేసి పాండవులతో సంధి చేసుకోవడం మంచిదిచేయి. ఇదొక్కటే పరిష్కారం దీని ద్వారానే కురు వంశాన్ని కాపాడుకోగలం." అకస్మాత్తుగా ధృతరాష్ట్రుడికి ఏం

సమాధానం చెప్పాలో తోచలేదు. అతను విదురునితో ఇలా అన్నాడు, "మహాత్మా! గాంధారిని కాసేపు పిలవండి. ఈ సంక్షోభ సమయంలో ఆమె నాకు మార్గదర్శకంగా ఉంటుంది. చేయి."

విదురుడు మీటింగ్ నుండి లేచి, మరుసటి క్షణం లోపలి గది నుండి గాంధారిని పిలిచాడు. గాంధారి ఆసనంలో కూర్చున్నప్పుడు, ధృతరాష్ట్రుడు తన సందిగ్ధతను ఆమె ముందు ఉంచాడు. గాంధారి అప్పటికే కొడుకుల పెత్తనానికి, భర్త నిస్సహాయ స్థితికి దిగులు చెందింది. ఈరోజు ఆమెకు అవకాశం వచ్చినప్పుడు, "మహారాజా! వివరణ కోసం క్షమించండి. నీ బలహీనత వల్లనో, తడబాటుతోనో మా కొడుకులు ఇంత ధిక్కారంగా తయారయ్యారనేది నిజం. మీ కుమారులను నియంత్రించండి మరియు వారిని ఈ యుద్ధం నుండి దూరంగా ఉంచండి. అంతే కాదు, దుర్యోధనుడు సభకు తిరిగి వచ్చినప్పుడు, గాంధారి తన కుమారుడికి కూడా వివరించింది. తల్లి చెప్పిన ఒక్క మాట కూడా దుర్యోధనుడికి నచ్చలేదు. పాములా బుసలు కొడుతూ ఎర్రని కళ్లతో తల్లివైపు చూస్తూనే ఉన్నాడు. తల్లి గట్టిగా చెప్పింది, "కుమారా! అధర్మ మార్గాన్ని విడిచిపెట్టు. అధర్మాన్ని అనుసరించడం ద్వారా మీరు పాండవులను గెలవలేరు లేదా మీ రాజ్యాన్ని రక్షించుకోలేరు. మీకు సుఖం మరియు శాంతి కావాలంటే, అప్పుడు సంధి ప్రతిపాదనను అంగీకరించండి. శ్రీ కృష్ణుడు." దుర్యోధనుడు తట్టుకోలేకపోయాడు, అతను ఎటువంటి సమాధానం ఇవ్వకుండా అతని పాదాలను తొక్కాడు మరియు ఆడిటోరియం నుండి బయలుదేరాడు. రెండో గదిలో కర్ణుడు, శకుని, దుశ్శాసనుడు మొదలైనవారు దుర్యోధనుడి కోసం ఎదురు చూస్తున్నారు. దుర్యోధనుడు తిరిగి వచ్చి పర్యావరణమంతా తనకు వ్యతిరేకంగా ఉందని, ఇప్పుడు ఏమి చేయాలి?

అతను ఈ విషయాన్ని తీవ్రంగా చర్చించాడు మరియు చివరకు శ్రీ కృష్ణుడిని బంధించాలని నిర్ణయించుకున్నాడు. దుర్యోధనుడు ఇలా అన్నాడు: "మనం శ్రీకృష్ణుడిని పట్టుకుంటే పాండవులు ధైర్యం కోల్పోతారు. అప్పుడు పాండవులను అతి సులభంగా నాశనం చేస్తాం. ఈ చర్యతో మహారాజా ధృతరాష్ట్రుడు లేదా ఎవరైనా సంతోషించినా లేదా కోపంగా ఉన్నా నేను పట్టించుకోను."

దుర్యోధనుడి కుట్ర గురించి సాత్యకి ఎలాగో తెలుసుకున్నాడు. వెంటనే బయటకు వచ్చి తన సైన్యాన్ని అప్రమత్తంగా ఉండమని ఆదేశించాడు. ఆ తర్వాత ఆడిటోరియం వద్దకు చేరుకుని ప్రమాదం గురించి శ్రీకృష్ణుడిని హెచ్చరించాడు.

శ్రీ కృష్ణుడు ధృతరాష్ట్రునితో ఇలా అన్నాడు, "నీ కొడుకు దుర్యోధనుడు నన్ను చెరసాలలో వేయాలని యోచిస్తున్నాడని నాకు సమాచారం అందింది. సరే, మీరు అలా చేస్తేకావాలంటే నన్ను అరెస్ట్ చేయడానికి వస్తాడు. అప్పుడు ఎవరు ఎవరిని అరెస్ట్ చేస్తారో కూడా చూపిస్తాను. నా శక్తిపై నాకు పూర్తి విశ్వాసం ఉంది, కానీ నేను మీ సమక్షంలో నా శక్తిని ప్రదర్శించడానికి రాలేదు. దయచేసి ఈ చర్య చాలా ఖరీదైనదని దుర్యోధనుడికి వివరించండి."

ధృతరాష్ట్రుడు విచారంగా అన్నాడు, "నేను దుర్యోధనుడికి వివరిస్తాను. దయచేసి నాకు మరికొంత సమయం ఇవ్వండి, బహుశా దుర్యోధనుడు యుద్ధ ఆలోచనను విరమించుకుంటాడు.

అప్పుడు దుర్యోధనుడు మళ్ళీ తన సహచరులతో కలిసి సభాస్థలికి వచ్చాడు. ధృతరాష్ట్రుడు తన కుమారుడిని చాలా మందలించినా దుర్యోధనుడిపై ప్రభావం చూపలేదు. దీనిపై, శ్రీ కృష్ణుడు తన భారీ రూపాన్ని చూపించాడు, దీంతో ఆడిటోరియం మొత్తం నిశ్శబ్దం నెలకొంది.

శ్రీ కృష్ణుడు తన ఆసనం నుండి లేచి, "ఇప్పుడు నేను ఇక్కడ ఉండడం పనికిరాదు, నీ కుమారులపై నీకు అధికారం లేదని నేను స్పష్టంగా చూస్తున్నాను. మీరు పాండవులతో సంధి చేయకూడదనుకుంటే, వారు కూడా యుద్ధానికి సిద్ధంగా ఉన్నారు. నేను బయలుదేరుతున్నాను." అంటూ శ్రీకృష్ణుడు ఆడిటోరియం నుండి వెళ్లిపోయాడు. ఆ తర్వాత కుంతిని కలిశాడు

ఉపలవ్య నగరానికి బయలుదేరారు. వెళ్ళేటప్పుడు ఒకసారి కర్ణుని కలుసుకుని "కర్ణా! నువ్వు కూడా కుంతీ పుత్రుడివే, అందుకే పాండవులకు పెద్ద సోదరుడివి. నువ్వు కూడా నాతో పాండవుల దగ్గరకు రావడం మంచిది. యుధిష్ఠిరునికి నీ సత్యం తెలియగానే

మీకు జ్ఞానం ఉంటే, అతను మొత్తం రాజ్యాన్ని మీకు అప్పగిస్తాడు. అప్పుడు సాధ్యమయ్యే యుద్ధాన్ని నివారించవచ్చు కాలేదు."

కర్ణుడు "నువ్వు చెప్పేది నేను అంగీకరించలేను. నాకు జన్మనిచ్చిన వెంటనే నదిలో పడేసిన కుంతిని నా తల్లిగా ఎలా అంగీకరిస్తాను. నన్ను క్షమించు" అన్నాడు. అది చేయి." "దీని అర్థం ఇప్పుడు ఎవరూ యుద్ధాన్ని తప్పించుకోలేరు." శ్రీ కృష్ణుడు.

"సరే, ఈరోజు నుండి ఏడవ రోజు అమావాస్య మొదలవుతుందని, అదే రోజు యుద్ధం మొదలవుతుందని కౌరవులకు చెప్పు" అన్నాడు.

శ్రీకృష్ణుడు సాత్యకిని ఇలా చెప్పి, "రథాన్ని ఉపలవ్య నగరం వైపు తీసుకుపో" అని ఆజ్ఞాపించాడు. కుంతి విదురుని ఇంట్లో ఆందోళనగా కూర్చుంది. కౌరవులు శ్రీ కృష్ణుని శాంతి ప్రతిపాదనను తిరస్కరించినందున ఇప్పుడు యుద్ధాన్ని నివారించడం అసాధ్యమని ఆమెకు తెలుసు. కర్ణుడు తన సోదరులను విడిచిపెట్టి, అన్యాయానికి గురైన కౌరవులకు మద్దతు ఇస్తున్నందుకు అతను చాలా బాధపడ్డాడు. ఎలాగైనా కర్ణుడి మనసు గెలుచుకోవాలనుకుంది.

మరుసటి రోజు ఆమె కర్ణుని ఇంటికి చేరుకుంది. ఆమె, "కుమారా! మీరు అన్యాయస్థుల పక్షాన్ని విడిచిపెట్టండి. పాండవులు నా కొడుకులే, నువ్వు కూడా నా కొడుకువే. సోదరులారా, అన్యాయంపై కలిసి పోరాడుదాం. కర్ణుడు ఇలా అన్నాడు, "నేను నిన్ను గౌరవిస్తాను మరియు

మీరు చెప్పినదానిని పూర్తిగా నమ్ముతాను, కానీ నేను నిన్ను నా తల్లిగా అంగీకరించలేను మరియు మీ ఆజ్ఞలను ఏవీ అంగీకరించలేను. నేను మీకు జన్మనివ్వని తల్లివి?" అతను నన్ను తన ఒడిలోకి తీసుకోకుండా నదిలో విసిరాడు, పత్తి నన్ను రక్షించి పెంచింది, నేను పత్తిని నా తండ్రిగా మరియు అతని భార్యను నా తల్లిగా భావిస్తాను, ఇప్పుడు వెళ్లిపో, నేను దుర్యోధనుడిగా ఉంటాను నా చివరి శ్వాస వరకు నేను అర్జునుడికి అనుకూలంగా పోరాడతాను అవును నేను పాండవులలో ఒకరితో మాత్రమే యుద్ధం చేస్తాను, మిగిలిన నలుగురితో నేను యుద్ధం చేయను, నేను అర్జునుడితో మాత్రమే పోరాడతాను, నేను లేదా అర్జున్ గెలిచినా, మీ ఐదుగురు కుమారులు సజీవంగా ఉంటారు, ఆమె ఎల్లప్పుడూ ఐదుగురు కుమారులకు తల్లిగా ఉంటుంది."

కుంతి కళ్లలో నుంచి నీళ్లు వచ్చాయి. ఆమె ఏడుస్తూ, "విధి ముందు ఎవరు ఏమి చేయగలరు? నా నలుగురు కొడుకులను విడిచిపెట్టినందుకు చాలా ధన్యవాదాలు. యుద్ధభూమిలో ఈ మాటను గుర్తుంచుకో. నా శుభాకాంక్షలు."

అని చెప్పి కుంతి నిండు మనసుతో అక్కడి నుండి వెళ్లిపోయింది.

(పదమూడు)

శ్రీ కృష్ణుడు ఉపలవ్య నగర్ చేరుకున్నాడు.

పాండవులు శిబిరంలో వారిని చుట్టుముట్టారు. శ్రీ కృష్ణుడు కౌరవుల సమావేశం యొక్క మొత్తం కథను మొదటి నుండి చివరి వరకు వివరించాడు.

శిబిరంలో ఒక్క క్షణం నిశ్శబ్దం అలుముకుంది. అతని చివరి ప్రయత్నం కూడా ఫలించలేదు. ఇప్పుడు ఎవరూ తప్పించుకోలేరు. యుధిష్ఠిరుడు తన సోదరుల వైపు చూసి, "శ్రీ కృష్ణుడు ఇప్పుడే ఏమి చెప్పాడో, మీరంతా" అన్నాడు.

ప్రజలు విన్నారు. అంటే ఇప్పుడు యుద్ధరంగంలోనే విధి నిర్ణయించబడుతుంది. దీనికోసం మనం మన సైన్యాన్ని ఏర్పాటు చేసుకోవాలి." పాండవులకు ఏడు అక్షౌహిణి సైన్యాలు ఉన్నాయి. యుధిష్ఠిరుడు ఆలోచించాడు

ద్రుపదుడు, ధృష్టద్యుమ్నుడు, భీంసేనుడు, విరాటుడు, శిఖండి, సాత్యకి, చెకితనలు ఈ ఏడు సైన్యాలకు సేనాధిపతులుగా నియమితులయ్యారు.

"ఇప్పుడు మొత్తం సైన్యానికి ఎవరిని కమాండర్‌గా చేయాలి?" అని అడిగాడు శ్రీ కృష్ణుడు. వారు కాసేపు చర్చించుకున్నారు. చాలా మంది పేర్లు సూచించబడ్డాయి, కానీ ఏ పేరును ఎవరూ అంగీకరించలేదు. చివరగా శ్రీ కృష్ణుడు "ధృష్టద్యుమ్నుడు సేనాధిపతికి సరిపోతాడని నేను భావిస్తున్నాను" అన్నాడు.శ్రీకృష్ణుని సూచనను అందరూ సంతోషంతో అంగీకరించారు.

ధృష్టద్యుమ్నుడు ఈ గొప్ప బాధ్యతను స్వీకరించి సైన్యాన్ని అప్రమత్తంగా ఉండమని ఆదేశించాడు.

యుద్ధానికి సన్నాహాలు జరిగాయి. సైన్యాలు కవాతు చేయడానికి సిద్ధంగా ఉన్నాయి. చుట్టూ యుద్ధ వాతావరణం నెలకొంది. గుర్రాల గిట్టలు, ఆయుధాల గణగణంతో వాతావరణం ప్రతిధ్వనించింది. రథాలు ఇటు నుంచి అటువైపు పరుగులు తీస్తున్నాయి. శంఖం, డప్పుల గంభీరమైన ధ్వనులు సుదూర ప్రాంతాల నుండి మ్రోగుతున్నాయి. యుధిష్ఠిరుడు అటూ ఇటూ తిరుగుతూ సైన్యాన్ని పరిశీలిస్తున్నాడు.

ఉపలవ్య నగరం నుండి బయలుదేరే ముందు, యుధిష్ఠిరుడు ద్రౌపది యొక్క భద్రతకు పూర్తి ఏర్పాట్లు చేసాడు, తరువాత నిర్ణీత రోజున సైన్యం యుద్ధభూమికి బయలుదేరింది. కురుక్షేత్రం వంటి చదునైన మైదానాన్ని చేరుకున్న తరువాత, యుధిష్ఠిరు తన గుడారాన్ని వేశాడు. శ్రీకృష్ణుడితో సహా పాండవుల మిత్ర రాజులందరూ యుద్ధరంగంలో మోహరించారు. పక్కనే హిరణవతి నది ప్రవహిస్తోంది.

ఇంత పెద్ద యుద్ధాన్ని చూసి యుధిష్ఠిరుని గుండె బరువెక్కింది. సోదరులు ఒకరినొకరు కలుసుకున్నప్పుడు, యుధిష్ఠిరుడు ఇలా అన్నాడు, "మన స్వంత బంధువులతో పోరాడటానికి మేము ఇక్కడ సమావేశమయ్యాము, కురు వంశాన్ని రక్షించడానికి మేము చేసిన ప్రయత్నాలన్నీ విఫలమయ్యాయి."

అర్జునస్, "అన్నయ్యా! దుఃఖం పనికిరాదు. కౌరవులు కాస్త తెలివితేటలైనా ఉంటే ఈ పరిస్థితి వచ్చేది కాదు. అతను శ్రీ కృష్ణుని చివరి శాంతి ప్రయత్నాన్ని కూడా తిరస్కరించాడని మర్చిపోవద్దు. అప్పుడు మా క్షత్రియ ధర్మాన్ని అనుసరించి రాజ్యాన్ని పొందమని మాత కుంతీ నుండి అజ్ఞలు కూడా అందుకున్నాము.

యుధిష్ఠిరుడు మనసులో దుఃఖంతో ఉన్నా, కౌరవుల దుర్మార్గాన్ని తలచుకున్న వెంటనే యుద్ధానికి సిద్ధమయ్యాడు.

శ్రీ కృష్ణుడు హెచ్చరించి హస్తినాపూర్ నుండి బయలుదేరాడు. శ్రీకృష్ణుడు పాండవుల వద్దకు చేరుకోగానే యుద్ధానికి సిద్ధం కావాలని ఆజ్ఞాపిస్తానని దుర్యోధనుడు భయపడ్డాడు, ఎందుకంటే శ్రీకృష్ణుడు చాలా కోపంగా ఇక్కడి నుండి వెళ్లిపోయాడు. తదుపరి ప్రణాళిక వేయడానికి కర్ణుడు, శకుని మొదలైన వారిని తన గదికి పిలిచి, "ఇప్పుడు యుద్ధం జరుగుతుంది. శ్రీ కృష్ణుడు పాండవులకు మొత్తం పరిస్థితిని వివరించి ఉండాలి. ఇక ఆలస్యం చేయకూడదు, వెంటనే సైన్యాన్ని కూడగట్టి కురుక్షేత్రం వైపు వెళ్లాలి.

అప్పుడు ఏమి. దుర్యోధనుడి కోరిక మేరకు హస్తినలో యుద్ధ దీక్ష ఇది ప్రారంభమైంది. కౌరవులకు పదకొండు అక్షౌహిణి సైన్యాలు ఉన్నాయి. దుర్యోధనుడి అజ్ఞ అందిన వెంటనే సైన్యం కురుక్షేత్రం వైపు సాగింది. పదకొండు అక్షౌహిణి సైన్యానికి నియమించబడిన

సేనాధిపతుల పేర్లు - గురు ద్రోణాచార్య, కృపాచార్య, కర్ణ, శల్య, శకుని, సుదక్షిణ (కాంభోజ రాజు), జయద్రథుడు, అశ్వత్థామ, కృతవర్మ, భూరిశ్రవ మరియు వహ్వీకం. ప్రధాన కమాండర్ భీష్మ పితామహుడు నియమితులయ్యారు. తాత భీష్ముడు "నాకు సేనాధిపతి కావడానికి అభ్యంతరం లేదు, కానీ కర్ణుడు నా సేనాధిపతిగా ఉండగా యుద్ధంలో పాల్గొనలేడు" అన్నాడు.

కర్ణుడు, "మీ అభిప్రాయం అంగీకరించబడింది. ఎలాగైనా నువ్వు ఉండగా నేను ఆయుధాలు పట్టనని శపథం చేశాను. అవును, నువ్వు బ్రతికి లేనప్పుడు యుద్ధంలో పాల్గొనకుండా నన్ను ఎవరూ ఆపలేరు."

భీష్మ పితామహుడు తన ఆధ్వర్యంలో సైన్యంతో కురుక్షేత్రానికి చేరుకున్నాడు. పాండవుల సైన్యం కూడా చేరుకుంది.

యుద్ధం ప్రారంభమయ్యే ముందు, రెండు వైపుల నుండి వచ్చిన దూతలు సమావేశమై సాధారణంగా ఆమోదించబడిన యుద్ధ నియమాలు మొదలైనవాటి గురించి చర్చించారు. రెండు పార్టీలు అనుసరించాల్సిన కోడ్ రూపొందించబడింది. మొత్తం యుద్ధాన్ని మతపరమైన యుద్ధం అని పిలుస్తారు. ప్రధాన నియమాలు ఏమిటంటే - యుద్ధంలో ఏ పక్షం మోసం చేయదు, పాదాల సైనికుడు పాద సైనికుడితో పోరాడతాడు మరియు గుర్రపు స్వారీ గుర్రపు స్వారీతో పోరాడతాడు. అదేవిధంగా, రథాన్ని నడిపే సైనికుడితో మాత్రమే పోరాడే హక్కు ఉంటుంది. చనిపోయే లేదా లొంగిపోతున్న వారిపై ఎవరూ ఆయుధాలు తీసుకోరు.

ఈ నిబంధనలపై ఇరుపక్షాలు అంగీకరించాయి. ఇప్పుడు యుద్ధం ప్రారంభం కావడానికి మాత్రమే వేచి ఉంది. సైన్యాలు ఒకదానికొకటి ఎదురుగా మోహరించబడ్డాయి - ఏ క్షణంలోనైనా వారి మధ్య ఘర్షణ జరగవచ్చు. దుర్యోధన శిబిరంలో సంప్రదింపులు జరుగుతున్నాయి. ఈ సందర్భంగా కూడా దుర్యోధనుడు తన సమతుల్యతను కాపాడుకోలేకపోయాడు. పక్కనే కూర్చున్న మంత్రులను, సైన్యాధిపతులను చూస్తూ, "యుద్ధంలో మనం గెలవాలి. దీనికి ఏం చేయాలి?'

దుర్యోధనుడిని ఎలా ప్రసన్నం చేసుకోవాలో పక్కనే కూర్చున్న యోధులకు తెలుసు. అన్నాడు, "మహారాజా! యుద్ధానికి ముందు కూడా, వారు భయభ్రాంతులకు గురయ్యేంత దెబ్బను వారిపై వేయండి. నువ్వు ఒక పని చెయ్యి, శకుని కొడుకు ఉలుకుని పాండవులను హేళన చేసి అవమానించే దూతగా పంపు. అంతే, పాండవులు కోపం తెచ్చుకుంటారు మరియు ఏదో ఒక తప్పు లేదా మరొకటి చేసి ఓడిపోతారు. దుర్యోధనుడికి ఈ పథకం నచ్చింది. వెంటనే ఉలుక్‌ని పిలిచి, అతడిని ఒప్పించి పాండవుల వైపు పంపారు.

ఉలుక్ పాండవుల శిబిరానికి చేరుకున్నప్పుడు, వారు అతన్ని కౌరవుల దూతగా భావించి యుధిష్ఠిరుడి వద్దకు పంపారు. యుధిష్ఠిరుడు, "ఓ కౌరవ దూత! ఏమి చెప్పాలి అనుకుంటున్నావు?"

"నీ కోసం దుర్యోధనుడి సందేశం తెచ్చాను." ఉలుక్ "ఇప్పుడు మీరు మీ కోపాన్ని మరచిపోయి నా మాట వినండి."

ఉలుక్ మాట్లాడే విధానం ఎవరికీ నచ్చలేదు, కానీ అతను దూత కాబట్టి, నిబంధనల ప్రకారం అతనితో ఏమీ చెప్పలేము. యుధిష్ఠిరుడు, "నువ్వు చాలా ధిక్కరిస్తున్నావు, కానీ ఒక దూతగా, మేము నీకు రోగనిరోధక శక్తిని ఇస్తున్నాము, చెప్పు."

ఉలుక్, "ధర్మరాజ్ యుధిష్ఠిర్! మతం గురించి గొప్పగా మాట్లాడే వాడు అసలు పాపాత్ముడని దుర్యోధనుడు చెప్పాడు. పిల్లి కూడా భక్తుడిలా ప్రవర్తిస్తుంది, కానీ అవకాశం వచ్చిన వెంటనే ఎలుకపైకి దూసుకుపోతుంది, మీరు కూడా అలానే ఉంటారు. మీరు చాలా ధైర్యవంతులుగా భావిస్తే, దానిని యుద్ధభూమిలో కొద్దిగా ప్రదర్శించండి.

ఒక గుటక రక్తం తాగిన తర్వాత యుధిష్ఠిరుడు మిగిలాడు. ఇప్పుడు ఉలుక్ శ్రీకృష్ణుని చూసి, "హస్తినాపురానికి వచ్చిన తర్వాత నువ్వు పెద్దగా మాట్లాడావు, యుద్ధరంగంలో నీ మాటలకు ఎంత శక్తి ఉందో ఇప్పుడు చూపించు. దుర్యోధనుడు కంసునిలా బలహీనంగా భావించవద్దని చెప్పాడు.

ఉలుక్ యొక్క ధైర్యసాహసాలకు అందరూ ఆశ్చర్యపోయారు - ఆశ్చర్యం కంటే కోపం ఎక్కువ, కానీ కోపం తెచ్చుకోవడంలో సహనం కోల్పోకూడదనుకున్నారు. దీంతో ఉలుక్ ధైర్యం పెరిగింది. అతను అర్జునుడితో అన్నాడు, "మరి నువ్వు? జూదంలో ఓడిపోయినప్పుడు, నిన్ను ఎవరు రక్షించారు? ద్రౌపదీ? ఇది మీరు పిరికివాడివి అని చూపిస్తుంది."

ఇప్పుడు ఉలుకుడు భీమునితో, "దుర్యోధనుడు నీకు వంటమనిషి చెప్పాడు

అతని జాపత్రి గురించి గర్వపడే హక్కు లేదు. మీరు వంటగదిలో తినండి చేయండి, యుద్ధం మీ శక్తిలో లేదు. యుద్ధభూమి జరగకుండా

ఇది మీకు శాశ్వతంగా నిద్రించే స్థలంగా మారాలి." భీంసేన్ ఇదంతా భరించలేకపోయాడు. శ్రీ కృష్ణుడు అతనిని ఆపినప్పుడు అతను ఉలుక్‌ను హింసించడానికి లేచాడు. శ్రీ కృష్ణుడు ఉలుక్‌తో, "కౌరవ్ దూత! మేము మీ మాట విన్నాము, ఇప్పుడు వెంటనే బయలుదేరండి. దుర్యోధనుడు మనపై ఎలాంటి అంచనాలు పెట్టుకున్నాడో వాటిని యుద్ధరంగంలో మాత్రమే నెరవేరుస్తామని చెప్పండి. ఇప్పుడు వెళ్ళు." ఉలుక్ బయలుదేరడం ప్రారంభించినప్పుడు, యుధిష్ఠిరుడు, "దుర్యోధనుడికి కూడా నా సందేశం

ఒకరు ఉన్నట్లుగా తెలియజేయడానికి, ఇతరులను కూడా అలాగే భావిస్తారు. ఎవరు పాపి అనేది యుద్ధరంగంలో నిర్ణయించబడుతుంది." "మరియు వినండి." అర్జున్ కూడా అడ్డుపడ్డాడు, "అతను పెద్దలందరికీ గర్వంగా ఉంది

టీచర్లు వారి పక్షమే కానీ వారిని చూసి మన ఆయుధాలు వంగవని గుర్తుంచుకోండి. భీష్ముని వంటి సర్వోన్నత సేనాధిపతిని పొందిన దుర్యోధనుడు పెద్దగా ఇబ్బందులు పడాల్సిన అవసరం లేదు, అతని మరణం కూడా నా చేతుల్లో వ్రాయబడింది.

ఉలుక్ ఎక్కువసేపు అక్కడ ఉండలేదు. పాండవులకు దుర్యోధనుడి సందేశాన్ని అందించిన అతను ఇప్పుడు పాండవుల సందేశాన్ని దుర్యోధనుడికి తెలియజేయవలసి వచ్చింది. పాండవులు ఉలుక యొక్క అవమానకరమైన మాటలన్నీ చాలా ఓపికతో విన్నారు, అయితే ఉలుక పాండవుల సందేశాన్ని దుర్యోధనుడికి చెప్పినప్పుడు, దుర్యోధనుడికి చాలా కోపం వచ్చింది. ఆవేశంతో వణికిపోతూ, తన సైన్యాధిపతులతో ఇలా అన్నాడు, "వెళ్ళు, యుద్ధానికి సిద్ధం. మేము రేపు ఉదయం పాండవులపై దాడి చేస్తాము."

కమాండర్లు వెంటనే తమ తమ సైనిక విభాగాల వైపు వెళ్లారు. ఉలుకను పంపి పాండవులను రెచ్చగొట్టాలనుకున్నాడు దుర్యోధనుడు. రేపు ఉదయం యుద్ధం జరుగుతుందని పాండవులకు తెలియజేయడానికి అనేకమంది దూతలను పంపాడు. రెండోరోజు కొత్త సూర్యుడు ఉదయించగానే ఇరు సేనలు ముఖాముఖిగా నిలిచాయి. రెండు సైన్యాల ముందు పూర్తి సామగ్రితో ముఖ్యమైన యోధులు ఉన్నారు. ఒకవైపు కౌరవుల పదకొండు అక్షౌహిణి సైన్యం, మరో వైపు పాండవుల ఏడు అక్షౌహిణి సైన్యం నిలిచాయి.

పాండవుల సైన్యం చిన్నదే అయినా ధైర్యం ఎక్కువ. అంతే కాకుండా యుధిష్ఠిరుడు నిర్మించిన రక్షణ యుద్ధ కళ పరంగా విశిష్టమైనది. పాండవులతో యుద్ధం చేయడానికి కొద్దిమంది సైనికులు మాత్రమే వచ్చినట్లు కౌరవులకు దూరం నుండి అనిపించింది, కాని పాండవుల నైపుణ్యం గల అడ్డంకి గురుదేవ్ ద్రోణాచార్య నుండి దాగి ఉండలేకపోయింది. యుధిష్ఠిరుని మనసులో మెచ్చుకున్నాడు. పాండవ సైన్యం కౌరవులను అన్ని వైపుల నుండి చుట్టుముట్టింది.

పాండవుల నుండి యుద్ధం ప్రారంభమైనట్లు ప్రకటించబడింది. శంఖం పెద్ద శబ్దంతో పది దిక్కులు ప్రతిధ్వనించాయి. చుట్టుపక్కల యుద్ధ పతాకాలను మోస్తున్న చిన్న సైనిక విభాగాలు ముందు బాధ్యత వహించడానికి ముందుకు సాగాయి. వాతావరణం అంతా సందడి నెలకొంది. ధూళి మేఘం చాలా దట్టంగా ఉంది, సూర్యకాంతి కూడా చీకటిగా మారింది. ఉదయం పగలగానే సాయంత్రం అయిందా అనిపించింది.

దుర్యోధనుడు, గురుదేవ్ ద్రోణాచార్యుల దగ్గర నిలబడి, "చిన్న సైన్యం ఎంత అహంకారం! మన భారీ సైన్యానికి వ్యతిరేకంగా వారు ఎలా నిలబడగలరు? సేనాధిపతి భీష్మా, శంఖం ఊదండి."

భీష్ముడు కూడా శంఖం ఊది యుద్ధం ప్రారంభించమని ఆదేశించాడు. కౌరవ సేనలో కలకలం రేగింది. పాండవుల సైన్యాన్ని ఎదుర్కోవడానికి కమాండర్లు తమ తమ సేనలతో ముందుకు సాగారు.

అర్జునుడు తన రథంలో ముందుకు సాగుతున్నాడు. అతని రథానికి శ్రీకృష్ణుడే రథసారధి. భీష్ముడి శంఖానికి ప్రతిస్పందనగా, శ్రీ కృష్ణుడు తన పాంచజన్య శంఖాన్ని ఊదాడు మరియు

అర్జునుడు దేవదత్ అనే శంఖాన్ని ఊదాడు. ఈ రెండు శంఖాల శబ్దం సైనికుల చెవులకు చేరగానే, వారి చెవులు కొన్ని క్షణాలపాటు మూగబోయాయి.

అర్జునుడు శ్రీ కృష్ణునితో, "ఓ పార్థా! రథాన్ని మైదానం మధ్యలోకి తీసుకువెళ్ళండి. ఉభయ సేనలలో ఎవరు యుద్ధానికి వచ్చారో, ఏ ధైర్యశాలితో యుద్ధం చేయగలరో నేను కూడా చూద్దాం" అని అన్నాడు.

శ్రీ కృష్ణుడు రథం దిశను మార్చి రెండు సైన్యాల మధ్య రథాన్ని నిలిపాడు.

శ్రీ కృష్ణుడు రెండు వైపులా కదులుతున్న యుద్ధ సేనలను చూశాడు. కౌరవ

బంధువులు, ఉపాధ్యాయులు, పెద్దలు అందరూ పార్టీ సైన్యంలో ముందు వరుసలో నిలిచారు. వాటిని చూసిన అర్జున్ హృదయం ఆనందంతో నిండిపోయింది. అతను ఇలా అన్నాడు, "యుద్ధంలో పాల్గొనడానికి పెద్ద యోధులు ఇక్కడకు వచ్చారు. భీష్మ పితామహుడు కాకుండా గురుదేవ్ ద్రోణాచార్య, కృపాచార్య మొదలైన వారు వచ్చినట్లు నేను చూస్తున్నాను."

"అయితే ఏంటి?" శ్రీ కృష్ణుడు "యుద్ధంలో ఎవరైనా పాల్గొనవచ్చు, వారు శత్రువుల తరపున పోరాడటానికి వచ్చారు, కాబట్టి ఈ సమయంలో వారు మీ బంధువులు కాదు, మీ శత్రువులు, వారిని శత్రువులుగా భావించండి" అని చెప్పాడు.

శ్రీ కృష్ణుని ఈ ప్రకటనతో అర్జునుడు సంతృప్తి చెందలేదు. శత్రువులుగా ముందు నిలబడిన వారు ఒకే కుటుంబానికి చెందినవారు, సమీప బంధువులు. ఎవరో మామ, ఎవరో బంధువు, ఎవరో గురువు, ఎవరో తాత లేదా స్నేహితుడు - ఈ స్వంత వ్యక్తులపై అర్జునుడి బాణం ఎలా ఉంటుంది? అర్జునుడి గుండె నొప్పిగా ఉంది మరియు అతను అకస్మాత్తుగా యుద్ధంతో భ్రమపడ్డాడు. అతడు, "ఓ ప్రభూ! సొంత బంధువులను చంపి దొరికే రాజ్యం నాకు వద్దు. అలాంటి విజయం వల్ల మనం ఎలాంటి ఆనందాన్ని పొందుతాం? లేదు-కాదు, నేను నా స్వంత ప్రజలపై నా విల్లును ఎత్తను. రథాన్ని వెనక్కి తీసుకో."

అని చెప్పి అర్జునుడు విస్తుపోయి తన ఆయుధాలను, ధనుస్సులను రథం మూలలో విసిరి, కూర్చుని దుఃఖించాడు అర్జునుడి పరిస్థితి చూసి శ్రీ కృష్ణుడు నవ్వాడు. అర్జునుడి దుఃఖం సహజం. అతను అడుగు ముందుకేసి అర్జునుని ఎత్తుకుని, "అర్జునా! బలహీనంగా ఉండకు. నువ్వు క్షత్రియుడివి, క్షత్రియ మతాన్ని అనుసరించు. అటువంటి సందర్భంలో ఈ భ్రమను నీ మనసులోంచి తొలగించుకో. ధైర్యవంతుడిలా ప్రవర్తించు - అసమంజసంగా ఉండకు.
."

"ఏం చెయ్యాలి, నేనేమీ అర్థం చేసుకోలేకపోతున్నాను." అర్జునుడు, "నువ్వు సర్వజ్ఞుడివి, ఈ సందర్భంగా నా కర్తవ్యం ఏమిటో చెప్పు." అన్నాడు అర్జున్.

శ్రీకృష్ణుని పెదవులపై చిరునవ్వు మెరిసింది. అర్జునస్ భుజాలు తడుతూ ఆప్యాయంగా చెప్పడం మొదలుపెట్టాడు. "అర్జునస్! మీరు వారిని చంపినంత మాత్రాన వారు చనిపోతారని అనుకోకండి. జీవి కేవలం నశించేది. ప్రతి ఒక్కరూ ఏదో ఒక రోజు చనిపోవాలి, కానీ ఆత్మ ఎప్పుడూ అమరత్వంగానే ఉంటుంది. కాబట్టి, తప్పుడు భ్రమల్లో పడకండి. ఈ బంధాలు, బంధాలు అన్నీ భ్రమలే, సుఖ దుఃఖాల మాట కూడా భ్రమే. ఒక్క విషయం గుర్తుంచుకోండి, మీ మతం ఏది. మతం ప్రకారం ప్రవర్తించడమే తెలివైన వ్యక్తి యొక్క అంతిమ కర్తవ్యం. నీవు క్షత్రియుడివి మరియు అతనిని ఆపలేవు, మీరు కేవలం ఒక సాధనం, మరొకరు నియంత్రిక. మీ పని ఏదయినా, అనుబంధం మరియు ఆప్యాయతలను త్యజించడం ద్వారా దాన్ని పూర్తి చేయండి మరియు ఫలితాల గురించి చింతించకండి. నీ మనస్సును దృఢపరచుకో, లేవండి అర్జునస్! తెలివి తెచ్చుకుని, విల్లు మరియు బాణాలు తీసుకొని శత్రువులపై దాడి చేయండి. మీకు నా ఆర్డర్ కావాలంటే, అది నా ఆర్డర్."

అర్జునస్ కళ్ళు తెరిచాడు. అవును, ఈ ప్రపంచం అర్థంలేనిది, ఎవరు వచ్చినా తన కర్తవ్యాన్ని నిర్వర్తించి వెళ్లిపోతారు. ఈ సంబంధాలన్నీ అర్థరహితమైనవి. సరళంగా, అతను తన విల్లు మరియు బాణాన్ని అందుకుని, "ఓ ప్రభూ! ఈ రోజు నేను ఒక కొత్త తత్వాన్ని గ్రహించాను. ఇప్పుడు నేను నా అనుబంధాన్ని మరియు అనుబంధాన్ని విడిచిపెట్టాను మరియు యుద్ధానికి సిద్ధంగా ఉన్నాను." శ్రీ కృష్ణుడు యుద్ధంలో విజయం సాధించమని దీవించాడు.

ధృతరాష్ట్రుడు హస్తినాపూర్ రాజభవనంలో ఆందోళనగా కూర్చున్నాడు. సంజయ్ సమీపంలో కూర్చుని యుద్ధభూమిలో తాజా కార్యకలాపాల గురించి వారికి తెలియజేస్తూ ఉన్నాడు. ధృతరాష్ట్రుని హృదయంలో దుఃఖం కలిగింది. ఒకే కుటుంబానికి చెందిన వారు నేడు యుద్ధం చేస్తున్నారు

Gశత్రువులుగా మారి రంగంలోకి దిగి పోటీకి దిగాలని నిశ్చయించుకున్నారు. అతని దుఃఖానికి అంతులేదు. అటువంటి సందర్భంలో మహర్షి వ్యాసుడు అక్కడ ప్రవేశించాడు. ధృతరాష్ట్రునికి దుఃఖిస్తున్న వారిని చూసి వ్యాస మహర్షి, "ఇప్పుడు ఇంత చింతించి ఏం లాభం?

ముందు జాగ్రత్తగా, తెలివిగా వ్యవహరించి ఉంటే ఈ పరిస్థితి వచ్చేది కాదు. ఏది జరిగినా అది నీ బలహీనతల వల్లనే జరుగుతోంది. ఈరోజు ఒకే కుటుంబానికి చెందిన వారు పోరాడాలని ఉవ్విళ్లూరుతున్నారంటే అది మీ అన్యాయానికి, అన్యాయానికి ఫలితం. కాల ప్రవాహాన్ని ఎవరూ ఆపలేరు. కాబట్టి దుఃఖించకు. అవును, మీరు చివరిసారిగా మీ దగ్గరి మరియు ప్రియమైన వారిని మీ కళ్లతో చూడాలనుకుంటే, నేను మీకు దివ్య దర్శనం ఇవ్వగలను."

"కాదు-కాదు, యుద్ధభూమిలో చనిపోవడానికి సిద్ధంగా ఉన్న నా స్వంత బంధువులను నా కళ్లతో చూసే ధైర్యం నాకు లేదు." ధృతరాష్ట్రుడు, "అవును, ప్రతి క్షణం ఏమి జరుగుతుందో

నాకు అలాంటి సహాయం చేయండి. యుద్ధభూమిలో జరిగిన సంఘటన గురించి నాకు తెలియజేయాలి."

"ఏవమస్తు." అని చెప్పి మహర్షి వ్యాసుడు సంజయుని చూచి, "సంజయ్! నేను నీకు దివ్య దర్శనం ప్రసాదిస్తాను. ఇక్కడ కూర్చొని యుద్ధభూమి యొక్క మొత్తం స్థితిని మీరు స్పష్టంగా చూడగలుగుతారు. అప్పుడు మీరు ధృతరాష్ట్రునికి కూడా ఈ స్థితిని చూడనివ్వండి. మీ కళ్లతో చెప్పండి.

"మహర్షి ఏది ఆదేశిస్తే!" అన్నాడు సంజయ్. యుద్ధభూమిలో, అర్జునుడు మళ్ళీ విల్లు మరియు బాణాలు తీసుకున్నాడు మరియు శ్రీ కృష్ణుడు రథాన్ని ముందుకు కదిలించాడు.

రెండు సైన్యాలు ముఖాముఖిగా నిలబడి, తుది ఆర్డర్ కోసం వేచి ఉన్నాయి. అప్పుడు అర్జునుడితో సహా పాండవులందరూ యుధిష్ఠిరుడు అకస్మాత్తుగా తన రథం నుండి కిందకు దూకడం చూశారు. ఆయుధాలను రథంలో వదిలి నెమ్మదిగా నడవడం ప్రారంభించాడు.

కౌరవుల వైపు కదిలాడు. అకస్మాత్తుగా యుధిష్ఠిరుడు భీష్మ పితామహుడు ముందు ఆగాడు. అతను భీష్ముని పాదాలను తాకి, "గౌరవనీయమైన తాతా! యుద్ధం ప్రారంభించడానికి అనుమతి పొందండి

నేను వచ్చాను. దయచేసి నన్ను ఆశీర్వదించండి." యుధిష్ఠిరుని ఈ గౌరవాన్ని చూసి భీష్ముడు ఎంతో సంతోషించాడు. ఆయన అతన్ని ఆశీర్వదించి, "కుమారా! నా ఆశీస్సులు మీకు ఎప్పుడూ ఉంటాయి. నేను యుద్ధం ప్రారంభించమని ఆజ్ఞాపించాను. వెళ్ళు, యుద్ధంలో విజయం సాధించు." యుధిష్ఠిరుడు, "ఈ సమయంలో మీ మార్గదర్శకత్వం చాలా అవసరం. మాకు బోధించండి.

"సరే, ఇది ఉపన్యాసం ఇవ్వడానికి కూడా ఒక అవకాశం." భీష్ముడు, "ఈ సమయంలో యుద్ధం నిర్వహించండి. నేను మీకు మరొకసారి ఖచ్చితంగా ఉపదేశిస్తాను. " యుధిష్ఠిరుడు భీష్మ పితామహుడు తప్ప అక్కడ ఉన్న పెద్దలందరికీ చెప్పాడు నమస్కరించాడు. యుధిష్ఠిరుని ఈ ప్రవర్తనకు అందరూ చాలా సంతోషించారు. అందరూ అప్పటికే పాండవుల పట్ల సానుభూతితో ఉన్నారు, కొన్ని పరిస్థితుల వల్ల వారు కౌరవుల పక్షం వహించవలసి వచ్చింది. ఆశీస్సులతో పాటు ద్రోణాచార్యుడు, కృపాచార్యుడు కూడా యుద్ధంలో విజయం సాధించాలని దీవించారు. శల్యుడు, "దుర్యోధనుడు నన్ను మోసగించి తన పక్షాన చేర్చుకున్నాడు, అయితే కర్ణుని నిరాయుధుడిని చేస్తానని నేను చేసిన వాగ్దానాన్ని తప్పకుండా నిలబెట్టుకుంటాను" అన్నాడు. అందరి దీవెనలు పొంది యుధిష్ఠిరుడు తన సైన్యానికి తిరిగి వచ్చాడు.

వస్తూనే "కౌరవ సేనలో మన శ్రేయోభిలాషి ఎవరైనా ఉంటే మా వైపు రానివ్వండి" అన్నాడు. అది విన్న ఒక సైనికుడు కౌరవ సైన్యం నుండి బయటకు వచ్చి పాండవ సైన్యంలో

చేరాడు. అతను యుయుత్సుడు - ధృతరాష్ట్ర వీరనారి బిడ్డ. శ్రీ కృష్ణుడు "యుద్ధం ప్రారంభించు" అని ప్రకటించాడు.

ఈ యుద్ధం కురుక్షేత్రంలో పద్దెనిమిది రోజులు కొనసాగింది. ఈ యుద్ధం తరువాత మహాభారత యుద్ధం పేరుతో ప్రసిద్ధి చెందింది. యుద్ధంలో స్పష్టమైన నిర్ణయాత్మక పరిస్థితి ఎప్పుడూ లేదు. యుద్ధంలో కౌరవులదే పైచేయి అని కొన్నిసార్లు అనిపించింది, కొన్నిసార్లు పాండవులు ఓడిపోయినట్లు అనిపించేది. నిబంధనల ప్రకారం ఉదయం ప్రారంభమైన యుద్ధం, సాయంత్రం కాల్పుల విరమణ ప్రకటించారు. సైన్యాలు తమ శిబిరాలకు తిరిగి వచ్చి విశ్రాంతి తీసుకున్నాయి. మరుసటి రోజు దిగ్బంధనాన్ని ప్లాన్ చేయడంలో కమాండర్లు పాల్గొంటారు. సైనికులు రాత్రంతా పాడతారు, ఆడతారు మరియు విశ్రాంతి తీసుకుంటారు మరియు మరుసటి రోజు తాజాగా మళ్లీ పోరాడుతారు. రోజులు గడిచేకొద్దీ, యుద్ధ ఉన్మాదం ఊపందుకోవడంతో, అన్ని నియమాలు మరియు ప్రవర్తనా నియమావళిని మరచిపోయి, కాల్పుల విరమణ ఒప్పందాన్ని కూడా మళ్లీ మళ్లీ ఉల్లంఘించడం ప్రారంభించింది. కొన్నిసార్లు యుద్ధం అర్ధరాత్రి వరకు కొనసాగే పరిస్థితి ఏర్పడింది - చుట్టూ

మంటలు మరియు జ్యోతులు వెలిగిస్తారు.

(పద్నాలుగు)

తొలిరోజు పాండవులు పటిష్టంగా ముందుకు సాగారు. భీమసేనుడు మత్తులో ఉన్న ఏనుగులా గర్జించి శత్రువులపై దాడి చేశాడు. మరోవైపు భీష్మ పితామహుడు తన సైన్యంతో కలిసి మెరుపులా శత్రు సైన్యంపై దాడి చేశాడు.

కుప్పకూలిపోయింది. ఇరు సేనల మధ్య భీకర ఘర్షణ జరిగింది. చుట్టూ భీకర యుద్ధం జరిగింది. అర్జునుడి కొడుకు అభిమన్యుడు కూడా యుద్ధంలో పాల్గొనడానికి వచ్చాడు. అతని ధైర్యం యొక్క స్వభావం ఏమిటంటే, అతను తన తల్లి గర్భం నుండి యుద్ధ నైపుణ్యాలను నేర్చుకున్నాడు.

యుద్ధంలో గొప్ప శౌర్యాన్ని ప్రదర్శించాడు. కృపాచార్యునితో పాటు శల్యుడు, కృతవర్మ కూడా అభిమన్యుడి బాణాలకు గాయపడ్డారు. ఈ ధైర్యసాహసాలు చూసి భీష్ముడు తన మనసులో మెచ్చుకోకుండా ఉండలేకపోయాడు. ఆపై విల్లును అందుకుని అభిమన్యుడి వైపు గురిపెట్టి వదిలాడు. గాయపడినప్పటికీ, అభిమన్యుడు తన విల్లును భీష్ముడి వైపు తిప్పాడు మరియు అతని బాణాలు భీష్ముని రథం యొక్క చిహ్నాన్ని ఎగిరిపోయాయి.

ఉత్తర యువరాజు కూడా పాండవులకు అనుకూలంగా ఉన్నాడు. అతను ఏనుగుపై స్వారీ చేస్తున్నాడు. అతను తన ఏనుగును ముందుకు తరలించి శల్యుని రథంలోని గుర్రాలను చితక్కొట్టాడు. శల్యుని కోపానికి అవధులు లేవు. అతను ఉక్కు శక్తితో గురిపెట్టి యువరాజు

ఉత్తరుడిపై దాడి చేశాడు. యువరాజు ఉత్తరుడు ఈ దాడిని తట్టుకోలేక యుద్ధభూమిలో వీరమరణం పొందాడు.

మరోవైపు, భీష్మడి పదునైన బాణాల కారణంగా పాండవ సైన్యంలో భయాందోళనలు నెలకొన్నాయి. భీష్మ పితామహుని బాణాలు పాండవ సైనికులను నాశనం చేస్తున్నాయి.

అప్పటికి సాయంత్రం అయింది. కాల్పుల విరమణ అమల్లోకి వచ్చింది.

యువరాజు ఉత్తర మరణంతో పాండవుల్లో శోకసంద్రం నెలకొంది.

శ్రీ కృష్ణుడు పాండవులను అధైర్యపడనివ్వలేదు. అతను ఇలా అన్నాడు, "ఈ చిన్న విషయాల గురించి ఆందోళన చెందాల్సిన అవసరం లేదు. అంతిమ విజయం మనదే." మరుసటి రోజు సూర్యోదయంతో యుద్ధం మొదలైంది. ఇరువైపులా సైన్యాలు కొత్త ఉత్సాహంతో యుద్ధంలోకి దిగాయి.

మొదటి రోజులాగే భీష్మ పితామహుడు బాణాల వర్షం కురిపించాడు. భీష్మ పితామహుడిని రక్షించడానికి, అతని చుట్టూ గొప్ప యోధుల రక్షణ శ్రేణిని మోహరించారు. భీష్మడి బాణాలు పాండవ సైనికులను క్యారెట్లు మరియు ముల్లంగిలాగా నరికివేస్తున్నాయి. ఈ బాణాల వర్షం వల్ల పాండవుల సేనాధిపతి తీవ్రంగా గాయపడ్డాడు.

భయం వేసింది.

అర్జునుడు శ్రీ కృష్ణుడితో తన రథంపై కూర్చున్నాడు. తన సైనికులు ఓటమిలో పడిపోవడం చూసి అతను కూడా ఆందోళన చెందాడు. శ్రీ కృష్ణుడు, 'అర్జునా! భీష్మ పితామహుని ఈ తేజస్సు ఇలాగే కొనసాగితే మన సైన్యం కారణం లేకుండానే హతమార్చబడుతుంది. నేను రథాన్ని భీష్మని దగ్గరికి తీసుకెళ్తాను. నీకు అవకాశం దొరికిన వెంటనే భీష్మని ఆపేస్తావు."

అర్జునుడి రథం భీష్మడి ముందు ఆగింది. ఇప్పుడు గొప్ప యోధులిద్దరూ ముఖాముఖిగా ఉన్నారు. ఒకరి మొహాలు ఒకరు చూసుకుని విల్లు పట్టుకున్నారు.

ఇద్దరు మాస్టర్ల మధ్య జరిగిన ఘర్షణను చూడాలనే ఉత్సుకత సైన్యంలో నెలకొంది. చాలా మంది కౌరవ యోధులు యుద్ధం మర్చిపోయి భీష్మడు మరియు అర్జునుడి వైపు చూడటం ప్రారంభించారు

కౌరవులు అజాగ్రత్తగా ఉండడం చూసి భీముని అడుగులు ఆటోమేటిక్‌గా శత్రువుల వైపుకు కదిలాయి. అతను తన ప్రతి దెబ్బతో లెక్కలేనన్ని సైనికులను నాశనం చేశాడు. శత్రు సైన్యంలో తొక్కిసలాట జరిగింది. భీముడు కౌరవులకు క్షణికావేశంలో భారీ నష్టం కలిగించాడు.

అతని సైన్యం పరిస్థితిని చూసి, సేనాపతి భీష్మ పితామహుడు మళ్లీ బాధ్యతలు స్వీకరించాడు. వారు అర్జునుని వదిలి భీముని వైపుకు వెళ్లారు. భీష్మడు ముందుకు సాగడం

చూసిన సాత్యకి తన రథాన్ని ముందుకు పోనిచ్చి భీష్ముని సారథిని చంపాడు. భీష్ముడు ఇప్పుడు ఏం చేస్తాడు? రథాలు నడపండి లేదా ఆయుధాలను ఉపయోగించండి. కాబట్టి అతను తన సైన్యాన్ని ఆజ్ఞాపించాడు, "సాయంత్రం అయింది. కాల్పుల విరమణ ప్రకటించి, శిబిరాలకు తిరిగి వెళ్లండి.

యుద్ధం ముగిసింది. ఈరోజు జరిగిన యుద్ధంలో అభిమన్యుడు దుర్యోధనుడి కొడుకు లక్ష్మణుడిని గాయపరిచాడు.మూడో రోజు అర్జునుడిది.

భారీ బాణాల వర్షం కురిపిస్తూ శత్రు సైన్యానికి భారీ నష్టం కలిగించాడు. గాండీవ యొక్క ప్రతి దరువుతో, సైనికులు నేలపై పడుకుంటారు. కౌరవుల పరిస్థితి విషమంగా మారింది.

దుర్యోధనుడు దీనిని సహించలేకపోయాడు. అతను భీష్మ పితామహుడిని సమీపించి, "నువ్వు జీవించి ఉండగా, అర్జునుడికి మన సైన్యాన్ని నాశనం చేసే ధైర్యం ఉంది. ఈరోజు నీకు ఏమైంది? మీరు యుద్ధం పట్ల ఎందుకు ఉదాసీనంగా ఉన్నారు? మీరు పాండవులను కలిసే అవకాశం ఉందా? మనం ఓడిపోవాల్సి వస్తే యుద్ధం నిర్వహించాల్సిన అవసరం ఏముంది?"

దుర్యోధనుడి ఆరోపణ విని భీష్ముడు కోపించి, ఓపికగా "దుర్యోధనా! యుద్ధంలో గెలుపు ఓటములు ఎప్పుడూ ఉంటాయి. అప్పుడు పాండవులు బలహీనులుగా భావించవద్దు, వారు కూడా ధైర్యవంతులు. మా డ్యూటీ మేం చేస్తున్నాం. నేను పాండవులను చేర్చుకున్నానన్న ఆరోపణ తప్పు. ఈ వయసులో నేను చేయగలిగినంత తప్పకుండా చేస్తాను." ఏది ఏమైనా దుర్యోధనుడి చేదు మాటలు భీష్ముడిపై తీవ్ర ప్రభావం చూపాయి. భీష్ముడి చేతులు మళ్లీ శక్తివంతమయ్యాయి మరియు అతని విల్లు నుండి వెలువడిన బాణాలు పాండవ సైన్యాన్ని నేలపై పడవేయడం ప్రారంభించాయి. పాండవులు స్పృహ కోల్పోయారు.

అది చూసిన శ్రీ కృష్ణుడు అర్జునుడి రథాన్ని తీసుకుని భీష్ముడి దగ్గరకు వెళ్ళాడు. అర్జునుడు కావాలంటే ఈరోజు కూడా రెచ్చగొట్టి భీష్ముని దృష్టి మరల్చగలిగేవాడు కానీ ఈరోజు అతనికి అంత ఉత్సాహం లేదు. అయినప్పటికీ, భీష్ముడి దృష్టి ఖచ్చితంగా అర్జునుడి వైపు మళ్లింది. ఫలితంగా వారి బాణాల వర్షం కొద్దిగా తగ్గి పాండవ సైన్యం ఊపిరి పీల్చుకుంది. పాండవులు కొత్త ఉత్సాహంతో కౌరవ సైన్యంలోకి ప్రవేశించి అనేక మంది సైనికులను చంపారు.

మూడవ రోజు కూడా కౌరవులు అపారమైన నష్టాన్ని చవిచూశారు. శూద్రక రాజు తన వెంట తెచ్చుకున్న సైనికులందరూ ఉపయోగపడేవారే. మొత్తంమీద, ఆ రోజు కౌరవుల పదివేల రథాలు ధ్వంసం చేయబడ్డాయి మరియు ఏడు వందల ఏనుగులు చంపబడ్డాయి. దుర్యోధనుడు సాయంత్రం కాల్పుల విరమణ ప్రకటించాడు. భారీ నష్టాలు ఉన్నప్పటికీ, మరుసటి రోజు కౌరవులు కొత్త ఉత్సాహంతో యుద్ధరంగంలోకి దూకారు.

తన కొడుకు అభిమన్యుని కౌరవ యోధులు చుట్టుముట్టడం చూసిన అర్జున్ ఎప్పటిలాగే శత్రువులను చంపే పనిలో నిమగ్నమై ఉన్నాడు. అశ్వత్థామ, శల్య మొదలైన అనుభవజ్ఞులైన

యోధులు అభిమన్యుని చుట్టూ ఆయుధాలు ఝుళిపిస్తూ నిలబడి ఉన్నారు. అర్జునుడు తన రథాన్ని అటువైపు తిప్పి, ధృష్టద్యుమ్నుడితో కలిసి అభిమన్యుని రక్షించడంలో నిమగ్నమయ్యాడు. ఇది చూసిన దుర్యోధనుడు తన సోదరులతో కలిసి శల్యుడు మరియు అశ్వత్థామకు సహాయం చేయడానికి వచ్చాడు. భీముడు తన కొడుకు ఘటోత్కచతో పాటు అభిమన్యునికి కూడా సహాయం చేసాడు. దుర్యోధనుడు పాండవ యోధులను చెదరగొట్టడానికి ఏనుగులను ముందుకు నడిపించాడు. ఏనుగులు శబ్దాలు చేస్తూ ముందుకు సాగడం చూసిన భీముడు తన రథంపై నుంచి దూకి తన ఇనుప పిడుగుతో ఏనుగులపై దాడి చేశాడు. ఏనుగుల మీద పెద్ద పర్వతం పడినట్లుగా అనిపించింది. ఏనుగులలో భయాందోళనలు ఉన్నాయి మరియు వారు తమ సైన్యాన్ని తొక్కడం ద్వారా పారిపోవడం ప్రారంభించారు. భీముడు ఉత్సాహంగా ఉన్నాడు.

భీముడు తన రథాన్ని ఎక్కి రథసారథితో, "రథాన్ని ముందుకు కదపండి, ఈ రోజు నేను ఈ కౌరవులకు గుణపాఠం నేర్పుతాను మరియు వారిని యమలోకానికి తీసుకువెళతాను" అని చెప్పాడు. ఆ రోజు భీముడు ధృతరాష్ట్రుని ఎనిమిది మంది కుమారులను చంపాడు. దుర్యోధనుడు చాలా ధైర్యంతో ఎదురుదాడి చేసాడు మరియు భీమునిపై కూడా దాడి చేసాడు, అయితే భీముని కుమారుడు ఘటోత్కచుడు కౌరవులపై మృత్యువు రూపంలో దాడి చేశాడు. కౌరవుల భారీ సైన్యాన్ని నాశనం చేశాడు.

ఈ పరిస్థితిని చూసిన భీష్ముడు దుర్యోధనుడితో ఇలా అన్నాడు: "ఈ రాక్షసుడిని ఎదుర్కోవడం చాలా కష్టం. మన సైన్యం అలసిపోయింది. కాల్పుల విరమణ ప్రకటించండి." భీష్ముడితో పాండవుల గెలుపు అసాధ్యమైంది. భీష్ముడి బాణాల భీకర దెబ్బలకు పాండవులకు బలం లేదు. అర్జునుడు దాదాపు ప్రతిరోజూ రథాన్ని భీష్ముడి వద్దకు తీసుకెళ్తున్నాడు మరియు భీష్ముడు దానిని తన వైపుకు తీసుకెళ్లాడు

అతనిని ఆకర్షించడం ద్వారా, అతను కొంతకాలం యుద్ధం యొక్క ఆటుపోట్లను తిప్పికొట్టవచ్చు, కానీ భీష్ముడి ఉనికి పాండవ సైన్యానికి ప్రధాన విషయం. ఆరో రోజు అర్జునుడు భీష్ముని చంపడం తప్పనిసరి అని, లేకుంటే పాండవుల నష్టాన్ని పూడ్చడం అసాధ్యమని నిర్ణయించుకున్నాడు.

అర్జునుడు శిఖండిని తన వద్దకు పిలిచాడు. ఈ శిఖండియే భీష్ముని చంపుతానని ప్రతిజ్ఞ చేసాడు. అర్జునుడు శిఖండిని తన రథం ముందు కూర్చోబెట్టి రథాన్ని భీష్ముడి వైపుకు తరలించాడు. భీష్మునికి తన మరణం వచ్చిందని తెలుసు. అర్జునుడి రథంలో వస్తున్న శిఖండిని చూసి, ఆమెపై బాణాలు వేయకూడదని అతను నిర్ణయించుకున్నాడు, ఎందుకంటే అతని దృష్టిలో ఆమె ఒక స్త్రీ మరియు స్త్రీపై దాడి చేయడం భీష్ముడి సూత్రాలకు విరుద్ధం.

భీష్ముని చేరుకోగానే, అర్జునుడు శిఖండి వెనుక నుండి తన విల్లు నుండి బాణాల వర్షం కురిపించాడు. భీష్ముని శరీరమంతా బాణాలు గుచ్చుకున్నాయి. భీష్ముడు తనను తాను అదుపు చేసుకోలేక రథం నుండి కింద పడ్డాడు. బాణాలు నేలపై పడకుండా శరీరాన్ని గుచ్చుకున్నాయి, బదులుగా బాణాల మంచంపై నేలపై పడ్డాయి. ఈ బాణాలు శిఖండి ప్రయోగించలేదని, అర్జునుడి ప్రయోగించాయని వారికి అర్థమైంది. భీష్ముడి ఈ పరిస్థితి చూసి ఇరువర్గాల మధ్య యుద్ధం ఒక్కసారిగా ఆగిపోయింది.

అర్జునుడు తన రథం దిగి వేగంగా అడుగులు వేస్తూ భీష్ముని సమీపించాడు. భీష్ముని తల కిందికి వేలాడుతోంది. అర్జునుడు దిండు మీద బాణం వదిలి భీష్ముని వేలాడే తలను బాణం మీద వేశాడు.

"వత్స అర్జున్!" భీష్ముడు మెల్లగా, “దాహం వల్ల నా గొంతు ఎండిపోయింది, దయచేసి నాకు కొంచెం నీరు ఇవ్వండి.”

ఆ సమయంలోనే అర్జునుడు నేలపై బాణం వేయగా అక్కడ నుండి నీటి వర్షం కురిసింది. ఆ నీటి జల్లు నేరుగా భీష్ముని నోటిలోకి పడింది. భీష్ముడు నీళ్ళు తాగి దాహం తీర్చుకున్నాడు. ఆఖరి క్షణంలో కొడుకు దాహం తీర్చేందుకు వచ్చిన గంగమ్మది ఈ నీటి ధార.

మరణిస్తున్న భీష్మ పితామహుని చుట్టూ రెండు వైపుల నుండి ధైర్యవంతులు గుమిగూడారు. భీష్ముడు, “నా మరణానంతరం ఈ యుద్ధం కూడా ముగుస్తుందని ఆశిస్తున్నాను. మీరు కలిసి జీవించాలని నేను కోరుకుంటున్నాను. ఇప్పుడు నా మరణం గురించి నాకు అస్సలు బాధ లేదు. సూర్యుడు ఉత్తరాయణంలోకి మారినప్పుడు, నేను చనిపోతాను, అప్పటి వరకు నన్ను నా మంచం మీద పడుకోనివ్వండి. ప్రస్తుతానికి నా ఆత్మ నా శరీరంలోనే ఉంటుంది. నా చివరి క్షణాల్లో జీవించి ఉన్న వారే నా అంత్యక్రియలు చేయాలి.

భీష్ముడి పరిస్థితి గురించి తెలుసుకున్న కర్ణుడు చివరిసారిగా చూసేందుకు పరుగు పరుగున వచ్చాడు. ముకుళిత హస్తాలతో భీష్ముని అభ్యర్థించాడు, “నా తప్పు దయచేసి నన్ను క్షమించండి. నేను మాట్లాడిన దూషణలకు నేను సిగ్గుపడుతున్నాను."

"విను కర్ణా!" భీష్ముడు "పాండవులను అంతగా ద్వేషించకు. నువ్వు రథసారధి కొడుకువి కాదు, సూర్యుని కొడుకువి, పాండవులకు సోదరుడివి, వెళ్లి వారితో స్నేహం చేసి ఈ యుద్ధాన్ని ముగించు. "

ఈ ప్రతిపాదన కర్ణుడికి నచ్చలేదు. “అందరూ నన్ను ఎగతాళి చేస్తుంటే, దుర్యోధనుడు నాకు గౌరవం ఇచ్చాడు. ఈ కష్టకాలంలో దుర్యోధనుడిని ఎలా విడిచిపెట్టగలను? నేను కట్టుబడి ఉన్నాను మరియు ఖచ్చితంగా నా మాటను నిలబెట్టుకుంటాను, వాస్తవానికి, మీరు నన్ను యుద్ధంలో పాల్గొనడానికి అనుమతించినట్లయితే, నేను నిన్ను చంపడానికి అర్జునుని అనుమతించను."

భీష్ముడు చనిపోయిన వెంటనే, కర్ణుడు యుద్ధ వేషధారణలో ఆలస్యం చేయలేదు. ఇప్పుడు దుర్యోధనుడి నిరుత్సాహం మళ్లీ కొత్త ఉత్సాహంగా మారింది. కర్ణుడి రాకతో అతని సైన్యం పుంజుకుంది.

దుర్యోధనుడు కర్ణుని సేనాధిపతిని చేయాలనుకున్నాడు, కానీ కర్ణుడి సూచన మేరకు అతను సేనాధిపతి బాధ్యతను గురువు ద్రోణాచార్యకు అప్పగించాడు. సంజయుడు ప్రతిరోజు దివ్య దర్శనం నుండి ధృతరాష్ట్రునికి యుద్ధరంగంలోని ప్రతి క్షణాన్ని వివరించేవాడు. భీష్ముడు మరణించిన రోజున ధృతరాష్ట్రుడు చాలా బాధపడ్డాడు.

యుధిష్ఠిరుని సజీవంగా బంధిస్తే యుద్ధంలో విజయం సాధించవచ్చని దుర్యోధనుడు హఠాత్తుగా గ్రహించాడు. దుర్యోధనుడు ద్రోణాచార్యునితో, "గురుదేవా! ఎలాగైనా యుధిష్ఠిరుని సజీవంగా బంధించాలని నువ్వు ప్రయత్నించాలి. యుద్ధంలో పూర్తి విజయం సాధించాలనే కోరిక నాకు అస్సలు లేదు. యుధిష్ఠిరుని సజీవంగా బంధించినంత మాత్రాన అది చాలు నాకు."

ద్రోణాచార్యుడు "యుధిష్ఠిరుని సజీవంగా బంధించడం అంత సులభం కాదు, అయినా నీ కోరిక తీర్చడానికి ప్రయత్నిస్తాను" అన్నాడు. ద్రోణాచార్యుని నాయకత్వంలో కౌరవులు పాండవులపై మళ్లీ దాడి చేశారు. పాండవుల సైన్యం ఘోరంగా ఓడిపోవడం ప్రారంభించింది. యుధిష్ఠిరుడు తన సైన్యాన్ని రక్షించుకోవడానికి సిద్ధమయ్యాడు. అప్పుడు శకుని సహదేవునిపై దాడి చేశాడు. అవకాశం చూసిన ద్రోణాచార్యుడు ద్రుపదుడిని పట్టుకోగా సాత్యకి కృతవర్మపై దాడి చేశాడు. భీమసేనుడు శల్యుడిని పట్టుకున్నాడు

యుధిష్ఠిరుని సజీవంగా పట్టుకోవడానికి వేసిన పథకం. అతని ప్రకారం, ద్రోణాచార్య త్రిగర్త రాజు సుశర్మను అర్జునుడితో పోరాడటానికి పంపాడు, తద్వారా అర్జునుడు ఒక వైపు బిజీగా ఉంటాడు మరియు మరొక వైపు యుధిష్ఠిరుని సులభంగా బంధించవచ్చు.

అర్జునుడు సుశర్మతో యుద్ధం చేయడానికి వెళ్ళినప్పుడు, అతను యుధిష్ఠిరునితో ఇలా అన్నాడు, "దుర్యోధనుడు నిన్ను సజీవంగా బంధించాలనుకుంటున్నాడని నాకు తెలిసింది, నేను త్రిగర్త రాజుతో యుద్ధం చేయబోతున్నాను, మీరు మీ భద్రతను చూసుకోండి. మీకు సహాయం చేయడానికి నేను సత్యజిత్‌ని వదిలివేస్తాను. "అవును, సత్యజిత్ యుద్ధంలో మరణించినప్పుడు, మీరు వెంటనే యుద్ధభూమిని విడిచిపెట్టాలి.

అని చెప్పి అర్జునుడు త్రిగర్త రాజుతో యుద్ధానికి బయలుదేరాడు. అతను త్రిగర్త రాజు యొక్క సైన్యాన్ని పొగ మరియు బాణాల వర్షంతో నాశనం చేశాడు. సగం సైన్యం ఓడిపోయింది, మిగిలిన సగం భయంతో పారిపోయింది. రాజు త్రిగర్త మిగిలి ఉన్న కొద్దిమంది సైనికులతో ముందు ఉన్నాడు. అవకాశం దొరికిన వెంటనే శ్రీకృష్ణుడిపై బాణాలు ప్రయోగించాడు. రథసారథిపై బాణాలు వేయడం నిబంధనలకు విరుద్ధం. కోపంతో అర్జున పరిస్థితి విషమంగా

మారింది. అతను తన దివ్య ఆయుధాన్ని ప్రయోగించాడు, దాని కారణంగా త్రిగర్త రాజు యొక్క మిగిలిన సైనికులు కూడా చంపబడ్డారు.

ఈ ముందరిని జయించిన తర్వాత, యుధిష్ఠిరుని రక్షించడానికి అర్జునుడు తిరిగి వచ్చాడు. అక్కడ చూసినప్పుడు, సత్యజిత్ చంపబడ్డాడు మరియు ద్రోణాచార్యుడు ముందుకు వెళుతున్నాడు. అర్జున్, "అన్నయ్యా! మీరు వెంటనే ఈ ఫ్రంట్ నుండి వైదొలగండి." యుధిష్ఠిరుడు మౌనంగా యుద్ధరంగం నుండి వైదొలిగాడు.

వారిలో అర్జునుడిని గుర్తించిన పాండవులు తమ ఉత్సాహాన్ని తిరిగి పొందారు. వారు కొత్త ఉత్సాహంతో కౌరవులతో యుద్ధం చేయడం ప్రారంభించారు. ఇంతలో సాయంత్రం అయింది.

ద్రోణాచార్య నిరాశతో కాల్పుల విరమణ ప్రకటించాడు. ద్రోణాచార్యుడు యుధిష్ఠిరుని సజీవంగా బంధించే అవకాశం దగ్గరికి వచ్చిన తర్వాత కూడా చేజారిపోయిందని చాలా బాధపడ్డాడు.

ఈ నిరుత్సాహాన్ని అధిగమించడానికి, ద్రోణాచార్యుడు మరుసటి రోజు యుధిష్ఠిరుని సజీవంగా బంధించాలని తన మనస్సులో నిర్ణయించుకున్నాడు, అప్పుడే నేటి బాధ తీరుతుంది. మరుసటి రోజు, ద్రోణాచార్యుడు యుధిష్ఠిరుడిని సజీవంగా బంధించి దుర్యోధనుని ముందు ఉంచడానికి ఒక గొప్ప శ్రేణిని సిద్ధం చేశాడు. ఈ శ్రేణి పేరు - చక్రవ్యూః. ఎవరైనా అందులో ఇరుక్కుంటే బయటకు రావడం కష్టం. ఈ శ్రేణి నుండి బయటపడే రహస్యం ఒకరికి మాత్రమే తెలుసు - అది అర్జున్. ఈ శ్రేణి యొక్క

ఈ విషయం యుధిష్ఠిరునికి తెలియగానే కంగారుపడ్డాడు. అర్జున్ మరో ఫ్రంట్‌పై పోరాడటానికి వెళ్ళాడు. అభిమన్యుడు "నేను కూడా చక్రవ్యూహం లోపలికి వెళ్ళగలను, కానీ బయటకు వచ్చే రహస్యం నాకు తెలియదు."

యుధిష్ఠిరుడు ఇలా అన్నాడు, "అప్పుడు నువ్వే చక్రవ్యూహంలోకి ప్రవేశించి దానిని ఛేదించావు. నిన్ను రక్షించడానికి చాలా మంది ధైర్యవంతులు ఇక్కడ ఉన్నారు." యుధిష్ఠిరుడి ఆజ్ఞ అందుకున్న వెంటనే అభిమన్యుడు చక్రవ్యూహంలోకి దూకాడు. చక్రవ్యూ ద్వారం కాపలా బాధ్యత జయద్రథునిపై ఉంది. అభిమన్యుడు వెళ్ళిపోయిన తరువాత, అతను ఏ ఇతర పాండవ యోధుని శ్రేణిలోకి ప్రవేశించనివ్వలేదు.

కౌరవ యోధులందరూ చక్రవ్యూహంలో ఉన్నారు. లోపలికి వస్తున్న అభిమన్యుని చూసిన దుర్యోధనుడు అభిమన్యుపై దాడి చేసాడు, కానీ అభిమన్యుడు ధైర్యంగా దుర్యోధనుడిపై పోరాడాడు. అభిమన్యుడి ధైర్యసాహసాలు చూసి దుర్యోధనుడు ఆశ్చర్యపోయాడు. అభిమన్యుడు, కృపాచార్యుడు, కర్ణుడు, అశ్వత్థామ, శల్య మరియు కృతవర్మ మొదలైన వారి దాడులను భరించడం దుర్యోధనుడికి కష్టంగా మారినప్పుడు, దుర్యోధనుడికి సహాయం చేసారు, కానీ అభిమన్యుని పట్టుకోవడంలో వీరందరికీ చెమటలు

పట్టాయి. అభిమన్యుడు తన దెబ్బలతో ఈ యోధులను నాట్యం చేశాడు. దుశ్శాసనుడి పరిస్థితి ఏమిటంటే, అభిమన్యుడి అనేక బాణాలు అతని శరీరాన్ని గుచ్చుకున్నాయి, అతను ఇక భరించలేనప్పుడు, అతను మైదానం వదిలి పారిపోయాడు.

కర్ణుడు లక్ష్యం తీసుకుని అభిమన్యుడిపై బాణం వేశాడు. అభిమన్యుకి ఖచ్చితంగా బాణం తగిలింది, కానీ అతను మైదానాన్ని విడిచిపెట్టలేదు, బదులుగా గాయపడినప్పటికీ, అతను మైదానంలో నిలబడి ఉన్నాడు. అభిమన్యుడి దాడి కారణంగా చాలా మంది వీరులు చనిపోవాల్సి వచ్చింది, వారిలో కౌశల దేశానికి చెందిన రాజు బృహద్బల్, దుర్యోధనుడి కుమారుడు లక్ష్మణుడు మరియు మద్రరాజు కుమారుడు రుక్మ ఉన్నారు.

అభిమన్యుని ఈ ధైర్యసాహసాలు చూసి కంగుతిన్న కౌరవ యోధులు తమకు పరిష్కారం దొరకక గురువైన ద్రోణాచార్యుల వద్దకు వెళ్లారు. గురువైన ద్రోణాచార్య ఆ బాలుడి పోరాట పటిమకు చాలా సంతోషించాడు. అప్పుడు తన సేనాధిపత్యం గురించి తెలిసి దుర్యోధనుడికి సూచించాడు, "చూడు! దాని ఆయుధాలన్నీ అయిపోయిన తర్వాత అందరూ కలిసి దానిపై దాడి చేస్తారు.

ద్రోణాచార్యుని పథకం ప్రకారం దుర్యోధనుడు అభిమన్యుడిపై కొత్త దాడికి దిగాడు. అభిమన్యుడి వద్ద ఆయుధాలు ఉన్నంత కాలం కౌరవులతో యుద్ధం చేస్తూనే ఉన్నాడు. తన ఆయుధాలు అయిపోయిన తర్వాత కూడా, అతను రథ చక్రాలతో పోరాడాడు, అయితే అతను ఎంత మంది యోధులతో ఒంటరిగా పోరాడగలడు? చివరికి అతను నిస్సహాయుడు

ఇది చూసిన గొప్ప యోధులు అతనిపై దాడి చేసి చంపారు.

అభిమన్యుని చంపిన తర్వాత కౌరవులలో ఆనందం వెల్లివిరిసింది. శంఖం ఊది తాను గెలిచానంటూ ప్రచారం చేశాడు.

అభిమన్యుడి మరణవార్త పాండవులలో విషాదాన్ని నింపింది. సాయంత్రం కాల్పుల విరమణ ప్రకటించారు.

అభిమన్యుడి మరణానికి తమ శిబిరంలో ఉన్న పాండవులు చాలా బాధపడ్డారు. అభిమన్యుని పంపిన వాడు కాబట్టి యుధిష్ఠిరుడు ముఖ్యంగా దుఃఖించాడు. అప్పుడే మహర్షి వ్యాసుడు అక్కడికి చేరుకున్నాడు. అతడు "దుఃఖపడకు యుధిష్ఠిరా! ఏది జరిగినా అది శాశ్వతం. నిజానికి, శివుడు జయద్రథుడికి వరం ఇచ్చాడు, ఏదో ఒక రోజు అతను ఖచ్చితంగా పాండవులను ఓడిస్తానని, అయితే అర్జునుని చంపడం ఖచ్చితంగా అసాధ్యం. ఆ వరుడి మహిమ వల్లనే అభిమన్యుడు హత్యకు గురయ్యాడు.

కొంత సమయం తరువాత, అర్జున్ ముందు నుండి తిరిగి వచ్చినప్పుడు, అతను కూడా తన కొడుకు మరణ వార్త విని దుఃఖానికి లోనయ్యాడు. శ్రీ కృష్ణుడు అతనిని ఓదార్చాడు

మరియు "అర్జునుడు హీరోల మరణానికి దుఃఖించడు! అభిమన్యుడు దివ్య లోకానికి వెళ్ళాడు, అక్కడ ప్రతి హీరో వెళ్ళాలని కోరుకుంటాడు."

అర్జునుడు "నేను జయద్రథుని వదలను. అతని మరణం నా చేతుల్లోనే ఉంటుంది. రేపు సూర్యాస్తమయానికి ముందే అతన్ని యంపురికి అప్పగిస్తాను."

అర్జునుడి ప్రతిజ్ఞ వార్త కౌరవుల శిబిరానికి చేరింది.

జయద్రథుడిని చంపాలనే అర్జునుడి సంకల్పం ఎప్పటికీ విఫలం కాకూడదు

చెయ్యవచ్చు. అందువల్ల కౌరవుల మధ్య కొంత కలకలం రేగింది. జయద్రథుడు భయంతో చాలా చెడ్డవాడయ్యాడు. దుర్యోధనుడితో ఇలా అన్నాడు, "నీ కోసం నా ప్రాణాన్ని కూడా పణంగా పెట్టాను. ఇప్పుడు నన్ను రక్షించే భారం నీపైనే ఉంది. సూర్యాస్తమయం వరకు నన్ను రక్షించు.

"బాధపడకు జయద్రథా! మేము ఉండగా అర్జునుడు నిన్ను తాకలేడు." దుర్యోధనుడు అతనికి రక్షణ ఇచ్చాడు, "కర్ణుడు, శల్యుడు, అశ్వత్థామ మరియు భూరిశ్రవుడు వంటి యోధులు నీ రక్షణ కోసం మోహరించారు, అప్పుడు ఎందుకు భయపడాలి?"

ద్రోణాచార్యుడు "అర్జునుని నీ దగ్గరికి రానివ్వను. మొత్తం సైన్యం మీ రక్షణలో నిమగ్నమై ఉంటుంది. ఏ పాండవ యోధుడు నా కొత్త శ్రేణిలోకి ప్రవేశించి నీ దగ్గరికి రాలేడు, అర్జునుడు కూడా.

నిజానికి యుద్ధం ప్రారంభమైనప్పుడు, జయద్రథుడిని కౌరవ సైన్యం చుట్టుముట్టింది

జయద్రథుడు రథాల వెనుక, ఏనుగుల వెనుక దాక్కున్నాడు. సూర్యుడు ఎప్పుడు అస్తమిస్తాడో, యుద్ధం ఎప్పుడు ముగుస్తుందో అని ఉదయం నుండి సూర్యుని వైపు మాత్రమే తల పైకెత్తి చూస్తున్నాడు, ఎందుకంటే అర్జునుడు ఈ సాయంత్రానికే అతన్ని చంపేస్తానని ప్రమాణం చేసాడు, కానీ ఈ రోజు బ్రతికితే అప్పుడు అర్జునుడి ప్రతిజ్ఞ నెరవేరుతుంది.పనికిరానిది అవుతుంది.

అప్పుడు మేఘాలు సూర్యుడిని కప్పాయి. సూర్యుడు అస్తమించాడని అర్జునుడికి అర్థమైంది. అతను ఒక నిట్టూర్పు విడిచాడు. అతను నిర్భయంగా తన దాక్కున్న ప్రదేశం నుండి బయటకు వచ్చాడు. అర్జునుడు చూడగానే తన బాణాన్ని ప్రయోగించాడు. బాణం లక్ష్యాన్ని తాకింది. జయద్రథుడు నిట్టూర్చి నేలమీద పడ్డాడు.

సూర్యుడు మళ్లీ మేఘాల వెనుక నుండి ఉద్భవించాడు మరియు ప్రకాశవంతమైన కాంతి చుట్టూ వ్యాపించింది. నిజానికి, శ్రీ కృష్ణుడు స్వయంగా సూర్యుడిని తన చక్రంతో దాచి సూర్యాస్తమయం యొక్క భ్రాంతిని సృష్టించాడు, తద్వారా జయద్రథుడు చంపబడ్డాడు.

జయద్రథుని వధతో ఆ రోజు యుద్ధం ముగిసింది.

భీముడు మరియు కర్ణుల మధ్య ఘర్షణ జరిగిన రోజున, భీముడిని ఓడించడానికి కర్ణునికి సహాయం చేయడానికి దుర్యోధనుడు తన సోదరులలో కొంతమందిని పంపాడు, అయితే భీముడు దుర్యోధనుడి సోదరులలో పదకొండు మందిని చంపాడు. ఆస్థానంలో ద్రౌపదిని బహిరంగంగా అవమానించి దుర్యోయుని తొడను ముక్కలుగా నరికేస్తానని శపథం చేసిన రోజును భీముడు మరిచిపోలేదు.

కర్ణుడు కూడా భీమునికి తక్కువ హాని కలిగించలేదు. అతను భీముని ఆయుధాలను మరియు విల్లు మరియు బాణాలను విరిచాడు మరియు అతని రథాన్ని కూడా పాడు చేసాడు. కర్ణుడు పొంగిపోవడం చూసి, భీముడు ముందు నుండి పారిపోయి వివిధ ప్రాంతాలలో తనను తాను రక్షించుకోవలసి వచ్చింది. భీముడు తన చేతికి ఏది వచ్చినా ఎత్తుకుని కర్ణుడిపై విసురుతూనే ఉన్నాడు.

కర్ణుడు, "నీ ప్రాణం కాపాడుకోవడానికి పారిపోయే నువ్వు ఎలాంటి క్షత్రియుడివి. అడవికి వెళ్లి జంతువులకు గడ్డి తినిపించాలి. ఆ రోజు, రెండు వైపులా యుద్ధ ఉన్మాదం ఎంతగా పెరిగిపోయిందంటే కాల్పుల విరమణకు పిలుపునిచ్చింది.

వ్యవధిని కూడా పట్టించుకోకపోవడంతో రాత్రి పొద్దుపోయే వరకు పోరాటం కొనసాగించారు. ఆ రాత్రి ఘటోత్కచుడు కూడా యుద్ధరంగంలోనే ఉన్నాడు. తన దెబ్బతో కర్ణుని గాయపరిచాడు. కర్ణుడు నొప్పితో విపరీతంగా మెలగడం ప్రారంభించాడు. అతనికి ఇంద్రుడు ఇచ్చిన ఆయుధం ఉంది, అది అతని శత్రువుపై విసిరితే అతన్ని చంపడం ఖాయం, కానీ అది ఒక్కసారి మాత్రమే ఉపయోగించబడుతుంది. అతను అర్జునుని చంపడానికి ఈ ఆయుధాన్ని ఉంచాడు, కానీ ఘటోత్కచ అతనిని చాలా రెచ్చగొట్టాడు, కర్ణుడు ఆయుధాన్ని విడిచిపెట్టాడు, దాని కారణంగా ఘటోత్కచుడు తప్పించుకోలేకపోయాడు. అర్జునుడికి రక్షణ కల్పించిన తర్వాత అతను మరణించాడు.

రాత్రి చాలా వరకు గడిచిపోయింది.

యుద్ధం కొనసాగుతూనే ఉంది. ప్రతి వైపు భీకర పోరు సాగింది. ద్రోణాచార్యుడు తన ఆదేశ బాధ్యతలను చాలా చక్కగా నిర్వర్తించేవాడు. ఎక్కడ అవసరం ఉంటే అక్కడికి చేరుకునేవారు. ఎక్కడ చూసినా ద్రోణుని అస్త్ర శబ్దం వినిపిస్తోంది.

గురు ద్రోణాచార్యుల చురుకుదనానికి శ్రీ కృష్ణుడు చింతిస్తూ, "ద్రోణాచార్యుడు జీవించి ఉన్నంత కాలం మనం యుద్ధంలో గెలవడం కష్టం. వారు మెరుపు వేగంతో ప్రతి ముందు చేరుకుంటారు. వారి ధైర్యసాహసాలు ఎంతమాత్రం అలసిపోకుండా రాత్రనక పగలు నిరంతరాయంగా పోరాడి మన సైన్యాన్ని నాశనం చేసే వరకు వారి వణుకు నుండి బాణాలు వస్తూనే ఉంటాయి. ద్రోణాచార్యుని శక్తిని మనం ఎలాగైనా నాశనం చేయాలి. అతను తన కొడుకు అశ్వత్థామ గురించి చాలా గర్వంగా ఉన్నాడు. అశ్వత్థామను ఇప్పుడే చంపడం అసాధ్యం, కానీ

ఏదో ఒకవిధంగా ద్రోణాచార్యుని చెవులకు తన ప్రియమైన కొడుకు చంపబడ్డాడని, అప్పుడు అతని శక్తి అంతా శూన్యం మరియు అతను నాశనం అవుతాడు. అటువంటి సమయంలోనే ద్రోణాచార్యుని అదుపులో ఉంచగలం.

"కానీ ఇది ద్రోహం." అర్జున్, "నేను అలాంటి యుద్ధంలో పాల్గొనలేను."

యుధిష్ఠిరుడు సమాధానం చెప్పే ముందు కాసేపు ఆలోచించాడు. సమయం గడుస్తోంది మరియు ద్రోణాచార్యుని సంహారం కొనసాగింది. మనల్ని మనం రక్షించుకోవడానికి కొన్ని చర్యలు తీసుకోవాల్సిన అవసరం ఉంది, లేకపోతే రక్తపాతం ఆగదు.

యుధిష్ఠిరుడు శ్రీకృష్ణునితో ఇలా అన్నాడు, "ఇది అన్యాయమైనప్పటికీ, నేను దీన్ని చేయడానికి సిద్ధంగా ఉన్నాను, ఎందుకంటే ద్రోణాచార్యుడు రక్తపాతాన్ని ఆపగలడు. ఈ అబద్ధానికి నేను నరకానికి వెళ్ళవలసి వచ్చినా ద్రోణాచార్యుని వద్దకు వెళ్తాను. హే కృష్ణా! వేరే మార్గం లేదని నేను భావిస్తున్నాను."

ఇప్పుడు గందరగోళం సృష్టించేందుకు భీముడు ముందుకొచ్చాడు. తన గదతో 'అశ్వత్థామ' అనే ఏనుగు తలను పగలగొట్టి, "నేను అశ్వత్థామను చంపాను" అని అరిచాడు.

ఆ సమయంలో ద్రోణాచార్యుడు బ్రహ్మాస్త్రం అనే ఒక శక్తివంతమైన బాణాన్ని వదలబోతున్నాడు. ఈ బాణం యొక్క ప్రత్యేకత ఏమిటంటే, ఇది పాండవుల సైన్యాన్ని మొత్తం నాశనం చేయగలదు, అయితే అశ్వత్థామను చంపేస్తానని భీముడు చేసిన ప్రకటన విని, అతను బ్రహ్మాస్త్రం చేతిని క్రిందికి దించాడు.

యుధిష్ఠిరుడు సమీపంలోకి చేరుకున్నాడు. ద్రోణాచార్యుడు "యుధిష్ఠిర్! నువ్వు ఎప్పుడూ అబద్ధం చెప్పవు. నిజం చెప్పు, అశ్వత్థామ చంపబడ్డాడా?

"అవును, అది నిజమే." యుధిష్ఠిరుడు మాట్లాడాడు మరియు గుసగుసగా అన్నాడు, "అయితే అది ఏనుగు పేరు."

యుధిష్ఠిరుడి మొదటి వాక్యం విని ద్రోణాచార్యుడు చలించిపోయాడు. అప్పటికి స్పృహ కోల్పోయిన తరువాత అర్థం కాని వాక్యం అతని చెవులకు చేరలేదు. తమ నుంచి సర్వస్వం దోచుకున్నారని, ఇప్పుడు బతకడం అర్థరహితమని ఆవేదన వ్యక్తం చేశారు. తన ముద్దుల కొడుకు లేకుండా బ్రతకలేనన్న ఆలోచనతో అతను వణికిపోయాడు.

భీముడు దగ్గరకు వచ్చి, "నువ్వు పుట్టుకతో బ్రాహ్మణుడివి, కానీ బ్రాహ్మణ కర్తవ్యాన్ని వదిలి క్షత్రియుల విధులను స్వీకరించావు, ఇది నీ కులానికి ద్రోహం. మీరు ప్రజల మధ్య శాంతిని బోధించాలి, అయితే మీరు పోరాడటానికి ప్రజలకు బోధిస్తారు. ఈ రోజు మీరు మీ చర్యలకు పూర్తి ప్రతీకారం పొందారు."

కొడుకు మరణంతో ద్రోణాచార్యుడు అప్పటికే గుండె పగిలిపోయాడు. భీముని మాటలు గాయానికి ఉప్పుగా పనిచేశాయి. అతను భయపడిపోయాడు. ఆ సమయంలోనే అతను తన ఆయుధాలన్నింటినీ నేలకూల్చాడు. రథంపై కూర్చొని ఆలోచనల్లో మునిగిపోయాడు.

అప్పుడు ధృష్టద్యుమ్నుడు ద్రోణాచార్యుని రథంపైకి దూకాడు. ఎవరైనా ఏమీ అర్థం చేసుకోకముందే లేదా అతనిని ఆపడానికి అడుగు ముందుకేయకముందే, ధృష్టద్యుమ్నుడు తన కత్తిని దాని తొడుగు నుండి తీసి ద్రోణాచార్యుని తలని అతని శరీరం నుండి వేరు చేశాడు. ఈ విధంగా అతను తన తండ్రి ద్రుపదుని అవమానానికి ప్రతీకారం తీర్చుకున్నాడు.

గురుదేవ్ ద్రోణాచార్య మరణానంతరం దుర్యోధనుడు కర్ణుడిని సేనాధిపతిగా చేశాడు. ఈ అవకాశం అర్జునకి సవాలుగా మారింది. భీముడితో కలిసి కర్ణుడిపై రంగంలోకి దిగాడు.

అప్పుడు దుశ్శాసనుడు అవకాశంగా తీసుకుని భీముని వద్దకు వచ్చి అతనిపై బాణాలు కురిపించాడు. భీముడు ఈ అవకాశం కోసం వెతుకుతున్నాడు. ద్రౌపది వస్త్రాపహరణానికి దుఃశ్శాసనుడే దుష్ట ప్రయత్నం చేశాడని అతను మరిచిపోలేదు. భీముడి కళ్ళు రక్తంతో ఉబ్బి, "ఇది ప్రతీకారం తీర్చుకునే సమయం" అని గొణిగాడు, అతను త్వరగా తన రథాన్ని దుఃశ్శాసనుడి వైపుకు తరలించి, దుఃశాసనుడిని తన రథం నుండి క్రిందికి లాగాడు. ఆపై అతని చేతులు విరిచి, భీముడు ఇలా అన్నాడు. "నువ్వు ఈ చేతులతో ద్రౌపది వెంట్రుకలతో ఈడ్చుకెళ్లింది, కాదా?" దీంతో అతను దుఃశాసనుడి ఛాతీలోకి కత్తిని చొప్పించాడు. దుఃశ్శాసనుడు నిట్టూర్పుతో కింద పడిపోయాడు మరియు అతని ఛాతీ నుండి రక్తం కారుతోంది. భీముడు ఆ రక్తాన్ని దుర్యోధనుడి నోటి వైపుకు విసిరాడు. అన్నాడు. "నేను దుశ్శాసనుడి రక్తాన్ని తాగుతానని ప్రతిజ్ఞ చేసాను, ఈ రోజు దానిని నెరవేర్చే సమయం వచ్చింది."

అంటూ దుశ్శాసనుని శవంలోని ప్రవహించే రక్తాన్ని అంజలితో నింపి తాగాడు. భీముని ఈ రాక్షస రూపాన్ని చూసి దుర్యోధనుడు స్తబ్దుగా ఉండటమే కాదు, మిగిలిన వారంతా కూడా మౌనం వహించారు.

భీముని ఈ చర్యకు కర్ణుడు కూడా ఒక్క క్షణం వణికిపోయాడు. కర్ణుడి రథానికి శల్యుడు రథసారధిగా ఉన్నాడు, "నువ్వు వణికిపోతున్నట్లు నేను చూస్తున్నాను. పరిస్థితి సున్నితమైనది నిజమే, కానీ మీరు సైన్యానికి సేనాధిపతి, మీరు ఇలా మీ భావాలను కోల్పోకూడదు. మిమ్మల్ని మీరు నియంత్రించుకోండి, యుద్ధంలో విజయం లేదా ఓటమికి మొత్తం బాధ్యత మీపైనే ఉంటుంది.

కర్ణుడు స్పృహలోకి వచ్చాడు. అర్జునుడి వైపు రథాన్ని నడిపించమని శల్యుని ఆదేశించాడు. శల్యుడు తన ప్రకటనతో అతన్ని ఉత్తేజపరిచాడు.

అర్జునుడు కర్ణుడి దగ్గరికి రాగానే తన ఆయుధాలను కాల్చడం ప్రారంభించాడు. పాముకాటుగాడిని మొదట విడుదల చేసింది ఆయనే. బాణం వేగంగా వెళ్లి అర్జునుడి తలను శరీరం నుండి వేరు చేయడానికి సమీపంలోకి వచ్చిన వెంటనే, అదే సమయంలో శ్రీ కృష్ణుడు తన శక్తితో రథాన్ని ఐదు వేళ్లతో భూమిలోకి ముంచాడు, ఫలితంగా అర్జునుడి తల తెగిపోకుండా రక్షించబడింది, కానీ అతని కిరీటం పడిపోయింది.. దీంతో అర్జున్ తీవ్ర ఆగ్రహం వ్యక్తం చేశాడు. మొహం మీద కోపంతో అర్జునుడు కర్ణుడిపై ఘోరమైన బాణాన్ని ప్రయోగించాడు.

ఈ బాణంతో కర్ణుడు పరధ్యానంలో పడ్డాడు. అప్పుడు అతని రథం బురదలో కూరుకుపోయింది. రథాన్ని నిర్వహిస్తున్నప్పుడు, అతను అర్జునుడితో, "ఆగండి, నేను మీ రథాన్ని సరిచేయనివ్వండి, ఆపై దాడి చేయండి. నేను నిన్ను నమ్ముతున్నాను."

శ్రీ కృష్ణుడు ఇలా అన్నాడు, "ఈ విషయాలు పక్కన పెట్టండి. మీరు ఎప్పుడైనా ఒకరి విశ్వాసాన్ని అంచనా వేసారా? మీరు ఎప్పుడూ అన్యాయం చేస్తూనే ఉన్నారు.. ద్రౌపదిని బాహాటంగా అవమానించిన రోజు, పాండవులను దేశం నుండి తరిమివేసి, నిరాయుధుడైన అభిమన్యుడిని చాలా మంది కలిసి చంపిన రోజు మీరు మరచిపోయారా. అప్పుడు నీ న్యాయం ఎక్కడ జరిగింది?' అని చెప్పి అర్జునుడితో, 'అర్జునా! నీ బాణం వేసి కర్ణుని చంపు' అని ఆదేశించాడు.

అప్పటికి కర్ణుడు తనను తాను నిగ్రహించుకుని అర్జునుడిపై బాణం విసిరాడు. ఆమె ఉత్సాహానికి అర్జున్ ఆశ్చర్యపోయాడు. అవకాశాన్ని సద్వినియోగం చేసుకున్న కర్ణుడు రథం దిగి మట్టిలోంచి చక్రాన్ని తీయడం ప్రారంభించాడు. బురదలోంచి చక్రాన్ని బయటకు తీయలేక దిక్కుతోచని స్థితిలో పడిపోయాడు. ఇప్పుడు అర్జునుడిపై బ్రహ్మాస్త్రాన్ని ప్రయోగించాలని అనుకున్నాడు, కానీ భయంతో అతను దానిని ప్రయోగించిన మంత్రాన్ని మరచిపోయాడు. ఈ పరిస్థితిని అన్యాయంగా ఉపయోగించుకోవడానికి అర్జున్ ఇష్టపడలేదు, కానీ

శ్రీ కృష్ణుడు "సమయం వృధా చేయకు, బాణం వేయు" అన్నాడు.

అప్పుడు అర్జునుడు గాండీవాన్ని ఎత్తుకుని ఒకే బాణంతో కర్ణుని తల నరికాడు.

కర్ణుడి మరణవార్త విన్న కౌరవులలో నిస్పృహ వ్యాపించింది. అశ్వత్థామ దుర్యోధనుడికి సూచించాడు, "ఈ రక్తపాతం వల్ల ప్రయోజనం ఉండదని నేను భావిస్తున్నాను. మీరు ఇప్పుడు పాండవులతో సంధి చేసుకోవడం మంచిది. మా అగ్ర యోధులందరూ చంపబడ్డారు. "

"లేదు." అశ్వత్థామ సూచనను ఒక్క మాటలో తోసిపుచ్చిన దుర్యోధనుడు, "మన ఆత్మీయులైన, ధైర్యవంతులైన ఎంతో మందిని చంపిన పాండవులతో నేనెలా సంధి చేసుకోగలను? నేను నా మరణం వరకు పాండవులతో యుద్ధం చేస్తాను" అన్నాడు. " అప్పుడు శల్యుని వైపు చూసి "ఈరోజు నుండి మన సైన్యం

నువ్వే కమాండర్."

శల్యుడు తన ఆధ్వర్యంలో సైన్యంతో ముందుకు సాగాడు.

మరోవైపు, శల్యుని సైన్యం యొక్క మనోబలాన్ని యుధిష్ఠిరుడే ఓడించాడు. యుధిష్ఠిరుడు హృదయంలో మృదువుగా ఉంటాడని అందరూ అనుకున్నారు, కానీ ఈరోజు అతని బలాన్ని చూసి అందరూ ఆశ్చర్యపోయారు. శల్యుడిని కూడా ధైర్యవంతుడిగా పరిగణించినప్పటికీ, ఈ రోజు యుధిష్ఠిరుడు అతనిని ఒక్క కదలిక కూడా చేయనివ్వలేదు. యుధిష్ఠిరుడు తన శక్తిని ఎంత గొప్పగా ప్రదర్శించాడు అంటే శల్యుని కాళ్లు వేరు చేయబడి నేలపై తిరుగుతూ, దుమ్ములో కూరుకుపోయి మరణించాడు.

భీముడు ధృతరాష్ట్రుని మిగిలిన కుమారులను యమలోకానికి తీసుకువెళ్ళాడు, కానీ దుర్యోధనుడు జీవించి ఉన్నంత కాలం భీముని గుండెకు శాంతి లేదు. సర్వస్వం పోగొట్టుకుని కృంగిపోయిన దుర్యోధనుడి వద్దకు చివరకు చేరుకున్నాడు. అతని ఆశలన్నీ ఆవిరైపోయాయి. అతని సోదరులతో పాటు, అతని శ్రేయోభిలాషి మరియు ప్రియమైన మామ శకుని కూడా సహదేవునిచే చంపబడ్డాడు.

కృపాచార్య, అశ్వత్థామ దగ్గరకు వచ్చేసరికి దుర్యోధనుడు ఆందోళనగా కూర్చున్నాడు. ఈ ముగ్గురు యోధులు మాత్రమే కౌరవ వైపు మిగిలారు. మరోవైపు, ఏడుగురు హీరోలు సజీవంగా ఉన్నారు.

శల్యుని మరణానంతరం దుర్యోధనుడు అశ్వత్థామను సేనాధిపతిగా నియమించి "ఇప్పుడు నేను నిన్ను మాత్రమే విశ్వసిస్తాను" అన్నాడు.

అశ్వత్థామ, "బాధపడకు, నువ్వు నాకు బాధ్యత అప్పగించావు, నేను దానిని నెరవేర్చి, పాండవుల జాడలన్నీ తొలగించిన తర్వాతే మరణిస్తాను" అన్నాడు

దుర్యోధనుడికి ప్రాణాల మీద ఆశ లేదు. అలా ఒకరోజు తన గద్దె ఎత్తుకుని ఒక సరస్సు ఒడ్డుకు వెళ్లాడు. మంత్రశక్తితో నీళ్లలో మార్గాన్ని ఏర్పరచుకుని దిగువకు వెళ్లి దాక్కున్నాడు.

చివరకు పాండవులు అతనిని కనుగొన్నారు.

యుధిష్ఠిరుడు, "నీవు నీటిలో దాక్కున్నందుకు సిగ్గుపడలేదు. చెప్పు, నీ వంశాన్ని నాశనం చేయడం ద్వారా నీకు ఏమి వచ్చింది?"

దుర్యోధనుడు "నేను ఇక్కడ దాక్కోవడానికి కూర్చోలేదు. నా శరీరం ఇంకా ప్రతీకార మంటతో రగిలిపోతూనే ఉందని మర్చిపోవద్దు, నేను చల్లగా ఉండేందుకు ఇక్కడే కూర్చున్నాను. మీరు నా దగ్గరి మరియు ప్రియమైన వారందరినీ చంపారు. ఇప్పుడు నేను దేని కోసం పోరాడాలి లేదా జీవించాలి? నాకు రాయల్టీ అక్కర్లేదు. మీరు ప్రతిదీ తీసుకోండి. అయ్యో! ఈ రాజ్యాన్ని పొందడానికి మీరు చాలా నరమేధానికి పాల్పడ్డారు."

"అబ్బా! ఈరోజు నువ్వు చాలా దయతో ఉన్నావు." యుధిష్ఠిరుడు "నువ్వు మరచిపోలేదా?

సూది మొనతో సమానమైన భూమిని కూడా నాకు ఇవ్వడానికి నిరాకరించింది నువ్వే." దుర్యోధనుడు నీళ్లలోంచి బయటకు వచ్చాడు. అతడికి ఇష్టమైన ఆయుధమైన గద్దె అతని చేతిలో ఉంది. "నేను ఒంటరిగా ఉన్నాను. మీరైతే.. నాతో పోరాడాలనుకుంటున్నాను, మీరు వచ్చినట్లయితే, నేను ఒక్కొక్కరితో ఒంటరిగా పోరాడతాను. ఒక్కసారిగా నాపై దాడి చేయడం అన్యాయం. నేను నిరాయుధుడిగా మరియు ఒంటరిగా ఉన్నట్లు మీరు చూస్తారు."

"ఈరోజు నీకు న్యాయం, అన్యాయం గుర్తుకొస్తున్నాయి." యుధిష్ఠిరుడు ఇలా అన్నాడు, "మీరు నిరాయుధుడైన ఒంటరి బిడ్డ అభిమన్యుని ఎలా చంపారో మర్చిపోయావా. మీరు ఆ ఒంటరి వ్యక్తిపై తోడేలులా దాడి చేశారు. సరే, మేము అలా చేయము. మీరు మాలో ఎవరితో పోరాడాలనుకుంటున్నారో ఎంచుకోండి. మీరు చనిపోతే, మీరు నేరుగా స్వర్గానికి వెళతారు, మీరు జీవించి ఉంటే, సింహాసనం మీకు అప్పగించబడుతుంది.

శ్రీ కృష్ణుడు యుధిష్ఠిరుని మాటలలో ఏ విషయమును చూడలేదు. దుర్యోధనుడికి భీముడు మాత్రమే తగినవాడు. అందుచేత అతడు త్వరగా భీమునితో, "భీమా! సిద్ధంగా ఉండు, దుర్యోధనుడిని చంపుతానని ప్రతిజ్ఞ చేసావు.

భీముడు గద తీసుకుని దుర్యోధనుడి ముందు నిలబడ్డాడు. ఇద్దరూ జాపత్రి ప్రయోగించడంలో నిష్ణాతులు కావడంతో వారి దండలు ఒకదానికొకటి ఢీకొన్నాయి. దాడుల తర్వాత దాడులు జరిగాయి, భీముడు దుర్యోధనుడి దాడుల నుండి అతన్ని రక్షించినట్లయితే, భీముడి దాడుల నుండి దుర్యోధనుడు అతన్ని రక్షించేవాడు. వెంటనే వారి జాడలు

అవి గాలిలో ఢీకొన్నప్పుడు భీకర నిప్పురవ్వలు చెలరేగుతాయి. పోరాటం చాలాకాలం కొనసాగినప్పుడు, గెలుపు ఓటము నిర్ణయం కష్టమని శ్రీ కృష్ణుడికి అర్థమైంది. అప్పుడు భీముడు దుర్యోధనుడి తొడను కోసినట్లు శ్రీకృష్ణుడికి గుర్తుకు వచ్చింది.

విచ్ఛిన్నం చేస్తామని ప్రతిజ్ఞ చేశారు. అయితే, యుద్ధంలో, శరీరం యొక్క దిగువ భాగాలను జాపత్రితో కొట్టారు.

దాడి చేయడం నిబంధనలకు విరుద్ధం, అయినప్పటికీ శ్రీ కృష్ణుడు ఇలా అన్నాడు, "హే! భీముడు దుర్యోధనుని తొడను విరగ్గొడతానని ప్రతిజ్ఞ చేసాడు, అతను తన వాగ్దానాన్ని మరచిపోయాడా?" అతను తన తొడపై దాడి చేయమని భీముడిని సూచించాడు.

ద్రౌపదిని తన తొడపై కూర్చోమని దుర్యోధనుడు ఎలా అసభ్యంగా సంజ్ఞ చేసాడో, కోపంతో దుర్యోధనుడి తొడను విరగ్గొడతానని ప్రతిజ్ఞ చేసాడో అన్నీ భీముడికి గుర్తుకు వచ్చాయి. అంతలోనే భీముడు వంగి దుర్యోధనుడి తొడలపై తన గదను పూర్తిగా వేశాడు. దుర్యోధనుడు

తడబడి కిందపడ్డాడు. భీముడు తన గదతో ఒక్క దెబ్బతో దుర్యోధనుడి తల పగలగొట్టాడు. యుధిష్ఠిరుడు "చాలు భీమా! నీ వాగ్దానం నెరవేరింది" అన్నాడు.

అదే రోజు రాత్రి అశ్వత్థామ పాండవుల శిబిరానికి వెళ్లి విధ్వంసం సృష్టించాడు. అతను ద్రౌపది ఐదుగురు కుమారులు నిద్రిస్తున్న సమయంలో చంపడమే కాకుండా, మిగిలిన పాండవుల సైన్యాన్ని కూడా నిద్రలోనే చంపాడు. కృపాచార్య మరియు కృతవర్మ కూడా ఈ మారణకాండలో అతనికి మద్దతు ఇచ్చారు, అయితే కృపాచార్య ఈ మారణకాండకు వ్యతిరేకంగా ఉన్నారు. మరణిస్తున్న దుర్యోధనుడికి ఈ సమాచారం అందించిన తరువాత, ముగ్గురూ అదృశ్యమయ్యారు. ఈ సంప్రదింపులు అందుకున్న దుర్యోధనుడు మరణించాడు.

పాండవులు సంహారం గురించి తెలుసుకున్నప్పుడు, వారు అశ్వత్థామను వెతకడానికి బయలుదేరారు. యుధిష్ఠిరుడు, "మేము గెలిచిన తర్వాత కూడా, ఈ సంఘటన కారణంగా ఓడిపోయాము."

అశ్వత్థామ గంగానది ఒడ్డున ఉన్న వ్యాసాశ్రమంలో తలదాచుకున్నాడు. అతన్ని చూడగానే భీమసేన్ సవాలు చేశాడు. ఇద్దరి మధ్య భీకర పోరు జరిగింది. అప్పుడు అశ్వత్థామ తన ఓటమిని అంగీకరించి అడవుల వైపు వెళ్ళాడు.

ఈ యుద్ధం ఫలితంగా హస్తినాపురమంతా మనుషులతో ఖాళీ అయింది. అక్కడ మహిళలు మరియు పిల్లలు మాత్రమే మిగిలారు, వారి దయనీయమైన రోదనలు వాతావరణంలో ప్రతిధ్వనించాయి.

అయితే యుద్ధభూమిలో కుక్కలు, నక్కలు, రాబందులు మృత దేహాలను చింపి తినేశాయి.

యుద్ధం ముగిసింది.

పాండవులు హస్తినకు వచ్చారు. ఈ బాధాకరమైన విజయం తర్వాత రాజు ధృతరాష్ట్రుడికి తన ముఖాన్ని ఎలా చూపించాలా అని యుధిష్ఠిరుడు ఆలోచిస్తున్నాడా? గాంధారిని ఎలా కలవాలి? తన వందమంది కుమారులను కోల్పోయిన పాండవులను సులభంగా క్షమించగలడా?

పాండవులు రాజాస్థానానికి చేరుకున్నప్పుడు, ధృతరాష్ట్రుడు "భీముడు ఎక్కడ ఉన్నాడు? అతన్ని నా దగ్గరకు పంపు. నేను అతనికి స్వాగతం పలకాలనుకుంటున్నాను

పక్కనే శ్రీకృష్ణుడు నిలబడి ఉన్నాడు. అతను ధృతరాష్ట్రుని భావాలను అర్థం చేసుకున్నాడు. ధృతరాష్ట్రుడు ఎప్పటికీ మరచిపోలేని తన ముద్దుల కొడుకు దుర్యోధనుడిని చంపిన భీముడు. అందువల్ల, భీముని స్థానంలో ధృతరాష్ట్రుని ముందు శ్రీ కృష్ణుడు ఒక ఇనుప విగ్రహాన్ని ఉంచాడు.

ధృతరాష్ట్రుడు ఆప్యాయతతో పొంగిపోయినట్లుగా ఆమెను కౌగిలించుకున్నాడు. ఇనుప విగ్రహాన్ని పూర్తి శక్తితో తన ఛాతీకి కౌగిలించుకున్నాడు. ఫలితంగా విగ్రహం ముక్కలై నేలపై పడింది. ధృతరాష్ట్రుడు చాలా పశ్చాత్తాపంతో, "అరే, భీముడు ఏమయ్యాడు? బహుశా నేను మోహముతో నిన్ను ఎక్కువగా నొక్కాను. నీకు బాధ కలగలేదా?"

ధృతరాష్ట్రుడి నాటకానికి శ్రీ కృష్ణుడు కోపోద్రిక్తుడయ్యాడు, కానీ మెల్లగా ఇలా అన్నాడు, "మీరు భీముడిని అణచివేయలేదు, కానీ ఇనుప విగ్రహాన్ని. "మీ ప్రతీకారం యొక్క ఉడక తగ్గిందని ఆశిస్తున్నాను."

ధృతరాష్ట్రుడు తన హృదయంలో సిగ్గుపడ్డాడు. పరిస్థితిని అదుపులో పెట్టుకుని, "భీమునికి ఎటువంటి హాని జరగనందుకు నేను సంతోషిస్తున్నాను. శ్రీ కృష్ణా! నిజం ఏమిటంటే, నా దుఃఖం నన్ను పిచ్చివాడిని చేసింది. నీ నైపుణ్యం భీముని ప్రాణాన్ని కాపాడినందుకు నేను సంతోషిస్తున్నాను."

వారి ఇబ్బందిని మరియు దుఃఖాన్ని అధిగమించడానికి, వారు తమ భవిష్యత్తు ప్రణాళికల గురించి పాండవులతో మాట్లాడటం ప్రారంభించారు.

కానీ గాంధారీ! ఆమె ఒక తల్లి. ఆమె తన బాధను అంత తేలిగ్గా ఎలా మరచిపోగలదు? శ్రీ కృష్ణుడిని చూసి, ఆమె ఏడుస్తూ, "ఇప్పుడు మమ్మల్ని నాశనం చేసిన తర్వాత మీకు శాంతి లభించింది. నీ చాకచక్యం వల్లనే మా వంశం నాశనమైంది. నువ్వు చేసిన నేరానికి ఎలాంటి శిక్షా లేదు."

"అలా అనకండి." శ్రీ కృష్ణుడు ఇలా అన్నాడు, "ఇది నీ చర్యల ఫలితం. మీ కుమారులు ఏ చర్యలను చేసినా, వారు పర్యవసానాలను చవిచూశారు. వారు చేసిన పాపాలకు శిక్ష అనుభవించారు. దుఃఖించకండి, అతను స్వర్గానికి వెళ్ళాడు.

పాండవులు ఒక నెలపాటు దుఃఖించుటకు హస్తినాపూర్ వెలుపల ఉన్న పట్టణానికి వెళతారు.

లోనికి వెళ్ళాడు. వారు నది ఒడ్డున విడిది చేశారు. ధృతరాష్ట్రుడు, విదురుడు మరియు సంజయుడు కాకుండా, రాజభవనంలోని రాణులందరూ కూడా అతనితో ఉన్నారు. నది ఒడ్డున ఉంటూ, జరిగిన నష్టానికి సంతాపం వ్యక్తం చేసి, యుద్ధానికి వీడ్కోలు పలికారు.

సన్నిహితులు, ఆత్మీయుల ఆత్మకు శాంతి కలగాలని పూజలు నిర్వహించారు. ఒకరోజు, నారదుడు మరియు మహర్షి వ్యాసుడు కాకుండా, చాలా మంది ఋషులు మరియు ఋషులు అతనిని కలవడానికి వచ్చారు.

నారద ముని యుధిష్ఠిరునితో ఇలా అన్నాడు, "ఇంత పెద్ద యుద్ధంలో గెలిచావు, నీ పేరు సర్వత్రా వ్యాపించింది, ఈ విజయంతో నీకు సంతోషం లేదా? ఇప్పుడు దుఃఖం లేదా?"

యుధిష్ఠిరుడు కాసేపు ఆలోచించి, "ఎంత విజయం మునివర్! నేనేమీ చేయలేదు, ఈ విజయం అంతా శ్రీకృష్ణుడిదే. అంతే కాకుండా అర్జునుడు మరియు భీముని ధైర్యసాహసాల వల్లనే అన్నీ సాధ్యమయ్యాయి. నా విషయానికొస్తే, నేను నా జీవిత లక్ష్యాన్ని కోల్పోయాను. చూడండి, ద్రౌపది కొడుకులందరూ చంపబడ్డారు. సుభద్ర ఒక్కగానొక్క కొడుకు అభిమన్యు కూడా లేరు. మరోవైపు, మా బంధువులందరూ కూడా లేరు. కొడుకు మరణానికి కారణమైన తల్లిదండ్రులను నేను ఎలా చూడగలను? ఇది కాకుండా, మరొక విషయం నన్ను చాలా ఇబ్బంది పెట్టింది. కర్ణుడు కూడా కుంతీ కుమారుడని, మా అన్న అని నాకు కొంతకాలం క్రితం వరకు తెలియదు. అతను రథసారథి కొడుకు అని నేను అనుకున్నాను. నేను నా స్వంత అన్నను చంపి రాజ్యాన్ని పొందాలనే కోరికతో ఘోరమైన తప్పు చేశాను. అయ్యో! ఇది ఎంత ఘోరమైన పాపం! తల్లి కుంతి తనను మొదటిసారి చూసిన తర్వాత స్పృహ కోల్పోయిందని, కానీ అతను మరణం లేకుండా చంపబడ్డాడని నేను ఆ క్షణంలోనే అర్థం చేసుకున్నాను. యుద్ధభూమిలో అకస్మాత్తుగా అతని రథం ఎందుకు మట్టిలో కూరుకుపోయిందో నాకు ఇప్పటికీ అర్థం కాలేదు? ఇది మాత్రమే కాదు, అతను బ్రహ్మాస్త్రాన్ని ఉపయోగించడం మరచిపోవడానికి కారణం ఏమిటి? ఇవన్నీ మీకు తెలియాలి. కర్ణుడి దురదృష్టానికి కారణమేమిటో చెప్పు?"

నారదుడు ఇలా జవాబిచ్చాడు, "యుధిష్ఠిరుడా! నేను మొదటి నుండి చెబుతున్నాను. అతను బ్రహ్మాస్త్రాన్ని మరచిపోవడానికి ఏకైక కారణం, అతను క్షత్రియుడు అయినందున, పరశురాముడి నుండి యుద్ధవిద్యను నేర్చుకోవడానికి బ్రాహ్మణుడి వేషంలో వెళ్ళాడు. రథం గురించి. బురదలో కూరుకుపోవడం, దానికి కారణం ఒకసారి అనుకోకుండా ఎవరి ఆవును తనకు చెందిన ఆవును చంపి, క్లిష్టపరిస్థితుల్లో నీ రథం భూమిలో కూరుకుపోతుందని కర్ణుడిని శపించాడు.దీనిపై దుఃఖించకు.. ఇదంతా విధిగా నిర్ణయించబడింది."

యుధిష్ఠిరుడు తృప్తిగా నిట్టూర్చాడు, తరువాత అర్జునుడి వైపు చూసి, "మన శత్రువులు మరియు స్నేహితులు మరణించి స్వర్గానికి వెళ్లిపోయారు, అయితే మనం ఇక్కడ నరకంలో జీవించవలసి వస్తుంది. మాకు దుఃఖం, దుఃఖం తప్ప మరేమీ లభించలేదు. ఇది క్షత్రియ-ధర్మం అని చెప్పకండి, విచారం అవసరం లేదు. ఈ విజయంతో నేను ఏమాత్రం సంతోషంగా లేను. అర్జున్! ఈరోజు నుండి నువ్వు రాజ్య బాధ్యతలు స్వీకరించు, నేను అడవికి వెళ్లి తపస్సు చేస్తాను, నా హృదయం బరువెక్కింది."

అర్జున్ ఇలా అన్నాడు, "ఇంత రక్తాన్ని చిందించి, ధైర్యవంతులను త్యాగం చేసిన తర్వాత, ఇప్పుడు మీరు

అడవికి వెళ్లి తపస్సు చేయాలనుకుంటే ఇలా జరగదు. మీరు ఈ రాజ్యాన్ని నిర్వహించాలి. రాజుగా మారి ప్రజల సంక్షేమం కోసం కృషి చేయడం నీ కర్తవ్యం, ఇదే క్షత్రియ ధర్మం.

యుధిష్ఠిరుడు ఇంకా అడవికి వెళ్ళాలనే కోరికను పునరుద్ఘాటించాడు.

భీముడు "సోదరా! అతిగా ఆలోచించకు, ప్రస్తుతానికి మీ మనసులో దుఃఖం ఉంది. క్రమంగా అంతా సవ్యంగా సాగుతుంది. శత్రువులను సంహరించడం క్షత్రియులమైన మన కర్తవ్యం, ఇందులో బాధపడాల్సిన అవసరం ఏముంది?

యుధిష్ఠిరుడు తన దుఃఖాన్ని మరచి తన క్షత్రియ ధర్మాన్ని పాటించాలని అందరూ అభిప్రాయపడ్డారు.

చివరగా మహర్షి వ్యాసుడు ఇలా అన్నాడు, "నువ్వు ఖచ్చితంగా రాజు అయ్యి సింహాసనాన్ని అధిష్టించాలి. ఇది మీకు ఏకైక మార్గం. రాజుగా మారి క్షత్రియ మతాన్ని అనుసరించి పనికిరాని ఆలోచనలతో నీ మనసును అలసిపోకు. సంతోషంగా పాలించడం తప్ప మరో మార్గం లేదు.

యుధిష్ఠిరుడు ఈసారి కూడా సంకోచించినప్పుడు, శ్రీ కృష్ణుడు బాధపడ్డాడు మరియు ఇలా అన్నాడు, "ఇంత దుఃఖించడం వల్ల ప్రయోజనం ఏమిటి? అంతా మర్చిపో. కనీసం మీకు విజయాన్ని అందించిన వారి త్యాగం గురించి ఆలోచించండి. మీరు రాజ్య బాధ్యతలు చేపట్టాలి."

కొంతసేపు ఆలోచించిన తర్వాత, హఠాత్తుగా యుధిష్ఠిరుడు, "ఓ కృష్ణా! ఇప్పుడు నేను బాగానే ఉన్నాను, నేను మీ ఆర్డర్‌ని అంగీకరిస్తున్నాను."

యుధిష్ఠిరుడు రాజు కావడానికి అంగీకరించినప్పుడు, అతను అధికారికంగా హస్తినాపూర్ రాజుగా నియమించబడ్డాడు.

ఈ వార్త నగరమంతటా ఆనందోత్సాహాలు వెల్లివిరిసింది.

రాజభవనంలో సింహాసనంపై కూర్చుని యుధిష్ఠిరుడు ఇలా ప్రకటించాడు, "ధృతరాష్ట్ర మహారాజు ఈ దేశానికి ఎల్లప్పుడూ రక్షకుడు. మీరు నన్ను సంతోషంగా చూడాలనుకుంటే, మహారాజ్ ధృతరాష్ట్ర పట్ల మీ పూర్వపు గౌరవాన్ని మరియు విధేయతను కొనసాగించండి. మేము కేవలం ధృతరాష్ట్ర రాజు సేవలో ఉన్నాము."

దీంతో యుధిష్ఠిరుడు భీముడిని యువరాజుగా, అతని వారసుడిగా ప్రకటించాడు. విదుర్‌ని ముఖ్య సలహాదారుగా నియమించారు, యుద్ధం మరియు రక్షణ మొదలైన బాధ్యతలు కూడా అతనికి అప్పగించబడ్డాయి. ఆర్థిక శాఖను సంజయ్‌కు అప్పగించారు. అందరికీ తగిన పదవులు ఇచ్చారు.

కౌరవ సైన్యం నుండి పాండవుల సైన్యంలో చేరిన యుయుత్సుడు అనే సైనికుడు సజీవంగా ఉన్నాడు. యుధిష్ఠిరుడు యుయుత్సుడిని ధృతరాష్ట్రుని సంరక్షణలో ఉంచాడు. కృపాచార్యుడు కూడా ధృతరాష్ట్రుడితో కలిసి జీవించడం ప్రారంభించాడు

చాలా సంవత్సరాలు గడిచాయి.

ఒకరోజు, శ్రీ కృష్ణుడు తన స్వంత ఆలోచనలలో తప్పిపోవడాన్ని చూసి, యుధిష్ఠిరుడు, "ఏమిటి, ఏ ఆలోచనలలో తప్పిపోయావు?"

శ్రీ కృష్ణుడు ఇలా అన్నాడు, "ఉత్తరాయణం రాగానే భీష్ముడు తన ప్రాణాన్ని వదులుకుంటాడని నేను అనుకుంటున్నాను. అతను విశాలమైన జ్ఞాన సాగరం. అతని మరణానికి ముందు, మీరు అతనిని కలుసుకుని జ్ఞానాన్ని పొందండి."

యుధిష్ఠిరుడు చాలా సంవత్సరాల తర్వాత కూడా అతను ఎలా జీవిస్తాడో అని ఆశ్చర్యపోయాడు, కానీ శ్రీ కృష్ణుడు యుధిష్ఠిరుని అతనిని అనుసరించమని ఆదేశించాడు.

మరియు అతన్ని భీష్ముని కలుసుకునేలా చేసాడు.

భీష్ముడు మంచం మీద పడుకుని తుది శ్వాస తీసుకుంటున్నాడు. అతను శ్రీ కృష్ణుడిని మరియు యుధిష్ఠిరుని ఎంతో ఆప్యాయంగా స్వాగతించాడు. అప్పుడు ఆయన, "అవకాశం వచ్చినప్పుడు నేను మీకు ఉపదేశిస్తానని చెప్పాను. వినండి, ఆ అవకాశం ఈరోజే వచ్చింది." ఆ తర్వాత రాజుగారి కర్తవ్యం గురించి చక్కని సలహాలు ఇచ్చి మార్గనిర్దేశం చేశాడు. అప్పుడు భీష్మ పితామహుడు తన చివరి శ్వాస తీసుకుని శాశ్వతంగా కన్ను మూశాడు.

యుధిష్ఠిరుడు బాణపు మంచం నుండి అతని శరీరాన్ని పైకి లేపి అంత్యక్రియలు చేసాడు. యుధిష్ఠిరుడు గంగా తీరానికి వెళ్లి భీష్ముని దేహాన్ని పవిత్ర నదికి అప్పగించాడు.

యుధిష్ఠిరుడు మొత్తం ముప్పై ఆరు సంవత్సరాలు పాలించాడు.

ఒకరోజు ధృతరాష్ట్రుడు యుధిష్ఠిరునితో, "కుమారా! ఇప్పుడు నన్ను విడిపించు. నేను అడవికి వెళ్లి గాంధారితో, పాండు భార్య కుంతితో ఏకాంతంగా జీవించాలనుకుంటున్నాను." ధృతరాష్ట్రుని కోరికను యుధిష్ఠిరుడు అక్షరాలా పాటించాడు. పూర్తి ఏర్పాట్లతో ధృతరాష్ట్రుడు, గాంధారి, తల్లి కుంతీలను అడవికి పంపారు. అప్పుడప్పుడు స్వయంగా అడవికి వెళ్లి వారి యోగక్షేమాలు విచారించేవారు.

ఒకరోజు ఆ అడవిలో మంటలు చెలరేగాయి. అదే అగ్నిలో ధృతరాష్ట్రుడు, గాంధారి, కుంతీ భస్మమైపోయారు.

మరోవైపు, శ్రీకృష్ణుని యదువంశీయులందరూ తమలో తాము పోట్లాడుకోవడం ద్వారా నాశనమయ్యారు. శ్రీ కృష్ణుడు కూడా ఈ లోకాన్ని విడిచిపెట్టాలని నిర్ణయించుకున్నాడు. ఒకరోజు ఆ నది

అతను నది ఒడ్డున ఇసుక మీద పడుకుని, లోతైన ఆలోచనలో మునిగిపోతుండగా, దూరం నుండి ఒక వేటగాడు అతనిని పక్షిగా భావించి అతని పాదాలపై బాణం విసిరాడు. ఆ విధంగా, విష్ణువు యొక్క ఎనిమిదవ అవతారంగా అతని కాలం ముగిసింది మరియు అతను అదృశ్యమయ్యాడు

శ్రీకృష్ణుని జోక్యం వల్ల యదువంశీయులు పూర్తిగా నాశనమై ద్వారకను సముద్రానికి అప్పగించిన తర్వాత వారే మునిగిపోయారు.

పాండవులు ఈ అర్థరహిత ప్రపంచాన్ని విడిచిపెట్టాలని నిర్ణయించుకున్నారు.

అందుకే హిమాలయాల యాత్రకు బయలుదేరాడు. మహాప్రస్థానానికి వెళ్ళే మార్గంలో, ఐదుగురు సోదరులు మరియు ద్రౌపది ఒకరి తర్వాత ఒకరు చనిపోవడానికి ఎంచుకున్నారు. యుధిష్ఠిరుడు మరణానంతరం తన శరీరంతో స్వర్గానికి చేరుకున్నాడు. వాటిని స్వర్గంలో

చనిపోయిన బంధువులందరినీ గుర్తించారు.

చివరికి మహాభారత యుద్ధంలో ఎవరూ బయటపడలేదు.

అవును, అభిమన్యు కొడుకు పరీక్షిత్ ఒక్కడే సజీవంగా మిగిలాడు. అతను పెద్దయ్యాక, అతను హస్తినాపురానికి చక్రవర్తి అయ్యాడు మరియు పాండవుల వంశాన్ని ముందుకు తీసుకెళ్లాడు